ഒരു പ്രൊഫസറുടെ മരണം
(നോവൽ)

The Death Of A Professor
(Novel)

ഒരു പ്രൊഫസറുടെ മരണം
(നോവൽ)

The Death Of A Professor
(Novel)

P. A. Menon

TAMARIND TREE
TORONTO

ISBN: 978-0-9938199-4-0

അവതാരിക

ഒരു നൂറ്റാണ്ടിന്റെ പഴമയിലേക്ക്

ശ്രീ. പി.എ.മേനോൻ അങ്കിളിന്റെ ഓർമ്മകൾക്ക് മുന്നിൽ എന്റെ ആദരാഞ്ജലി.

സാഹിത്യ സേവനം ഒരു കടമയായി സ്വീകരിച്ച ഒരാളുടെ നോവലിന് അവതാരിക എഴുതാൻ അവസരം ലഭിച്ചത് ഒരു മഹാഭാഗ്യം ആയിട്ടാണ് ഞാൻ കരുതുന്നത്.

ശ്രീ. പി. എ. മേനോൻ എന്ന ഇത്രയും തഴക്കവും പഴക്കവുമുള്ള ഒരു എഴുത്തുകാരന്റെ നോവലിന് അവതാരിക എഴുതാനുള്ള അറിവോ അനുഭവമോ എനിക്കില്ലെന്ന് ആദ്യമേ പറയട്ടേ.

അദ്ദേഹത്തിന്റെ മകനും കാനഡയിലെ അറിയപ്പെടുന്ന എഴുത്തുകാരനും ജേർണലിസ്റ്റുമായ ബാലാമേനോൻ വളരെ കാലമായുള്ള സുഹൃത്താണ്. അദ്ദേഹത്തിന്റെ, 'അച്ഛൻ അവസാനമായി എഴുതിയ നോവൽ' പ്രസിദ്ധീകരിക്കാനുള്ള ആഗ്രഹമാണ് ഈ നോവൽ പ്രസിദ്ധീകരണത്തിന്റെ പിന്നാമ്പുറം.

'പ്രേംജി മുതൽ എം.ടി വരെ', 'അഞ്ചു സാഹിത്യകാരന്മാർ', 'ഇരുപത്തിയഞ്ച് സാഹിത്യകാരന്മാർ', 'ഇന്നലത്തെ ഗദ്യകാരന്മാർ', 'ഇന്നലത്തെ കവികൾ', 'കാനഡ-കുടിയേറ്റക്കാരുടെ നാട്' തുടങ്ങി ആറോളം കൃതികൾ പ്രസിദ്ധീകരിച്ചിട്ടുള്ള സാഹിത്യകാരനാണ് ശ്രീ. പി. എ. മേനോൻ. ഇതിൽ 'ഇന്നലത്തെ കവികൾ' എന്ന പുസ്തകത്തിന് അവതാരിക എഴുതിയിട്ടുള്ളത് ശ്രീ. പ്രൊഫ. ഗുപ്തൻ നായരാണ്.

മലയാളത്തിലെ തലമുതിർന്ന സാഹിത്യകാരന്മാരുടെ കൃതികൾ പഠിച്ച് വിശദമായ കുറിപ്പുകൾ തയ്യാറാക്കി മലയാളസാഹിത്യത്തിന് നൽകുകയാണ് ഈ പുസ്തകങ്ങളിലൂടെ അദ്ദേഹം ചെയ്തത്. അഞ്ഞൂറോളം പുസ്തകങ്ങളടങ്ങിയ അദ്ദേഹത്തിന്റെ ഗ്രന്ഥശേഖരം കേരള സാഹിത്യ അക്കാദമിയിലേക്ക് സംഭാവന ചെയ്തത് അയ്യന്തോളിലെ അപ്പൻ തമ്പുരാൻ സ്മാരകത്തിൽ സൂക്ഷിച്ചിട്ടുണ്ട്.

'ഒരു പ്രൊഫസറുടെ മരണം' കൂട്ടുകുടുംബത്തിന്റെ ഭദ്രത വെടിഞ്ഞു സ്വാർത്ഥതയിലേക്കു മാറുന്ന കാലത്തിൽ ഒറ്റപ്പെട്ടു പോയ അപ്പുവിന്റെ കഥയാണ്.

ഈ നോവൽ വായിക്കാൻ തുടങ്ങിയപ്പോൾ എന്റെ അമ്മയും മുത്തശ്ശിയും ഒക്കെ ജീവിച്ചിരുന്ന ഒരു കാലത്തിലേക്കാണ് ഞാൻ ടൈം ട്രാവൽ നടത്തിയത്. ഒരു നൂറ്റാണ്ടിന്റെ പഴമയിലേക്ക് ഒരു മടക്കയാത്ര.

പുസ്തകങ്ങൾ നെഞ്ചോടടുക്കി, കോരിച്ചൊരിയുന്ന മഴയത്തു നിറഞ്ഞൊഴുകുന്ന കഴായികൾ ചാടിക്കടന്ന്, നനഞ്ഞുകയറുന്ന സ്കൂൾ എന്ന ലോകം. സർവ്വാധികാരികളായി ചൂരലുമായി എത്തുന്ന അദ്ധ്യാപകർ. ഓരോരുത്തരും അവരുടെ രീതികൾക്കനുസരിച്ചു ശിക്ഷകൾ നടപ്പാക്കുമ്പോൾ രക്ഷക്ക് ആരുമെത്താത്ത കുട്ടികൾ. സ്നേഹം പ്രകടിപ്പിക്കുന്നത് അപരാധമാണെന്നു വിശ്വസിച്ച ഒരു തലമുറതന്നെ ഉണ്ടായിരുന്നു.

ജനിപ്പിക്കുന്നതിനും ചെല്ലും ചിലവും കൊടുക്കുന്നതിനുമപ്പുറം അച്ഛന് ബാധ്യതകളില്ല. ഈരണ്ടു വർഷങ്ങൾ കൂടുമ്പോൾ പ്രസവിക്കുന്ന രണ്ടാനമ്മക്ക് കുട്ടികളുടെ കാര്യങ്ങൾ നോക്കാൻ എവിടെ സമയം? അതിൽ ഒരു അസ്വാഭാവികതയും കാണാത്ത ഒരു സമൂഹം. വാക്കുകളിലൂടെ അപ്പുവിന്റെ അനാഥത്വം വായനക്കാരിലേക്ക് കടന്നു വരുന്നു. നേരത്തിന് ഭക്ഷണവും വസ്ത്രവുമല്ലാതെ മറ്റൊന്നുമില്ലാത്ത, ചുറ്റും ആളുകൾ ഉണ്ടായിട്ടും അനാഥനായി ഒറ്റപ്പെട്ടുപോയ അപ്പുവിൽ നിന്നും രൂപപ്പെട്ടത് ഒരു അസുരവിത്തല്ല. പകരം വായനയിലൂടെ വളർന്നു വലുതായി ലക്ഷ്യങ്ങൾ നേടിയെടുത്ത ഉത്തരവാദിത്തബോധമുള്ള ചെറുപ്പക്കാരനാണ്.

അപ്പുവിനെപ്പോലെ ചോദിക്കാനും പറയാനും ആരുമില്ലാത്ത സാഹചര്യത്തിൽ നിന്നും ജീവിതത്തിൽ ഉയർന്നു വന്ന ഒരുപാടുപേരുണ്ടായിരുന്ന ഒരു കാലഘട്ടമിയിരുന്നു അത്. ലക്ഷ്യബോധമില്ലാതെ, കിട്ടാത്ത സുഖലോലുപതയുടെ കണക്കുകൾ പറഞ്ഞു ലഹരിയിൽ മുങ്ങി ആത്മഹത്യ ഭീഷണിയുമായി ജീവിക്കുന്നവരുടെ കാലത്ത് ഈ നോവൽ സമൂഹത്തിൽ വന്ന മാറ്റം ചൂണ്ടിക്കാട്ടുന്നുണ്ട്.

പലപല ഭാഗംവെക്കലുകളിലൂടെ കൂട്ടുകുടുംബം ഇല്ലാതായിത്തുടങ്ങിയപ്പോൾ, തകർന്നു കൊണ്ടിരിക്കുന്ന തറവാടുകളിൽ നിന്നും ചെറുപ്പക്കാർ ജോലി അന്വേഷിച്ചു അന്യനാടുകളിലേക്കു ചേക്കേറാൻ തുടങ്ങിയകാലം. ഒരുപക്ഷേ പ്രവാസി സംസ്കാരത്തിന്റെ തുടക്കം എന്നുതന്നെ പറയാം. ആഢ്യത്തത്തിന്റെ മേലങ്കികൾ അഴിച്ചുവെച്ച് ബോംബെയിലെ ഒറ്റമുറിയിൽ താമസിക്കുന്ന മലയാളികളുടെ ആരോടും പറയാതെ പോയ നൊമ്പരങ്ങളുടെയും കുടുംബസ്നേഹത്തിന്റെയും കഥകൾ നമുക്ക് അപരിചിതമല്ല.

പുതിയ അനുഭവങ്ങളിലൂടെ വളരുന്ന അപ്പു ചുറ്റുമുള്ളവരുടെ ബഹുമാനം നേടി ഉയരങ്ങളിലെത്തുമ്പോൾ അയാൾക്കു ചുറ്റും ബന്ധുക്കളുടെ എണ്ണം കൂടുന്നു.

മഴവെള്ളപ്പാച്ചിൽ പോലെ തടസ്സമില്ലാതെ ഒഴുക്കുള്ള ശൈലി ഈ നോവൽ ഒറ്റയിരുപ്പിൽ തന്നെ വായിച്ചു തീർക്കാൻ സഹായിക്കുന്നുണ്ട്. നോവലിലുടനീളം കാണുന്ന കൈയ്യടക്കം, ഭാഷ എല്ലാം മലയാളത്തിലെ സാഹിത്യ സുവർണ്ണകാലത്തിലേക്കു വായനക്കാരനെ കൂട്ടിക്കൊണ്ടു പോകുന്നു.

കാലം തെറ്റിവന്ന ഈ വേനൽമഴ കൂടുതൽ വായിക്കപ്പെടട്ടെ എന്ന ആശംസകളോടെ...

ലേഖ മാധവൻ

Lekha Madhavan, Toronto

....

ലേഖ മാധവൻ രണ്ടു ദശാബ്ദങ്ങളിലേറെയായി ടൊറന്റോയിൽ താമസിക്കുന്നു. 2017 ൽ എഴുത്തിലേക്ക് തിരിച്ചു വന്ന ലേഖ ഒരു ബാങ്ക് ഉദ്യോഗസ്ഥയാണ്. ഓൺലൈൻ മാധ്യമങ്ങളിലാണ് കൂടുതൽ സജീവമായി എഴുതാറുള്ളത്.

ആദ്യത്തെ ചെറുകഥാസമാഹാരം 'കുറുംബ' 2021 ൽ നൊസ്റ്റാൾജിയ പബ്ലിക്കേഷൻസ് പ്രസിദ്ധീകരിച്ചു. രണ്ടാമത്തെ ചെറുകഥാ സമാഹാരം 'കൊഞ്ചി' പ്രസിദ്ധീകരണത്തിന്റെ തയ്യാറെടുപ്പിലാണ്.

Author P.A. Menon handing over his private collection of over 500 books to officials of the Kerala Sahitya Academy at his residence in Cheroor, Thrissur.

പി. എ. മേനോന്റെ കൃതികൾ

പ്രേംജി മുതൽ എം. ടി. വരെ
അഞ്ചു സാഹിത്യകാരന്മാർ
ഇരുപത്തിയഞ്ചു സാഹിത്യകാരന്മാർ
ഇന്നലത്തെ ഗദ്യകാരന്മാർ
ഇന്നലത്തെ കവികൾ
കാനഡ - കുടിയേറ്റക്കാരുടെ നാട്

ഒന്ന്

ചെറുപ്പക്കാരൻ റെയിൽവെ സ്റ്റേഷനിൽ വണ്ടികാത്തു നിൽക്കു കയാണ്. ഇതിന്നുമുമ്പ് ചെറിയമ്മയോടൊപ്പം മൂന്നുനാലുതവണ തീവണ്ടിയിൽ യാത്ര ചെയ്തിട്ടുണ്ടെങ്കിലും വടക്കോട്ടുള്ള നീണ്ട യാത്ര ആ പതിനേഴുകാരന് ആദ്യാനുഭവമാണ്. നന്നേ ചെറുപ്പം. ആദ്യമായി പുറംലോകം കാണുകയാണ്. ഫുൾപാന്റ്, ഫുൾകൈയുള്ള ഷർട്ട്, പുതിയ ഷൂസുകൾ ഇതൊക്കെ ധരിച്ച് വീട്ടിൽ നിന്ന് അയ്യപ്പന്റെ റിക്ഷാവണ്ടിയിൽ കയറുമ്പോൾ തന്നത്താൻ ഒരു മതിപ്പുതോന്നി. സ്റ്റേഷനിൽ ഇറങ്ങി. അയ്യപ്പന് രണ്ടു രൂപ കൊടുത്തപ്പോൾ വാങ്ങിയില്ല. അച്ഛൻ തരും എന്ന് പറഞ്ഞ് വണ്ടിയും കൊണ്ടുപോയി.

പോർട്ടരുടെ സഹായത്തോടെ ക്യൂവിൽ നിന്ന് പതിനെട്ടുറുപ്പിക കൊടുത്ത് ബോംബെയ്ക്ക് ടിക്കറ്റെടുത്തു. റിസർവേഷനൊന്നുമില്ല. മുന്നൂറു നാഴികയിൽ കൂടുതൽ യാത്ര ചെയ്യുന്നവർക്ക് പ്രത്യേകം കമ്പാർട്ട്മെന്റ് ഉണ്ടെന്നും അതിൽ കയറ്റിത്തരാമെന്നും നാളെ ആർക്കോ ണത്തു ചെന്ന് ബോംബെയ്ക്കുള്ള വണ്ടിയിൽ കേറിയാൽ മതിയെന്നും പോർട്ടർ പറഞ്ഞു. ഉച്ചകഴിഞ്ഞെങ്കിലും ഉഷ്ണത്തിന് കുറവില്ല.

നീണ്ട ഫ്ളാറ്റ്ഫോമിൽ യാത്രക്കാര് തിങ്ങിനിൽക്കുന്നു. അപരിചിത ങ്ങളായ മുഖങ്ങളാണ് എവിടേയും. പോകുന്നവരും അവരെ യാത്രയാ ക്കാൻ വന്നവരും ഇറങ്ങുന്നവരെ സ്വീകരിക്കാനും വന്നവർ അക്കൂട്ടത്തി ലുണ്ടാവാം.

വേണ്ടപ്പെട്ടവരാരുമില്ലാത്തതുകൊണ്ടല്ലേ എന്നെ യാത്രയയ്ക്കാൻ ആരും വരാതിരുന്നത്? വണ്ടി വന്നു. ഇറങ്ങുന്നവരുടെ ബഹളം. കേറു ന്നവരുടെ ബഹളം. ഹൗ! എന്തൊരു തിരക്ക്. പോർട്ടർ എന്നെ ഉന്തി ത്തള്ളി ഒരു കമ്പാർട്ടുമെന്റിനുള്ളിലാക്കി. പിന്നീട് പെട്ടിയും കിടക്കയും

എടുത്തുവെച്ചു. ആവശ്യപ്പെട്ടതിലും ഒരുറുപ്പിക കൂടുതൽ കൊടുത്തു പോർട്ടർക്ക്. അയാൾക്ക് സന്തോഷമായി.

വണ്ടി നീങ്ങി. ചെറുപ്പക്കാരൻ തന്റെ പെട്ടിയിലും കിടക്കയിലും കണ്ണുംനട്ട് നിൽക്കുകയാണ്. ഇരിക്കാൻ ഇടമില്ല. മൂന്നുപേർക്കിരിക്കാവുന്ന ബഞ്ചിൽ നാലും അഞ്ചും ആൾക്കാർ തിങ്ങി ഞെരുങ്ങി ഇരിക്കുന്നുണ്ട്. ആർക്കോണം വരെ ഇങ്ങനെ നിൽക്കേണ്ടി വരുമോ? മനസ്സില് വേവലാതിയായി. എന്തായാലും ബോംബെയിൽ എത്താതെ പറ്റില്ലല്ലോ. വണ്ടി കോയമ്പത്തൂരിൽ എത്തിയപ്പോൾ കുറെ യാത്രക്കാർ ഇറങ്ങിപ്പോയി ചെറുപ്പക്കാരന് ഇരിക്കാനിടം കിട്ടി. പെട്ടിയും കിടക്കയും ബഞ്ചിന്റെ ചുവട്ടിലേക്ക് തള്ളിവെച്ചു. ആർക്കോണത്ത് വണ്ടി മാറിക്കേറണം. മൂന്നാം ദിവസമല്ലേ ബോംബെയിൽ എത്തൂ.

അന്തർമുഖനാണ് ആ ചെറുപ്പക്കാരൻ. ആരോടും കേറി പരിചയപ്പെടാൻ ധൈര്യമില്ല. വണ്ടിയിൽ ചിലരെല്ലാം വായ്തോരാതെ സംസാരിക്കുന്നുണ്ട്. എനിക്കുമാത്രം സംസാരിക്കാൻ വിഷയങ്ങളില്ല. വണ്ടിയിലും കൂട്ടിന്നാരുമില്ല. എന്നും അങ്ങനെയായിരുന്നുവല്ലൊ. അറിവുവെച്ച നാൾ മുതൽ വിഷാദമൂകനായണല്ലോ വളർന്നത്. ശൈശവകാല സ്മരണകൾ നമ്മളിൽ വളരെ കുറച്ചു മാത്രമെ അവശേഷിക്കുകയുള്ളൂ. ശൈശവം കഴിയുകയും വീട്ടിലും സ്കൂളിലും കൂട്ടുകാരുമൊത്ത് കളിച്ചു നടക്കാനാരംഭിക്കുന്ന പ്രായം മുതൽക്കുള്ള സംഭവങ്ങൾ മനസ്സിൽ കൂടുത തങ്ങി നിൽക്കും. മനസമാധാനത്തോടെ ഇരിക്കാനിടം കിട്ടിയപ്പോൾ ആ ചെറുപ്പക്കാരന്റെ ചിന്തകൾ ഭൂതകാലത്തിലേക്ക് ഊളിയിട്ടു.

കേരളത്തിലെ ഒരു ഉൾനാടൻ ഗ്രാമത്തിൽ പിറന്നു. തന്നോടുതന്നെ സംസാരിച്ചുനടന്ന കുട്ടിക്കാലം ഇന്നും ആ സ്വഭാവത്തിന് മാറ്റം വന്നിട്ടില്ല. ഈ ശീലം എന്റെ അവസാനം വരെ നിലനിൽക്കുമെന്നു തോന്നുന്നു. മറ്റുള്ളവരോട് അഭിപ്രായ വ്യത്യാസമോ വെറുപ്പോ ശുണ്ഠിയോ തോന്നുമ്പോഴും തന്നത്താൻ പിറുപിറുത്ത് മനസ്സിന്റെ സമനില വീണ്ടെടുക്കും.

വലിയൊരു വീട്ടിൽ വലിയൊരു മുറ്റത്ത് ഏകനായി വളർന്നു. രണ്ടുനിലയുള്ള ഓടിട്ട വലിയൊരു വീട്. താഴത്തെ നിലയിൽ വടക്കേ അകം, തെക്കേ അകം, കിഴക്കേ അകം. എല്ലാ മുറികൾക്കും തൊട്ടടുത്ത് ഓവറകളുണ്ട്. വടക്കേ അകത്തിന് അരികിൽ മുകളിലേക്കുള്ള

കോണിയും കോണിച്ചുവടും. തളത്തിന്റെ പടിഞ്ഞാറുഭാഗത്ത് പടിഞ്ഞാറ്റിയും നെല്ലറയും. നെല്ലറ രണ്ടായി തിരിച്ചിരിക്കുന്നു. ഒന്നിൽ വലിയ ചെമ്പുപാത്രങ്ങൾ, ഉരുളികൾ, നിലവിളക്കുകൾ, ചങ്ങളവട്ടകൾ, കൂത്തുവിളക്ക്, ഒറ്റപന്തം എന്നിവയൊക്കെയുണ്ട്. പടിഞ്ഞാറ്റയിൽ കാരണവന്മാരുടെ പീഠം. ഒരു മൂന്നു വയസ്സുകാരന് ഇതിന്റെയൊന്നും അർത്ഥം മനസ്സിലാവുകയില്ലല്ലോ.

കിഴക്കെ മുറ്റത്ത് തുളസിത്തറയും അതിന്നുപിന്നിലായി ഒരു പാലമരവും. ആ മരത്തിനുചുവട്ടിൽ കരിങ്കൽ പീഠത്തിനുമുകളിൽ കരിങ്കല്ലു കൊണ്ടുള്ള വിഗ്രഹവും വിഗ്രഹത്തിന് മുന്നിൽ കൽവിളക്കും. വടക്കു കിഴക്കുവശത്ത് അടുക്കളപ്പുര. അടുക്കളയ്ക്കു കിഴക്കുവശം ആഴമുള്ള കിണർ. അടുക്കളയിൽ നിന്നുകോണ്ട് വേള്ളം കോരിയെടുക്കാം. തെക്കുഭാഗത്ത് വലിയൊരു തൊഴുത്ത്. തൊഴുത്തിൽ കന്നുകാലികളോ, പശുക്കളോ ഇല്ല.

കിഴക്കോട്ടുള്ള പറമ്പിൽ തെങ്ങുകൾ, കവുങ്ങുകൾ, പ്ലാവുകൾ, മാവുകൾ എന്നീ ഫലവൃക്ഷങ്ങൾ തിങ്ങിനിൽക്കുന്നു. പറമ്പിൽ വലിയ ഒരു കുളമുണ്ട്. വീട്ടിലുള്ളവർക്ക് കുളിക്കാനും വേനൽക്കാലത്ത് തോട്ടം തേവിനനയ്ക്കാനു ഈ കുളം ഉപയോഗിക്കുന്നു. പറമ്പിനുതാഴെ കൈതച്ചെടികൾ നടന്ന് അതിർത്തി വേർതിരിച്ച ചൂരങ്ങാട്ടുവളപ്പ് നിറയെ കവുങ്ങുകളാണ് ആ വളപ്പിൽ. തോട്ടം നനയ്ക്കാൻ ആ പറമ്പിലും ഒരു കിണറുണ്ട്. അതിനുപിന്നിൽ നീണ്ടുനിവർന്നു കിടക്കുന്ന നെൽപ്പാടങ്ങൾ. പടിഞ്ഞാറുഭാഗത്ത് വലിയ മുറ്റം. മുറ്റം കഴിഞ്ഞാൽ പടിപ്പുരമാളിക. അതിന്നപ്പുറത്ത് വിശാലമായ പറമ്പ്. വൃക്ഷങ്ങളോ കിണറോ ഒന്നും ആ പറമ്പിലില്ല.

പടിപ്പുര മാളികയുടെ ചവിട്ടുപടികൾ ഇറങ്ങിവേണം പടിഞ്ഞാറെ മുറ്റത്തെത്താൻ. ആ ചവിട്ടുപടികൾ കയറുകയും ഇറങ്ങുകയുമാണ് എന്റെ ആദ്യകാല വിനോദങ്ങൾ. കിഴക്കെ മുറത്ത് വെയിലാണ്. പടിഞ്ഞാറെ മുറ്റത്ത് രാവിലെ വെയിലില്ല.

മൂന്നുനാലു വയസ്സ് പ്രായമുള്ളപ്പോഴാണ് ഞാൻ അമ്മ എന്നു വിളിക്കുന്നത് അമ്മയുടെ അമ്മയെയാണെന്ന് മനസ്സിലായത്. ചെറിയമ്മ അമ്മ എന്നു വിളിക്കുന്നതു കേട്ട് ഞാനും അമ്മ എന്നു വിളിച്ച് ശീലിച്ചതായിരിക്കാം. അമ്മ എന്നു വിളിക്കാറായപ്പോൾ ആദ്യത്തെ വിളികേട്ട് എന്നെ വാരിയെടുത്ത് ഉമ്മ വെച്ചതും അമ്മമ്മയായിരിക്കണം.

വീട്ടിൽ അധികം ആൾക്കാരില്ല. അമ്മമ്മ, ചെറിയമ്മ, ഞാനും താഴത്തെ നിലയിൽ. മുകളിൽ വല്യമ്മാമനും വല്യമ്മായിയും. ആ വീട്ടിൽ അരിവെച്ച്ത് രണ്ട് സ്ഥലത്തായിരുന്നു. അടുക്കളയിൽ അമ്മമ്മയും ചെറിയമ്മയും. വടക്കുഭാഗത്തുള്ള താഴ്‌വരയിൽ ഉരല്, ഉലയ്ക്ക, കുന്താണി, അമ്മി എന്നിവ കിടക്കുന്നിടത്ത് മൂന്നു കല്ലുകൾ വെച്ചുണ്ടാക്കിയ താത്കാലിക അടുപ്പിൽ വല്യമ്മായി ഭക്ഷണം പാകം ചെയ്ത് മുകളിലേക്ക് കൊണ്ടുപോകുന്നതുകാണാം. വല്യമ്മാമൻ താഴേയ്ക്ക് ഇറങ്ങാറില്ല. വല്യമ്മായി ഇടയ്ക്കിടെ എന്നെ എടുത്ത് മുകളിലേക്ക് കൊണ്ടുപോകും. വല്യമ്മാമൻ മടിയിലിരുത്തി എന്റെ തലയിലും ദേഹത്തും തൊട്ടുതലോടും. വല്യമ്മാമന് നല്ല പൊക്കമുണ്ട്. തലമുടി പറ്റെ വെട്ടിയിരിക്കുന്നു. കാതിൽ ചുവപ്പുകല്ലുള്ള വില്ലുവെച്ച കടുക്കനുണ്ട്. മുകളിൽ വിശാലമായ മുറിയും തെക്കേ അറ്റത്ത് ഓവറയുമാണ്. കട്ടിൽ, കിടക്ക, മേശ, കസേര എന്നിങ്ങനെ കുറച്ചു മരസാമാനങ്ങളും ആ മുറിയിലുണ്ട്.

പടിഞ്ഞാറുഭാഗത്തും കിഴക്കു ഭാഗത്തും ഈരണ്ടു ജനലുകൾ. ജനലുകളിൽ പാത്തിപ്പിടിച്ചുകയറാൻ ശ്രമിക്കുമ്പോഴൊക്കെ പരാജയ പ്പെടുമ്പോൾ വല്യമ്മായി എടുത്ത് ജനൽതിണ്ണയിൽ നിറുത്തും. മുകളിൽ നിന്ന് കിഴക്കേപറമ്പിലേക്ക് നോക്കുമ്പോൾ എന്തൊരു ഭംഗി, തുളസിത്തറയും കരിങ്കൽ വിഗ്രഹവും വളരെ ചെറുതായി തോന്നും. വീട്ടിൽ ആരും തമ്മിൽ തമ്മിൽ സംസാരമില്ല. ചെറിയമ്മയ്ക്ക് ജോലിയുമുണ്ട്. രാവിലെ പോയാൽ വൈകുന്നേരമാണ് വരുന്നത്. അമ്മമ്മ എപ്പോഴും മൂകയാണ്. ദുഃഖം കൊണ്ടു കുനിഞ്ഞമുഖം. അത്യാവശ്യം ചെറിയമ്മയോട് എന്തെങ്കിലും സംസാരിക്കുന്നതു കേൾക്കാം.

നന്നേ ചെറുപ്രായത്തിൽ ഒരു കൂട്ടുകാരി മാത്രം. ദേവൂന് എന്റെ പ്രായം തന്നെയാണ്. പട്ടുകോണകമാണ് അവളുടേയും ഡ്രസ്സ്. കൊഞ്ചികൊഞ്ചിയുള്ള സംസാരം. എന്നേക്കാൾ വണ്ണവും നിറവും ഉണ്ട്. കിഴക്കേമുറ്റത്ത് തെങ്ങിൻപട്ടയിൽ കയറുകെട്ടി ഒരാൾ അതിന്മേൽ ഇരിക്കും. മറ്റേ ആൾ മുറ്റം മുഴുവൻ അതുവലിച്ചു നടക്കും. ദേവുവിനെ ഇരുത്തി വലിക്കാൻ വിഷമമാണ്. ഞാൻ ഇരുന്നാൽ അവൾ വേഗം വലിച്ച് ഓടും.

ശൈശവകാല ഓർമ്മകളിൽ തങ്ങി നിൽക്കുന്നത് അമ്മമ്മ എന്റെ തലയിലും ദേഹത്തും വെളിച്ചെണ്ണ തേപ്പിച്ച് വളപ്പിലുള്ള കുളത്തിലേക്ക് കുളിപ്പിക്കാൻ കൊണ്ടുപോവുന്നതാണ്. പട്ടുകോണകമാണ് ഡ്രസ്സ്. ഇഞ്ചയോ ചകിരിയോ മറ്റോ തേച്ചുകുളിപ്പിച്ചുതോർത്തി കുളത്തിന്റെ കല്പടവിന്മേൽ ഇരുത്തും. പിന്നെയാണ് അമ്മമ്മയുടെ കുളി. കുളികഴിഞ്ഞു വന്നാൽ തുളസിത്തറയ്ക്കടുത്തുള്ള വിഗ്രഹത്തിനു മുന്നിൽ കണ്ണടച്ചുതൊഴുതു നിൽക്കണം.

വേനൽകാലത്ത് തോട്ടം തേവാൻ മൂന്ന് ആൾക്കാർ വരും. തൊഴുത്തിന്റെ പിൻഭാഗത്തുകൂടിയാണ് അവർ തോട്ടത്തിലേക്ക് കടക്കുന്നത്. രണ്ടാളുകൾ തേവാൻ. ഒരാൾ തിരിക്കാൻ. രാവിലെ വളപ്പുതേവിയാൽ ഉച്ചതിരിഞ്ഞ് ചൂരങ്ങാട്ടുവളപ്പുതേവും. ആ വളപ്പിലെ കവുങ്ങുകളിൽ എത്ര ആറ്റക്കിളി കൂടുകളണ്? ഓരോ കവുങ്ങിലും ഓരോ കൂട് തൂങ്ങിനിൽക്കുന്നതു കാണാം. അടയ്ക്ക പറിച്ചുകൂട്ടാൻ ആൾക്കാർ വന്നാൽ എന്തൊരു ബഹളമാണ് ആ വളപ്പിൽ.

ഒരു കവുങ്ങിന്മേൽ കയറിയാൽ താഴത്തേയ്ക്കിറങ്ങതെ കവുങ്ങ് ഉലച്ചുലച്ച് മറ്റേ കവുങ്ങിലേക്ക് ചാടും. കവുങ്ങ് ഉലയുമ്പോൾ പക്ഷികളുടെ നിലയ്ക്കാത്ത ചിലച്ചൽ കേൾക്കാം. ചിലപ്പോൾ ചില കൂടുകൾ താഴെ വീഴും. ചിലതിൽ മുട്ടയുണ്ടാകും. ചിലതിൽ കുഞ്ഞുങ്ങളും. അടയ്ക്ക പറക്കി കൂട്ടുന്നവൻ നിലത്തുവീണ കൂടുകൾ പാടത്തേക്ക് വലിച്ചെറിയും.

തുളസിത്തറയ്ക്കുപിന്നിൽ ഒരു വലിയ നെല്ലിയും ഒരു കടപ്പിലാവും ഉണ്ട്. നെല്ലിമരത്തിൽ നിന്ന് ചെറിയ ഇലകൾ താഴത്ത് കൊഴിഞ്ഞു കിടക്കുന്നുണ്ടെങ്കിലും പച്ചവിടർന്നു നിൽക്കുന്ന ചില്ലകൾ ധാരാളം കാണാം. കടപ്പിലാവിന്മേലും നെല്ലിമരത്തിലും പലതരത്തിലുള്ള പക്ഷികളെ കാണാം കടപ്പിലാവിന് വലിയ തടം ഉണ്ടാക്കിയിട്ടുണ്ട്. ധാരാളം വെള്ളം പരന്നാൽ ആ തടത്തിൽ വട്ടത്തിൽ ചുറ്റി നടന്ന് വെള്ളം കലക്കി കളിക്കം. അമ്മമ്മയോ ചെറിയമ്മയോ കണ്ടാൽ കാലിന്മേൽ ചൊറിപിടിക്കും എന്ന് പറഞ്ഞ് ദേഷ്യപ്പെട്ട് പിടിച്ചുവലിച്ച് കൊണ്ടുപോരും.

മുത്തച്ഛനെപ്പറ്റിയുള്ള ഓർമ്മകളാണ് പിന്നെ മനസ്സിൽ തങ്ങിനിൽക്കുന്നത്. ആഴ്ചയിൽ ഒരിക്കൽ മുത്തച്ഛൻ വീട്ടിൽ വരാറുണ്ട്. വല്യമ്മാമനോളം നിറമില്ല. അധികം പൊക്കവുമില്ല. തടിച്ച

ശരീരപ്രകൃതിയും വട്ടമുഖവുമാണ്. മുത്തച്ഛൻ വന്നാൽ പടിപ്പുര മാളികയിലാണ് ഇരിപ്പ്. രാവിലെ വന്നാൽ വൈകുന്നേരം മുത്തച്ഛന്റെ വീട്ടിലേക്കുതന്നെ പോവും. മുത്തച്ഛൻ വന്നാൽ സംസാരിക്കാൻ ആളായി. ധാരാളം ആൾക്കാർ മുത്തച്ഛനെ കാണാൻ എത്തും. വൈദ്യവും ജ്യോതിഷവും മുത്തച്ഛന് അറിയാം. രോഗികളുടെ തിരക്ക് ഒരു ഭാഗത്ത് ജാതകം എഴുതിക്കാൻ വരുന്നവർ വേറെ. പടിപ്പുരമാളികയിൽ മുത്തച്ഛന്റെ അരയിൽ ഓലയിൽ എഴുതിയ ഗ്രന്ഥങ്ങളാണെന്ന് ചെറിയമ്മ പറഞ്ഞു തന്നിട്ടുണ്ട്. കണ്ണിനു വളരെ അടുത്തുപിടിച്ചാണ് മുത്തച്ഛൻ വായിക്കുന്നത്. അച്ഛന് കാഴ്ച കുറഞ്ഞു തുടങ്ങി എന്ന് ചെറിയമ്മ ഇടയ്ക്കിടെ പറയാറുണ്ട്. എന്നെ മടിയിൽ ഇരുത്തി കഥകൾ പറഞ്ഞുതരുന്നതും ചിലപ്പോൾ ശ്ലോകങ്ങൾ ഉറക്കെ ചൊല്ലാറുള്ളതും ഇപ്പോഴും ഓർമ്മയുണ്ട്.

തുളസിത്തറയ്ക്കു പിന്നിൽ കാണുന്ന കരിങ്കൽ വിഗ്രഹം ചേന്ദംകുളങ്ങര ഭഗവതിയുടെയാണെന്ന് മനസ്സിലായി. കൊല്ലംതോറും വീട്ടിൽ അത്താഴപ്പറ പതിവുണ്ട്. പറ എടുക്കുന്ന ദിവസം കാണിച്ച് ക്ഷേത്രത്തിൽ നിന്ന് എഴുത്തുകൊണ്ടുവരും. പടിഞ്ഞാറെ മുറ്റത്ത് പന്തലിന്റെ പണിയായി പിന്നെ. പറ നടത്തുന്ന ദിവസം ക്ഷേത്രത്തിൽ നിന്നും രാവിലെ രണ്ടുമൂന്നാളുകൾ വരും. പറക്കാർക്ക് അത്താഴം തയ്യാറാക്കുന്നത് അവരാണ്. മുത്തച്ഛനും വരാറുണ്ട്. നാട്ടുകാരും സഹായിക്കുവാൻ എത്തും. പടിഞ്ഞാറ്റയിൽ നിന്ന് വലിയ ചെമ്പുകളും ഉരുളികളും പാത്രങ്ങളും എടുക്കും. വടക്കുഭാഗത്തുള്ള ഉരൽപുരയിലാണ് പാചകം ചെയ്യുന്നത്. നാലുമണിക്ക് പറക്കാർ എത്തും. പതിനഞ്ചോളം ആൾക്കാരുണ്ടാകും. പന്തൽ കുരുത്തോലകൊണ്ട് അലങ്കരിക്കാനും മറ്റും അവർ കൂടും. എഴുന്നെള്ളിച്ചുവെയ്ക്കൽ പടിഞ്ഞാറ്റയിലാണ്. ചിലമ്പ്, വാൾ, അരമണി, വെളിച്ചപ്പാട് തുള്ളുമ്പോൾ അരയിൽ ചുറ്റുന്ന പട്ട് ഇവയൊക്കെ ഒരു ചെണ്ടയ്ക്ക് മുകളിൽ പടിഞ്ഞാറയിൽ കാരണവന്മാരുടെ പീഠത്തിനു മുന്നിൽ വെയ്ക്കുകയാണ് എഴുന്നള്ളിച്ചുവെയ്ക്കൽ. സന്ധ്യക്ക് പറക്കാരെല്ലാവരും കുളത്തിൽപോയി കുളിച്ചുവരും. കളഭം, ചന്ദനം, ഭസ്മം എന്നിവകൊണ്ട് കുറിയിടും. നിലവിളക്ക് കൊളുത്തികഴിഞ്ഞാൽ കൂലിക്കുകൊണ്ടുവന്ന പെട്രോൾമാക്സ് വിളക്ക് കത്തിച്ച് പന്തലിൽ തൂക്കും. പന്തലിന്റെ നടുവിൽ ഏഴുപറകൾ വെയ്ക്കും. മഞ്ഞൾ,

പൊതിച്ച നാളികേരം, അവില്, മലര്, പൂവ്, അരി എന്നിവ ഓരോ പറയിലും നിറയ്ക്കും. നടുക്കുവെച്ചിരിക്കുന്ന പറയിൽ നെല്ല് നിറയ്ക്കാനുള്ളതാണ്. ഏഴു നിലവിളക്കുകൾ കത്തിച്ചുവെയ്ക്കും. മേളം പകുതിയാവുമ്പോൾ അമ്മമ്മയോ ചെറിയമ്മമയോ നടുവിൽ വെച്ചിരിക്കുന്ന പറയിൽ നെല്ല് നിറയ്ക്കും. നെല്പറ നിറച്ചാൽ വെളിച്ചപ്പാട് റാന്തൽ വിളക്കുമായി കുളത്തിലേക്ക് കുളിക്കുവാൻ പോവുകയായി. ഒമ്പതുമണിവരെ മേളം. മേളം കഴിഞ്ഞാൽ ചെണ്ടക്കാർ ചെണ്ടകൾ നിലത്ത് ചെരിച്ചുവെച്ചും രണ്ടുഭാഗത്തും കൊട്ടിപാടും. വെളിച്ചപ്പാട് പട്ട് അരയിൽചുറ്റി അരമണിയണിഞ്ഞ് തുള്ളാൻ തയ്യാറായി വാളിന്റെ തല നെല്പറയിൽ മുട്ടിച്ചു നിന്ന് ധ്യാനിക്കും.

പാട്ടുതീരുന്നതോടെ വെളിച്ചപ്പാട് വിറച്ചുതുടങ്ങും. തുള്ളിത്തുടങ്ങിയാൽ മേളക്കാർ എഴുന്നേറ്റ് നിന്ന് മേളം മുറുക്കും. വെളിച്ചപ്പാട് കലികൊണ്ട് തുള്ളിത്തുടങ്ങിയാൽ മേളം നിറുത്തുന്നു. മേളം നിന്നപ്പോൾ ചെറിയമ്മ എന്റെ കയ്യും പിടിച്ച് പന്തലിൽ നിൽക്കുന്ന ഒരാളുടെ അടുത്തെത്തി ''നെന്റെ അച്ഛനാ'' എന്നു പറഞ്ഞു. നല്ല പൊക്കമുള്ള ആള്. വണ്ണം കുറവാണ്. എന്നെ എടുത്ത് ഒക്കത്തുവെച്ചു. കണ്ടുപരിചയമില്ലാത്ത ഒരാളുടെ ഒക്കത്തിരിക്കുമ്പോൾ തോന്നുന്ന വിമ്മിഷ്ടം ഉണ്ടായെങ്കിലും വെളിച്ചപ്പാട് തുള്ളുന്നത് നല്ലപോലെ കാണാൻ കഴിഞ്ഞു. വെളിച്ചപ്പാട് തുള്ളിത്തുള്ളി പറകളെ പ്രദക്ഷിണംവെച്ച് അട്ടഹസിച്ച് അരിയും പൂവും പന്തലിൽ നിൽക്കുന്നവരുടെ ദേഹത്തേക്ക് വീശിയെറിയും. കൽപ്പിക്കുന്നത് വല്യമ്മാമനോടാണ്. മറ്റുള്ളവർക്കൊന്നും വ്യക്തമായി കേൾക്കാൻ പറ്റില്ല. കലിയിറങ്ങുന്നതോടെ അത്താഴപ്പറയുടെ ചടങ്ങുതീരുന്നു. വീണ്ടും പടിഞ്ഞാറ്റിയിൽ എഴുന്നെള്ളിച്ചുവെയ്ക്കും.

പിന്നെ എല്ലാവർക്കും സദ്യയാണ്. നാട്ടുകാരും ബന്ധുക്കളും പറ കാണാൻ എത്തും. അവർക്കൊക്കെ ഭക്ഷണം വീട്ടിലാണ്. വെളിച്ചപ്പാട് മുകളിലും മേളക്കാർ ഇറയത്തും പന്തലിലും പടിപ്പുരയിലുമായി ഉറങ്ങും. രാവിലെ എല്ലാവരും കുളിച്ചു വന്നാൽ പൊടിയരിക്കഞ്ഞികുടിച്ച് പോവും. വെളിച്ചപ്പാടിന് പ്രത്യേകം ദക്ഷിണയുണ്ട്. അച്ഛൻ രാത്രി എപ്പോഴാണ് പോയത് എന്നറിഞ്ഞില്ല.

മേടമാസത്തിലെ വിഷു. വിഷുവിന്റെ തലേദിവസം വീട്ടിൽ വലിയ കോലാഹലമാണ്. നാലഞ്ചുനാഴിക അകലെയുള്ള ദേവീക്ഷേത്ര

ത്തിലേക്ക് വീട്ടിൽ നിന്ന് കുതിരയെ കെട്ടിക്കൊണ്ടുപോവാറുണ്ട്. വിഷുവിന്റെ തലേദിവസമാണ് ആ ക്ഷേത്രത്തിലെ വേല. ആനച്ചൂര് കേട്ടാൽ ദേവിക്ക് തലവേദനയാണത്രെ. അതുകൊണ്ടാണ് കുതിര വേലയായത്. വീട്ടുകുതിരകളും ദേശകുതിരകളുമായി ആറേഴുകുതിരകളുണ്ടാവും വേലയ്ക്ക്. എല്ലാം ചെറിയമ്മ പറഞ്ഞു തന്നതാണ്. എനിക്ക് കണ്ടാൽ മനസ്സിലാവുന്ന പ്രായമായി. രാവിലെ ആശാരി വന്നു. ഉരൽപ്പുരയിൽനിന്ന് നീണ്ട മുളകളും മുളകക്ഷണങ്ങളും പുറത്തെടുത്ത് പടിഞ്ഞാറെ മുറ്റത്തിട്ടു. വണ്ണവും നീളവുമുള്ള രണ്ടുമുളകൾ. ചെറിയ മുകളും വാരികളും അവിടവിടെ പൂളുകൾ വെച്ചുറപ്പിച്ചു. വണ്ണം കുറഞ്ഞ നീണ്ട ഉരുളൻമുളയും മുൻഭാഗത്ത് ഉറപ്പിച്ചു. കഴിഞ്ഞകൊല്ലം ആശാരി അഴിച്ചുവെച്ച കുതിരയെ തട്ടിക്കൂട്ടുകയാണ്. ആശാരി പണിതുകൊണ്ടിരിക്കുമ്പോൾ പാണൻ വന്നു. മരം കൊണ്ടുണ്ടാക്കിയ ഒരു മൃഗത്തിന്റെ മുഖം ചെറിയമ്മ പാണന് എടുത്തുകൊടുത്തു. ഒരു ഭംഗിയും തോന്നിയില്ല. പാണൻ അതുംകൊണ്ടുപോയി. ആശാരിയുടെ പണി കഴിഞ്ഞപ്പോൾ അത് ഒരു പൊക്കമുള്ള തലയില്ലാത്ത കുതിരയുടെ രൂപമായി. വല്യമ്മാമൻ മുകളിൽ നിന്നും ഇറങ്ങി വന്നു. നാട്ടുകാരുടെ സഹായത്തോടെ മുളകൊണ്ടുള്ള ഉടലിലും നീണ്ട കഴുത്തിലും വൈയ്ക്കോൽ കൊണ്ട് പൊതിഞ്ഞ് വള്ളികൾകൊണ്ട് കെട്ടിവരിഞ്ഞു. തൊട്ടുനോക്കുമ്പോൾ കുതിരയുടെ കാലുകൾക്കും ഉടലിനും കഴുത്തിനും എന്തൊരുറപ്പാണ്. വൈയ്ക്കോൽ പൊതിഞ്ഞതിനു മീതെ കോടിമുണ്ടുകൾ നനച്ചുപിഴിഞ്ഞ് വെച്ചിരിക്കുന്നത് എടുത്ത് കുതിരയെ വീണ്ടും പൊതിഞ്ഞ് മൊട്ടുസൂചികൾ കുത്തി ഉറപ്പിച്ചു.

അയൽവക്കത്തുള്ള പ്രായമായവരെല്ലാം മുറുക്കും തുപ്പലും കഴിഞ്ഞകാലങ്ങളിലെ കുതിരവേലയെപ്പറ്റി സംസാരിച്ചും സമയം കളയുന്നുണ്ട്. എനിക്ക് അതൊന്നും മുഴുവൻ മനസ്സിലാവുന്നില്ല. ചിലർ കൂത്തുവിളക്കിലേക്ക് തിരികൾ ഉണ്ടാക്കുന്നു. ചിലർ ഒറ്റപ്പന്തത്തിന്മേൽ തുണി ചുറ്റുന്നു. വേറെ ചിലർ പൂക്കൾകൊണ്ടുവരുന്നു. ഒരാൾ കൈതനാര് ചതച്ച് കുതിരക്ക് വാൽ ഉണ്ടാക്കുന്നു. വാല് ചായത്തിൽ മുക്കി നിറം വെപ്പിക്കുന്നു. സന്ധ്യയോടടുത്തപ്പോൾ പാണൻ കുതിരയുടെ മുഖം എഴുതികൊണ്ടുവന്നു. കുതിരയുടെ ചെവി തൊട്ടുനോക്കിയപ്പോൾ വല്യമ്മാമൻ ദേഷ്യപ്പെട്ടു. അരിമാവ്, ചെങ്കല്ല്,

കരി എന്നിവ ഉപയോഗിച്ചാണ് കുതിരയുടെ മുഖം എഴുതുന്നത്. പാണന് ദക്ഷിണ് കൊടുത്തു. ആശാരി കുതിരയുടെ മുഖം ഉറപ്പിച്ചു.

വല്യമ്മാമൻ നീളമുള്ള ചുവന്നപട്ട് കുതിരയുടെ കഴുത്തു മുതൽ കാലുകളുടെയിടയിൽക്കൂടി വയർമൂടുന്നവിധം വാലുവരെ മൊട്ടുസൂചികൾ കുത്തിയുറപ്പിച്ചു. കുതിരയുടെ കഴുത്തിൽ മണികെട്ടി അണിയിച്ചൊരുക്കിയ കുതിരയെ കാണാൻ ഭംഗിയുണ്ട്. പിന്നെ പൂജയാണ്. പൂജ തുടങ്ങിയാൽ അയൽവക്കത്തെ സ്ത്രീകളും കുട്ടികളും വരും. ദേവു വന്നിട്ടുണ്ട്. തുളസിയും ചെറ്റിപ്പൂവും കൊണ്ടുണ്ടാക്കിയ മാല കുതിരയുടെ കഴുത്തിൽ അണിയിച്ചു. വല്യമ്മാമനാണ് പൂജിക്കുന്നത്. പൂജ കഴിഞ്ഞാൽ കൂത്തുവിളക്ക് കത്തിച്ച് കുതിരയുടെ മുമ്പിൽ വെക്കും. വന്നവർക്കെല്ലാം ഭക്ഷണം കൊടുക്കും. ദേവു എന്റെ കൂടെ ഇരുന്നുണ്ടു. ഊണ് കഴിഞ്ഞാൽ നാല് ആൾക്കാർ കുതിരയെ തോളിലേറ്റും. കുതിരയെ എടുക്കുന്നതിന് മുമ്പ് ആർപ്പുവിളിയും കുതിര നടനട നടത്ത്യോ നടത്ത്യോ എന്നു പറഞ്ഞുകൊണ്ടാണ് എടുക്കുന്നത്. കുതിര അനങ്ങുമ്പോൾ കഴുത്തിൽ കെട്ടിയിരിക്കുന്ന മണിയുടെ ശബ്ദം കേൾക്കാൻ എന്തുരസം. കൂത്തുവിളക്ക് പിടിക്കാൻ ഒരാൾ. ഒറ്റപ്പന്തം പിടിക്കാൻ ഒരാൾ. പെട്രോമാക്സ് തലയിൽ ഏറ്റി ഒരാൾ. ക്ഷേത്രത്തിലേക്ക് പോകുന്നവർ കുതിരയുടെ മുമ്പിലും പിന്നിലുമായി നടക്കും. ചെറിയമ്മയുടെ കയ്യും പിടിച്ച് ദേവുവിനോടൊപ്പം കുതിരയെ പടിപ്പുര കടത്തുന്നതുവരെ പോകും. 'കുതിര നടനട നടത്ത്യോ' എന്ന് അവ്യക്തമായി പറയും. എനിക്കും കുതിരയുടെ പിന്നാലെ ഓടണമെന്നുണ്ട്.

രാത്രി അഞ്ചാറുനാഴിക പാടത്തുകൂടി നടക്കാറായിട്ടില്ല എന്ന് പറഞ്ഞ് എന്നെ ആരും കൊണ്ടുപോകാറില്ല. അത്താഴപ്പറയ്ക്ക് വന്ന അച്ഛൻ ഇന്ന് എന്തേ വരാഞ്ഞത്. അച്ഛൻ വന്നിരുന്നെങ്കിൽ എന്നെ കുതിരവേലക്ക് കൊണ്ടുപോകുമായിരുന്നോ?

വളരെ ഭംഗിയോടെ കൊണ്ടുപോയ കുതിരയെ പിറ്റേദിവസം രാവിലെ കൊണ്ടുവരുമ്പോൾ എല്ലുമാത്രമായ കുതിരയെപ്പോലെ തോന്നും. കുതിരയെ എടുത്തവർക്കും കൂത്തുവിളക്കുപിടിച്ചവനും പന്തക്കാരനും മറ്റു ജോലികൾ ചെയ്തവർക്കെല്ലാം വല്യമ്മാമൻ വിഷുക്കൈനേട്ടം കൊടുക്കും. എനിക്ക് വിഷുക്കൈനേട്ടം തന്നില്ല. കുതിരയെ പൊതിഞ്ഞ ചുവന്നപട്ട്, എനിക്കുള്ളതാണ്. ഒരുകൊല്ലം

കോണകം ഉടുക്കാൻ പട്ടുചീന്തി കോണകമാക്കിയാൽ മൂന്നുനാലെണ്ണം ദേവുവിനും കൊടുക്കും.

വിഷുദിവസം രാവിലെ കുളികഴിഞ്ഞ് പോവാൻ നേരത്ത് മുത്തച്ഛൻ ചെറിയമ്മയോട് പറയുന്നതുകേട്ടു.

''അടുത്തമാസം ആദ്യം ജാനൂന്റെ ചാത്താണ്.''

''ഓർമ്മേണ്ട്. ഞാൻ വെലിയിട്ണുണ്ട്.''

''ഇത്തവണ അപ്പൂനേം കൊണ്ടോണം അവന് നാലുവയസ്സ് കഴിഞ്ഞില്ലേ. അവന്റമ്മയ്ക്ക് അവന്റെ കുഞ്ഞിക്കയ്യുകൊണ്ട് ചെയ്യണതാവും സന്തോഷം..''

''കൊണ്ടുവാം.''

വിഷുകഴിഞ്ഞ് കുറച്ചുദിവസം കഴിഞ്ഞപ്പോൾ വല്യമ്മാമനും ചിലരുംകൂടി മുകളിൽനിന്ന് കട്ടിലും കിടക്കയും മരസ്സാമാനങ്ങളും ചില പാത്രങ്ങളും എടുത്ത് ഒരു കാളവണ്ടിയിൽ കയറ്റുന്നതുകണ്ടു. അമ്മമ്മ പടിഞ്ഞാറെ അകത്തിന്റെ ജനലിൽകൂടി നോക്കി നിൽക്കുന്നു. ഒന്നും പറയുന്നില്ല. അരുതേ എന്നു പറയുവാൻ ആഗ്രഹമുണ്ടായിരിക്കാം.

തന്റെ ഉടപ്പിറന്നവന്റെ ഭരണക്കാലം ഈ തറവാട്ടിൽ കഴിഞ്ഞു എന്നോർത്ത് ദുഃഖിക്കുകയുമാവാം. ചെറിയമ്മ ഉണ്ടായിരുന്നില്ല. വല്യമ്മാമൻ പോയപ്പോൾ അമ്മമ്മ കരയാൻ തുടങ്ങി. ഉച്ചയ്ക്ക് ഒന്നും കഴിച്ചില്ല. എന്താണ് വീട്ടിൽ നടക്കുന്നതെന്ന് മനസ്സിലാവുന്നില്ല. ആരും ഒന്നും പറഞ്ഞു തരുന്നില്ല. വീട്ടിൽ ഇപ്പോൾ മുതിർന്ന ആണുങ്ങളാരുമില്ല. പകലൊക്കെ ആ വലിയ വീട്ടിൽ ഞാനും അമ്മമ്മയും മാത്രം. ചെറിയമ്മയുടെ സംസാരത്തിൽനിന്ന് ചിലതൊക്കെ മനസ്സിലായി തുടങ്ങി. ചെറിയമ്മയുടെ മൂത്തവരായി മൂന്നു ആങ്ങളമാരുണ്ട്. കൃഷ്ണോപ്പ, കേശവോപ്പ, ഉണ്ണ്യോപ്പ എന്നീ പേരുകൾ ചിലപ്പോൾ പറയുന്നതു കേൾക്കാം. അവരൊക്കെ എവിടെ? വീട്ടിൽ ഇതുവരെ കണ്ടിട്ടില്ല. ചെറിയമ്മയോട് ചോദിച്ചാൽ ദേഷ്യപ്പെടും. അമ്മമ്മയോട് ചോദിച്ചാൽ മറുപടിയില്ല.

എടവമാസത്തിലെ കോരിച്ചൊരിയുന്ന മഴ. ചാത്തത്തിന്റെ തലേദിവസം വ്രതമെടുക്കണമത്രെ. രാത്രി ഭക്ഷണം കഴിക്കരുത്. വ്രതമെടുത്ത വയറുമായി ശ്രാദ്ധദിവസം അതിരാവിലെ ചെറിയമ്മയോടൊപ്പം പുറപ്പെട്ട് എളയതിന്റെ ഇല്ലത്തെത്തി.

''ഒരു ചാത്തമൂട്ടാനുണ്ടാർന്നു.''

''ഈ കുട്ടിക്കുമുണ്ടോ വെലി?''

''ഉവ്വ്. കുട്ടീടെ അമ്മടെ ചാത്താണ്.''

''പോയി കുളിച്ചുവന്നോളു. എല്ലാം ശരിയാക്കാം.''

അമ്പലക്കുളത്തിൽപോയി രണ്ടുപേരും കുളിച്ചുവന്നു. ചെറിയമ്മ എന്നെ നനഞ്ഞ തോർത്തുമുണ്ട് ചുറ്റിച്ച് തറ്റുടുപ്പിച്ചു. നിലവിളക്ക്, കിണ്ടിയിൽ വെള്ളം, നാക്കിലയിൽ പൂവുകൾ, കറുകപ്പുല്ല്, ചന്ദനം, എള്ള് തുടങ്ങി വെലിക്ക് വേണ്ട സാധനങ്ങളൊക്കെ തയ്യാറാക്കിവെച്ചിട്ടുണ്ട്. അതിനു മുന്നിൽ മുട്ടുമടക്കി ഇരുന്നു. ''ആദ്യം വെള്ളംകൊണ്ട് മൂന്നു നീര്'' എളയത് പറഞ്ഞു. വെള്ളം നിറച്ചകിണ്ടി എടുത്തുപൊക്കാൻ എനിക്ക് സാധിച്ചില്ല.

''കുട്ടിയോട് തൊട്ടിരുന്നോളാൻ പറയൂ. അതുമതി,'' എളയത് ചെറിയമ്മയോട് പറഞ്ഞു.

''എന്നെ തൊട്ടിരുന്നോ.'' ചെറിയമ്മ തൊട്ടിരുന്നു. എളയത് എന്തൊക്കെയോ പറയുന്നു. ചെറിയമ്മ അതൊക്കെ ചെയ്യുന്നു. എല്ലാം കഴിഞ്ഞപ്പോൾ നമസ്കരിച്ച് എണീക്കാൻ പറഞ്ഞു. നാക്കിലയി ഉണ്ടായിരുന്ന ചോറും കറുകയും ചന്ദനവും എള്ളും പൂവും എല്ലാം ഇടകലർത്തി ഇല്ലത്തിന്റെ മുറ്റത്തുകൊണ്ടുവെച്ച് ചെറിയമ്മ കൈകൊട്ടി. കാക്കകൾ വന്ന് അതൊക്കെ കൊത്തിതിന്നു തുടങ്ങി. എളയതിന് ദക്ഷിണകൊടുത്തുപോന്നു.

മുത്തച്ഛൻ വന്നപ്പോൾ ചെറിയമ്മ പറഞ്ഞു. ''കുട്ടിക്ക് ഒന്നും ചെയ്യാറായിട്ടില്ല. എന്നെ തൊട്ടിരുന്നാമതി എന്നാ എളേത് പറഞ്ഞെ.''

''ആ! അതുമതി. അടുത്ത കൊല്ലാവുമ്പോഴയ്ക്കും കുറച്ചൂടി വലുതാവില്ല്യേ?''

''അച്ഛനെന്താ അവനെ എഴുത്തിനിരുത്താത്തത്? നാലു വയസ്സ് കഴിഞ്ഞില്ല്യേ?''

മുത്തച്ഛൻ ഒരു ദിവസം അതിരാവിലെ വന്ന് അമ്മമ്മയോട് പറഞ്ഞു. ''അപ്പൂനെ ഇന്ന് എഴുത്തിനിരുത്താം. വേഗം കുളിപ്പിച്ചുകൊണ്ടരൂ.''

കുളിച്ചു വന്നപ്പോൾ പുതിയ കൊച്ചുപാവുമുണ്ട് ചുറ്റിച്ചു. ചന്ദനക്കുറി തൊടുവിച്ചു. കിഴക്കേമുറ്റത്ത് തുളസിത്തറയുടെ പിന്നിലുള്ള വിഗ്രഹത്തെ തൊഴുതു. മുത്തച്ഛൻ മുറ്റത്ത് പലകമേൽ ഇരുന്ന് എന്നെ മടിയിലിരുത്തി ആദ്യം അരിയിൽ എഴുതിച്ചു. പിന്നെ മണലിലും. അവസാനം മോതിരം കൊണ്ട് നാവിന്മേൽ എഴുതി.

ചെറിയമ്മ ഒരു സ്ലേറ്റും പെൻസിലും വാങ്ങിത്തന്നു. മുത്തച്ഛൻ വരുന്ന ദിവസങ്ങളിലൊക്കെ എഴുതും. മുത്തച്ഛൻ വരാത്ത ദിവസങ്ങളിൽ എഴുതിയ അക്ഷരങ്ങൾ ചെറിയമ്മയെ കാണിച്ചപ്പോൾ ''അതൊക്കെ സംസ്കൃതം അക്ഷരങ്ങളാണ്. ഞാൻ സംസ്കൃതം പഠിച്ചില്ല. മലയാളം അക്ഷരങ്ങൾ എഴുതിത്തരാം. അതുനോക്കി എഴുത്.''

മുത്തച്ഛൻ എന്നെ സംസ്കൃതം അക്ഷരങ്ങളും ചെറിയമ്മ മലയാളം അക്ഷരങ്ങളും എഴുതുവാൻ പഠിപ്പിച്ചു. അക്ഷരങ്ങൾ കുറെയൊക്കെ തന്നത്താൻ എഴുതാറായി. മുത്തച്ഛൻ ആദ്യം ചൊല്ലി പഠിപ്പിച്ച ശ്ലോകം ഇപ്പോഴും ഓർമ്മയുണ്ട്.

''കരാരവിന്ദന പദാരവിന്ദം
മുഖാരവിന്ദേ വിനിവേശയന്തം
വടസ്യപത്രസ്യപുടേശയാനാം
ബാലംമുകുന്ദം മനസാസ്മരാമി''

'കരാരവിന്ദേന' ആദ്യമൊന്നും സ്ഫുടതയോടെ ചൊല്ലാൻ കഴിഞ്ഞില്ലെങ്കിലും പിന്നീട് ആ ശ്ലോകം നന്നായി ചൊല്ലാൻ തുടങ്ങിയപ്പോൾ മറ്റൊരു ശ്ലോകം പഠിപ്പിച്ചു.

'നമാമി നാരായണ പാദപങ്കജം
കരോമി നാരായണ പൂജനം സദാ
വദാമി നാരായണ നാമനിർമ്മലം
സ്മരാമി നാരായണ തത്വമവ്യയം'

'തത്വമവ്യയം' എന്നു വ്യക്തമായി പായുവാൻ നാലഞ്ചുമാസം വേണ്ടിവന്നു. 'ശ്രീരാമോദന്തം' കുറച്ചൊക്കെ ഉരുവിടാൻ തുടങ്ങിയപ്പോൾ പെട്ടെന്ന് മുത്തച്ഛൻ വരാതായി. ചെറിയമ്മയോട് ചോദിച്ചു.

''മുത്തച്ഛനെന്താ വരാത്തെ?''

''മുത്തച്ഛന് നടക്കാൻ വയ്യ. കിടപ്പാണ്.''

''എനിക്ക് മുത്തച്ഛനെ കാണണം. വേറെ ശ്ലോകം പഠിക്കണം.''

''നെന്നെ എടുത്തു നടക്കാനൊന്നും എന്നെക്കൊണ്ടാവില്യ. വഴി കുറേണ്ട്. പാടത്തൂടെ ഒരു ചെറ്യേ വരമ്പത്തൂടെ നടക്കണം.''

''എനിക്ക് നടക്കാലോ. പറമ്പിലൊക്കെ നടക്കണില്യേ?''

''ഉവ്വുവ്വ്, നീയ് നടക്കും. എളേതിന്റെ ഇല്ലത്തേക്ക് പോവുമ്പോഴും വരുമ്പോഴും നെന്നെ കുറേ ഏറ്റുനടന്നില്ല്യേ?''

''മുത്തച്ഛൻ പഠിപ്പിച്ച ശ്ലോകങ്ങൾ പഠിച്ചു. വേറെ ശ്ലോകം പഠിക്കണം.''

''ചെക്കൻ കൊഞ്ചാതെ പൊക്കൊ. ആ വരമ്പത്തൂടെ നടക്കാനൊന്നും നെനക്ക് പറ്റില്യ.''

മുത്തച്ഛനെ കാണണമെന്ന ആശ വേണ്ടെന്നുവെച്ചു. പടിപ്പുരമാളികയുടെ ചവിട്ടുപടികൾ കേറിയും ഇറങ്ങിയും പഠിച്ച രണ്ടു ശ്ലോകങ്ങൾ ചൊല്ലിയും പഠിച്ച അക്ഷരങ്ങൾ വീണ്ടും വീണ്ടും എഴുതിക്കൊണ്ടിരിക്കെ ഒരുദിവസം ഒരാൾ ഓടികിതച്ചുവന്നു പറഞ്ഞു.

''കുഞ്ഞിഷ്ണൻ നായര്ക്ക് കുറച്ചധികാ.''

ചെറിയമ്മയുണ്ടായിരുന്നു. വസ്ത്രം മാറി ഉടനെ അയാളുടെ കൂടെ പോയി. അമ്മമ്മ എന്തൊക്കെയോ പിറുപിറുക്കുന്നതുകേട്ടു. ഒന്നും മനസ്സിലാവുന്നില്ല. നേരം സന്ധ്യയാവാറായപ്പോൾ ചെറിയമ്മ വന്നു. മുഖം വാടിയിട്ടുണ്ട്. എന്നോടെന്നപോലെ പറഞ്ഞു. ''മുത്തച്ഛൻ ഇനി ഒരിക്കലും വരില്ല കുട്ടി.''

തുടർന്ന് അമ്മയോട് പറഞ്ഞു. ''എല്ലാം കഴിഞ്ഞാണ് ഞാൻ പോന്നത്. ഉച്ചയ്ക്ക് ഒരു മണിക്കായിരുന്നു മരണം. മരുമക്കളും പെങ്ങമ്മാരും അടുത്തുണ്ടായിരുന്നു. ചിതയ്ക്ക് തീ കൊളുത്തിയപ്പോൾ ഞാൻ പോന്നു. ഇനി ഈ ആണുങ്ങളെയൊക്കെ അറീക്കണതെങ്ങന്യാ. കൃഷ്ണോപ്പക്ക് കത്തിടാം. മറ്റുള്ളോർക്കോ?''

അമ്മമ്മ ഒന്നും മിണ്ടിയില്ല. കാലത്ത് കുളി കഴിഞ്ഞതാണ്. രാത്രി ഒന്നും കഴിച്ചില്ല. നേരത്തെ അകത്തുകടന്ന് വാതിലടച്ചു. അന്നുരാത്രി ചെറിയമ്മയുടെ കൂടെയാണ് കിടന്നത്. ഉറക്കം വന്നില്ല. ചെറിയമ്മ കെട്ടിപിടിക്കുകയോ ഉമ്മവെയ്ക്കുകയോ ഒന്നും ചെയ്യാറില്ല. അതൊക്കെ അമ്മമ്മയുടെ ജോലിയാണെന്നാ ഭാവം. പിറ്റേദിവസം കുളികഴിഞ്ഞ് പതിവുപോലെ ചെറിയമ്മ ജോലിക്കു പോവാൻ തയ്യാറായപ്പോൾ അമ്മമ്മ ചോദിച്ചു.

''നീയ് അവധിയെടുക്ക്ണില്യേ?''

''എന്തിനാ?''

''എന്നാ വെലി തൊടങ്ങണെന്നൊന്നും പറഞ്ഞില്യേ?''

''ഞാനൊന്നും ചോദിച്ചില്ല. ഓപ്പമാരാരെങ്കിലും വരട്ടെ.''

നാലഞ്ചുദിവസം കഴിഞ്ഞപ്പോൾ കറുത്തുചടച്ച് പൊക്കമുള്ള ഒരാൾ വീട്ടിൽ വന്നു. ചെറിയമ്മ ഉണ്ടായിരുന്നില്ല. അമ്മമ്മ കിടപ്പായിരുന്നു.

ഞാൻ തളത്തിൽ മുത്തച്ഛൻ പഠിപ്പിച്ച അക്ഷരങ്ങൾ സ്ലേറ്റിൽ എഴുതിക്കൊണ്ടിരിക്കുകയായിരുന്നു. വന്ന ആൾ അകത്തുകടന്ന ഉടനെ 'അമ്മേ' എന്നു വിളിക്കുന്നതുകേട്ടു. അമ്മമ്മ എഴുന്നേറ്റ് വന്ന് എന്നോട് പറഞ്ഞു.

''നെന്റെ മൂത്ത അമ്മാമ്മനാ. അടുത്തേക്ക് ചെല്ല്.'' അടുത്തു ചെല്ലാൻ തോന്നിയില്ല. ഇതുവരെ കാണാത്ത ഒരാളുടെ അടുത്ത് എങ്ങനെ ചെല്ലും? അമ്മാമൻ സ്ലേറ്റ് വാങ്ങിനോക്കി ചോദിച്ചു.

''മുത്തച്ഛൻ എഴുതി പഠിപ്പിച്ചതാ?''

''ആ!''

അമ്മാമൻ കുളത്തിൽ പോയി കുളിച്ചു വന്നു. ഊണുകഴിഞ്ഞ് വീണ്ടും തോട്ടത്തിലേക്ക് പോയി. എന്നെ വിളിച്ചില്ല. ചെറിയമ്മ വന്നതിനുശേഷമാണ് അമ്മാമൻ വന്നത്.

''കേശവനേം ഉണ്യേം അറീച്ചോ?''

''ഞാനാരേം അറീച്ചിട്ടില്ല. അവര്ടെ ഭാര്യ വീടുകൾ കേറി ഇറങ്ങാനൊന്നും എനിക്ക് സമയമില്യ.''

''ആ! ഞാൻ നാളെ പോയി നോക്കാം. അമ്മാമനും അമ്മായീം എന്നേ പോയത്?''

''വിഷു കഴിഞ്ഞൊടനെ പോയി.''

''ഇക്കൊല്ലം അത്താഴപറേം കുതിരവേലംണ്ടായില്യേ?''

''ണ്ടായിണ്ടായി. അടുത്തകൊല്ലം അതൊന്നുണ്ടാവില്യ.''

''ഊം''

''ആണുങ്ങൾക്ക് വീടിനെപറ്റ്യോ വയസ്സായ അമ്മയെപ്പറ്റ്യോ ഈ ചെറിയ കുട്ടിയെ പറ്റ്യോ എന്തെങ്കിലും വിചാരോണ്ടായ്ട്ട്ണ്ടോ?''

''അതിനൊക്കെ നീയന്യല്ലേ കാരണം? ഭാഗം വേണെന്ന് നീയന്ന്യല്ലേ ശാഠ്യം പിടിച്ചത്?''

''നെങ്ങളാരെങ്കിലും അന്നതിന് എതിര് പറഞ്ഞോ? ഭാഗം വേണ്ടെന്നു പറഞ്ഞോ?''

അമ്മാമൻ വിഷയം മാറ്റി.

''അമ്മാമന്റെ ഭാഗം വേർതിരിച്ച് കുറ്റിയടിച്ച് വേലികെട്ടി തുടങ്ങിലൊ.''

''ഇന്നലെ മുതൽ വേലിക്കെട്ട് തുടങ്ങി. കുളം ആ ഭാഗത്തായില്ലെ. ഇനി കിണറ്റിൻകരയിൽനിന്ന് വെള്ളം കോരി കുളിക്കണം. അല്ലെങ്കിൽ വശക്കെ ചായ്പിൽ കുളിമുറിണ്ടാക്കണം.''

''കേശവനും ഉണ്ണീം എന്നാ അവരുടെ ഭാഗം വളച്ചുകെട്ടണെ?''

''അതൊക്കെ വിൽക്കാണെന്ന് പറേണകേട്ടു.''

''ചെറിയമ്മാമന്റ്യോ?''

''അതും വിൽക്കാണത്രെ. ആർക്കും വേണ്ടാത്തതൊക്കെ എനിക്ക് തന്നു. അത്താഴപ്പറേം കുതിരവേലേം ഒന്നും ഇനി ഇവിടെണ്ടാവില്യ.''

''എന്താ നീയ് പറേണെ. തറവാട്ടില് ഒരു പെൺകുട്ടീള്ളത് നീയല്ലെ?''

''ആ പെൺകുട്ട്യേപ്പറ്റി നിങ്ങളാരെങ്കിലും ഇന്നുവരെ അന്വേഷിച്ചിട്ടുണ്ടോ? പറ്യാൻ തുടങ്ങിയാൽ വഴക്കാകും.''

പിറ്റേദിവസം അമ്മാമൻ പുറത്തുപോയി. വൈകുന്നേരം വന്ന് അമ്മമ്മയോട് പറയുന്നതുകേട്ടു. ''കേശവനെ കണ്ടില്ല. അവൻ കോൺട്രാക്ടർമാരുടെ കൂടെ പോയിരിക്യാ. ഉണ്ണ്യെ കണ്ടു. അവന്റെ കാലിലെ മുറിവ് പഴുത്തു. നെയ്യ് സേവിച്ചുകൊണ്ടിരിക്യാ. പച്ചവെള്ളത്തിൽ കുളിക്കരുതെന്ന് വൈദ്യൻ പറഞ്ഞക്ക്ണത്രെ. എനിക്ക് പത്തുപതിനഞ്ചുദിവസം ഇവടെ കഴ്യാൻ പറ്റില്ല. ഞാനും നാളെ പോവ്വാ.''

അമ്മമ്മയുടെ കണ്ണില് വെള്ളം നിറഞ്ഞതോണ്ട് ആരുടേയും മുഖത്തുനോക്കാതെ കരച്ചിലിനിടയിൽ പറഞ്ഞു. ''സുകൃതക്ഷയം സുകൃത ക്ഷയം തന്നെ. തറവാട് നശിക്യാണ്. ന്റെ മോള്ണ്ടാര്ന്നെങ്കിൽ ഇങ്ങനൊന്നും വരില്യാർന്നു. പിന്നെണ്ടായത് ഒരസുരവിത്താണ്. തന്റേടക്കാര്യാണന്നാഭാവം. അവൾക്ക് ആരേം വേണ്ട. ആർക്കും അവളേം വേണ്ട. അച്ഛന്റെ വെലിടാൻ കൂടി നിങ്ങക്കാർക്കും സമയല്യ. വേണ്ടെങ്കിൽ വേണ്ട. നീയ് പോണേനുമുമ്പ് അച്ഛന്റെ വീട്ടിൽ ചെന്ന് പറ, വെലീടാൻ ഇവിടന്നാരുംല്യാന്ന്.''

അമ്മമ്മ പിന്നെയും പോയി കിടന്നു. അമ്മാമൻ പിറ്റേദിവസം രാവിലെ പോയി. മുത്തച്ഛന്റെ വീട്ടിൽ പോയോ ആവോ? വീട് വീണ്ടും പഴയപോലെ മൂകമായി.

പഠിച്ച അക്ഷരങ്ങളും ശ്ലോകങ്ങളും എഴുതിയും ചൊല്ലിയും കഴിയും. ദേവു വന്നാൽ കുറച്ചുനേരം ഒളിച്ചുകളിയോ

കണ്ണുപൊത്തികളിക്കുകയോ ചെയ്യും. പറമ്പിൽ ഇറങ്ങി നടക്കാൻ പറ്റില്ല. തുളസിത്തറയ്ക്കു പിന്നിൽ വേലികെട്ടിയിരിക്കുന്നു. തൊഴുത്തിന് പിൻവശത്തായി പുതിയ വഴി വെട്ടിയുണ്ടാക്കിയിട്ടുണ്ട്. ആ വഴിയിൽകൂടി നടന്നാൽ കുളക്കരയിലെത്താം. രാത്രി അമ്മമ്മ കഥകൾ പറഞ്ഞുതരും. പ്രഹ്ലാദന്റെ, ധ്രുവന്റെ, ഹരിശ്ചന്ദ്രന്റെ, മാർക്കാണ്ഡേയന്റെ, പുരാണകഥകൾ ചിലതൊക്കെ അമ്മമ്മ പറഞ്ഞുതന്നു. ഒന്നു മുതൽ ആറുവരെ എണ്ണാൻ പഠിച്ചു. ചിങ്ങം, കന്നി,........മാസങ്ങൾ പന്ത്രണ്ട്, ഞായർ, തിങ്കൾ,....... ആഴ്ച ഏഴ്, അശ്വതി, ഭരണി,....... നാളുകൾ ഇരുപത്തേഴ് പ്രഥമ, ദ്വിതീയ....... പക്കം പതിനഞ്ച് ഇതൊക്കെ അമ്മമ്മ പഠിപ്പിച്ചതാണ്. സന്ധ്യാസമയത്ത് നിലവിളക്കു കൊളുത്തി പടിഞ്ഞാറ്റിയിൽ കാണിച്ച് നാമം ചൊല്ലാനിരിക്കും. ചെറിയമ്മ ഒന്നും പറഞ്ഞു തരാറില്ല. പറമ്പ് ചെറിയ തുണ്ടുകളായി വേർതിരിച്ച് വേലികെട്ടി കഴിഞ്ഞിരുന്നു. കേശവോപ്പയുടെ ഭാഗം, ചെറിയമ്മാമന്റെ ഭാഗം എന്നൊക്കെ ചെറിയമ്മ പറയാറുണ്ട്. ഭഗവതിവിഗ്രഹം മുതൽക്കുള്ള പറമ്പും വീടും പടിപ്പുരയും പുറത്തുള്ള പറമ്പും അമ്മമ്മയ്ക്കും ചെറിയമ്മയ്ക്കും അപ്പൂനും നീക്കിവെച്ച ഭാഗാണത്രെ.

അമ്മമ്മ മിക്കപ്പോഴും കിടപ്പിലാണ്. ''വയ്യ മോനെ'' എന്ന് ഇടയ്ക്കിടെ പറയും. എന്നാലും എന്റെ കാര്യങ്ങൾ വിട്ടുവീഴ്ചയില്ലാതെ നോക്കും. രാവിലെ കുളിപ്പിക്കും. സമയത്ത് ചോറുതരും. ചെറിയമ്മയ്ക്ക് എപ്പോഴും ദേഷ്യമാണ്. ആരോടോ പകയുള്ളതുപോലെ.

ശ്രദ്ധിക്കാൻ ആരുമില്ലാത്തതിനാൽ എന്നെ ഏഴാം വയസ്സിലാണല്ലോ സ്കൂളിൽ ചേർത്തത്. വീട്ടിൽ നിന്ന് പതിനഞ്ചുമിനിറ്റ് നടന്നാൽ നായർസമാജം വക പ്രൈമറി സ്കൂളിൽ എത്താം. അടുത്ത വീട്ടിലെ മാധവമാഷ് സ്കൂളിൽ ഒന്നാംക്ലാസിലെ സാറാണ്. വള്ളി ട്രൗസറും കുപ്പായവും സ്ലേറ്റുമായി എന്നെ ഒരു ദിവസം മാധവമാഷെ ഏൽപ്പിച്ചു. അമ്മമ്മ പറഞ്ഞു കൊടുത്ത വിവരമൊക്കെ മാധവമാഷ് ഹെഡ്മാസ്റ്റർക്ക് പറഞ്ഞുകൊടുത്തു എന്നെ സ്കൂളിൽ ചേർത്തി. അക്കൊല്ലം തന്നെയാണ് ദേവൂനേയും സ്കൂളിൽ ചേർത്തത്. നല്ല ഉടുപ്പിട്ട ദേവൂനെ കാണാൻ ചന്തമുണ്ട്. ഇരുവരും ഒരുമിച്ചാണ് സ്കൂളിൽ പോക്കുംവരവും. വേഗത്തിൽ പിണങ്ങുന്ന സ്വഭാവമാണ് ദേവൂന്റെ. സ്ലേറ്റു പെൻസിൽ ഒടിഞ്ഞാൽ അവൾ മുഖം വീർപ്പിക്കും. ഒടിഞ്ഞ പെൻസിൽ എനിക്കു തരും. എന്റെ മുഴുപെൻസിൽ അവൾക്കു

വേണം. കൊടുത്തില്ലെങ്കിൽ പിണങ്ങും, കരയാൻ തുടങ്ങും. കണ്ണുകൾ നിറയുകയും മൂക്കു തുടക്കുകയും ചെയ്താൽ എന്റെ കയ്യിലുള്ള മുഴുപെൻസിൽ അവളുടേതാകും. സ്കൂൾ വിട്ടു വന്നാൽ ഇരുവരും പുതിയ വഴിയിൽകൂടി നടന്ന് കുളക്കരയിലെത്തും. അനങ്ങാതെ കിടക്കുന്ന വെള്ളത്തിൽ കുളയ്ക്കരയ്ക്കടുത്തുള്ള വൃക്ഷങ്ങളുടെ നിഴൽ കാണാം. മരങ്ങളുടെ ചുവടുമുതൽ മുകളിലേക്ക് നിൽക്കുന്ന തടിയും ശാഖകളും ഇലയും എല്ലാം തലതിരിഞ്ഞ് താഴോട്ട് വളർന്നു നിൽക്കുന്നതായി തോന്നും. വെള്ളത്തിൽ ഒരു ചെറിയ കല്ലെടുത്തിട്ടാൽ വെള്ളത്തിൽ കണ്ട വൃക്ഷങ്ങൾ കുലുങ്ങു ന്നതുകാണാം. വെള്ളം നിശ്ചലമാവുമ്പോൾ വീണ്ടും പഴയപോലെ മരങ്ങൾ തലകുത്തി നിൽക്കുന്നു. സന്ധ്യയാവുന്നതോടെ ചെറിയമ്മ വന്നു വിളിക്കും.

സ്കൂളിൽ പോയിതുടങ്ങിയപ്പോൾ അമ്മമ്മ രാത്രി അധികം അരിവെയ്ക്കും. അത്താഴം കഴിഞ്ഞാൽ ബാക്കി ചോറ് പച്ചവെള്ളത്തിലിടും. രാവിലെ ആ ചോറും മോരുമാണ് കഴിക്കാറ്. കാപ്പിയും ചായയുമൊന്നും വീട്ടിലില്ല. ഓലമേഞ്ഞ ഒരു നീണ്ട ഷെഡ്ഡാണ് സ്കൂൾ. ഒന്നാംക്ലാസ്, രണ്ടാംക്ലാസ്, മൂന്നാംക്ലാസ്, നാലാംക്ലാസ് എന്നീ നാലുക്ലാസുകളുണ്ട്. ഓരോ ക്ലാസിലും മുപ്പതും നാല്പ്പതിനുമിടയ്ക്ക് കുട്ടികളുണ്ട്. ക്ലാസുകൾ വേർതിരിച്ചിരിക്കുന്നത് പനമ്പുകൊണ്ട് തട്ടികയുണ്ടാക്കി മറച്ചിട്ടാണ്. ഏതെങ്കിലും ഒരു ക്ലാസിലെ മാഷ് വന്നില്ലെങ്കിൽ ആ ദിവസം തട്ടിക എടുത്തുമാറ്റി ഒരു മാഷ് രണ്ടു ക്ലാസുകളിലായി പഠിപ്പിക്കും. ആദ്യത്തെ മൂന്നു ക്ലാസുകളിലും ബഞ്ചുകൾ മാത്രമേയുള്ളൂ. ബഞ്ചിന്റെ ചുവട്ടിൽ സ്ലേറ്റും പുസ്തകവും വെയ്ക്കും. മാഷക്ക് ഇരിക്കാൻ കസേരയും മുന്നിൽ മരംകൊണ്ടുള്ള സ്റ്റാന്റിൽ കറുത്ത ചായം തേച്ച ബോർഡുണ്ട്. ആൺകുട്ടികളും പെൺകുട്ടികളും വേറെവേറെ ബഞ്ചിലാണ് ഇരിക്കുന്നത്. കുട്ടികൾ വികൃതി കാണിച്ചാൽ മാധവമാഷ് കയ്യിന്മേൽ നുള്ളും. ഞാനെപ്പോഴും നിരുപദ്രവിയായിരുന്നല്ലോ. മാധവമാഷ്ടെ നുള്ള് കിട്ടിയിട്ടില്ല. രണ്ടാം ക്ലാസിലായപ്പോൾ മാരാര് മാഷ്ടെ ചൂരൽവടി എപ്പോഴും മേശപ്പുറത്ത് കാണാം. മാഷ് ആരേയും തല്ലിയതായി കണ്ടിട്ടില്ല. മൂന്നാം ക്ലാസിലായപ്പോൾ ശങ്കുണ്ണി മേനോൻ

മാഷ്ക്ക് കുട്ടികളുടെ ചെവിയോടാണ് ഇഷ്ടം എന്നു മനസ്സിലായി. മാഷ് ചെവിപിടിച്ച് തിരുമ്മുമ്പോൾ കുട്ടികളുടെ കാലിന്റെ ഉപ്പൂറ്റി മേലോട്ടു പൊങ്ങുന്നതുകാണാം. നാലാംക്ലാസുവരെ അടിയും തിരുമ്പുമൊന്നും കൊള്ളേണ്ടി വന്നില്ല. നാലാംക്ലാസിലെ കൃഷ്ണമേനോൻമാഷ് ഹെഡ്മാസ്റ്ററാണ്. നാലാംക്ലാസിൽ സ്ലേറ്റുവേണ്ട. നോട്ടുബുക്കും പെൻസിലുമാണ്. അർത്ഥം, നാനാർത്ഥം, പര്യായം, വിപരീതം ഇതൊക്കെ മാഷ് പറയുന്നത് എഴുതിയെടുക്കണം. വീട്ടിൽ വന്നാൽ കാണാപാഠം പഠിക്കണം. മൂന്നാംക്ലാസുവരെ പന്ത്രണ്ടുവരെയുള്ള പെരുക്കപ്പട്ടിക പഠിച്ചാൽ മതി. നാലാംക്ലാസിൽ പതിനാറുവരെയുള്ള പെരുക്കപ്പട്ടിക പഠിക്കണം. വീട്ടിൽവെച്ച് ചെയ്യാൻ കണക്കുകൾ തരും. ചെയ്തില്ലെങ്കിൽ അടികൊണ്ടതുതന്നെ. കളിയുടെ തിരക്കിൽ ചിലപ്പോൾ മറക്കും. പലതവണ അടികൊണ്ടു. അടി ചിലപ്പോൾ ദേവൂനും കിട്ടും. ഒരു ദിവസം പതിനാറിന്റെ പെരുക്കപ്പട്ടിക മുഴുവൻ ചൊല്ലാൻ കഴിഞ്ഞില്ല. മാഷ് അടിച്ചില്ല. ബഞ്ചിന്റെ മുകളിൽ കയറി നിൽക്കാനാണ് പറഞ്ഞത്. ''നെന്റെ അച്ഛനെ കാണട്ടെ'' എന്ന താക്കീതും. അച്ഛനും ഹെഡ്മാസ്റ്ററും പരിചിതരാണെന്ന് അപ്പോഴാണ് മനസ്സിലായത്.

ഒരാഴ്ചയായി അമ്മമ്മ തീരെ കിടപ്പിലാണ്. ചെറിയമ്മ ജോലിക്ക് പോവുന്നില്ല. എപ്പോഴും അമ്മമ്മയുടെ അടുക്കൽ തന്നെയാണ്. അയൽവക്കത്തുള്ളവർ ചിലപ്പോഴൊക്കെ അമ്മമ്മയോടും ചെറിയമ്മയോടും രോഗവിവരങ്ങൾ അന്വേഷിക്കുന്നുണ്ട്. ഒരു ദിവസം ഉച്ചയ്ക്ക് സ്കൂൾ വിടുന്നതിന് മുമ്പായി വീട്ടിൽ പുറംപണികള് ചെയ്യുന്ന ആശാരിച്ചി ലക്ഷ്മി സ്കൂളിൽ വന്ന് ഹെഡ്മാസ്റ്ററോട് എന്തോ പറഞ്ഞു. ആശാരിച്ചിയുടെ കൂടെ വീട്ടിലേക്ക് പോകാൻ ഹെഡ്മാസ്റ്റർ പറഞ്ഞു. ലക്ഷ്മി എന്റെ കയ്യും പിടിച്ച് വേഗം നടന്നു. വീട്ടിലെത്തിയപ്പോൾ പടിപ്പുരയിൽ നിറയെ ആൾക്കാരുണ്ട്. അമ്മമ്മ അകത്ത് മലർന്നു കണ്ണടച്ചു കിടക്കുന്നു. തലയ്ക്കൽ നിലവളക്ക് കൊളുത്തിവെച്ചിട്ടുണ്ട്. ദേഹം വെളുത്ത മുണ്ടുകൊണ്ട് മൂടിയിട്ടുണ്ട്. തലയ്ക്കൽ ചെറിയമ്മ ഇരുന്നു തേങ്ങുന്നു. ആ മുറി നിറച്ചും സ്ത്രീകളുണ്ട്. കുറച്ചു കഴിഞ്ഞപ്പോൾ വല്യമ്മാമനും വല്യമ്മായിയും എത്തി. അച്ഛനും എത്തിയിട്ടുണ്ട്. എന്റെ കൈ പിടിച്ച ചെറിയമ്മയുടെ അടുത്തിരുത്തി. അമ്മമ്മ മരിച്ചു എന്നു മനസ്സിലായി. മരണം! അത് എങ്ങനെയാണ്? ഇന്നെവരെ കണ്ടിട്ടില്ല! സ്കൂളിൽ നിന്ന് സാറന്മാർ ചിലരൊക്കെ

എത്തിയിട്ടുണ്ട്. വല്യമ്മാമൻ അച്ഛനോടും ഹെഡ്മാസ്റ്ററോടും സംസാരിക്കുന്നതുകണ്ടു. അമ്മാമൻമാർ ആരെങ്കിലും വന്നിട്ടുണ്ടോ? അറിയില്ല. അമ്മാമന്മാരിൽ ഒരാളെ മാത്രമേ കണ്ടിട്ടുള്ളു. അങ്ങോരില്ല. മറ്റുള്ളവർ വന്നിട്ടുണ്ടോ? കണ്ടാൽ അറിയില്ലല്ലോ. തേവാൻ വന്നിരുന്നവർ മാവ് വെട്ടുന്നു. അമ്മമ്മയെ പുതിയ തുണിയിൽ പൊതിഞ്ഞു. ബാക്കിയുള്ള ഒരു കഷ്ണം കോടിത്തുണി അച്ഛൻ എന്റെ അരയിൽ കെട്ടി. അച്ഛനും നാട്ടുകാരിൽ ചിലരും എന്നേയും കൂട്ടി കുളത്തിൽപോയി കുളിച്ചുവന്നു. ചുറ്റിയിരുന്ന തോർത്തുമുണ്ടിനുമീതെ കോടിത്തുണി നനച്ചത് അച്ഛൻ അരയിൽ കെട്ടിത്തന്നു. അമ്മമ്മയെ ചിതയിലേക്ക് എടുക്കുകയാണ്. തല ഞാൻ താങ്ങിയിട്ടുണ്ടെങ്കിലും ഭാരം അച്ഛന്റെ കയ്യിലാണ്. തൊഴുത്തിന് പിന്നിൽ തെക്കേവെളപ്പിൽ തയ്യാറാക്കിയിരുന്ന മാവിൻ മുട്ടികളുടെയിടയിൽ ആകെ മൂടിയ അമ്മമ്മയെ കിടത്തി. വല്യമ്മാമൻ എല്ലാറ്റിനും നേതൃത്വം കൊടു ത്തിരുന്നു. എന്തൊക്കെയോ എന്നോട് ചെയ്യാൻ പറഞ്ഞു. ചിതയ്ക്ക് ഞാൻ തന്നെ തീ കൊളുത്തി. നെയ്യ് ഒഴിച്ചും ഉപ്പ് വാരി എറിഞ്ഞും ശവം എടുത്തവർ തീ ആളിക്കത്തിച്ചു. തീ കത്തിത്തീരാറായപ്പോൾ ഒരു കുടത്തിൽ വെള്ളവുമായി ചിതയെ പ്രദക്ഷിണം വെയ്ക്കാൻ വല്യമ്മാമൻ പറഞ്ഞു.

മൂന്നു പ്രദക്ഷിണം കഴിഞ്ഞ് തലയ്ക്കൽ പുറംതിരിഞ്ഞുനിന്ന് കുടം ചിതയിലേക്കിട്ടു. വീണ്ടും കുളിച്ചുവന്നു. സ്ത്രീകളൊക്കെ പിന്നീടാണ് കുളിച്ചത്. കളപ്പുരയിലായിരുന്നു അന്നു രാത്രി ഭക്ഷണം. അച്ഛന്റെ അരികെ ഇരുന്ന് ഊണുകഴിച്ചു. വല്യമ്മാമനും വല്യമ്മായിയും ഊണു കഴിക്കാതെയാണ് പോയത്. എല്ലാവരും പോയപ്പോൾ ഞാനും ചെറിയമ്മയും ദേവുവിന്റെ അമ്മയും മാത്രമായി വീട്ടിൽ. പടിഞ്ഞാറെ അകത്തിന്റെ ജനലിൽക്കൂടി പുറത്തേക്കു നോക്കുമ്പോൾ തെക്കേപ്പുറത്തെ മാവിനടുത്ത് പുകയുയരുന്നതു കാണാം. ശവദാഹത്തിന്റെ അർത്ഥമോ ഖേദമോ യാതൊന്നും മനസ്സിലായില്ല. അന്നു രാത്രി ചെറിയമ്മമയുടെ കൂടെയാണ് കിടന്നത്. ഉറക്കം തീരെയു ണ്ടായില്ല. കണ്ണടച്ചാൽ അമ്മമ്മയുടെ മുഖം കാണുന്നു. അമ്മമ്മ എന്നെ ഇനി കൂടെക്കിടത്തി ഉറക്കുകയില്ലെന്നു ഓർത്തപ്പോൾ കരച്ചിൽ വന്നു.

ചെറുപ്പം മുതൽ എന്നെ ആരും ലാളിച്ചില്ല. പരിചയമില്ലാത്ത അമ്മാമൻമാരാണ് എനിക്കുള്ളത്. അച്ഛൻ എന്താണ് എന്റെ കാര്യത്തിൽ

ശ്രദ്ധിക്കാത്തത്? ജോലിയുള്ള ചെറിയമ്മക്ക് എന്നെ ലാളിക്കാനോ സ്നേഹിക്കാനോ സമയമെവിടെ? ആശ്രയം അമ്മമ്മയായിരുന്നു. വല്യമ്മാമൻ പോയതുമൂലവും മുത്തച്ഛന്റെ മരണശേഷവും അമ്മമ്മ വല്ലാതെ അവശയായി. ഞാൻ അനാഥനാവുകയാണോ എന്ന ഭയം തുടങ്ങി. ചെറിയമ്മ എന്നെ നോക്കുമോ? പഠിപ്പിക്കുമോ? എന്നൊക്കെയുള്ള ചിന്തയായി മനസ്സിൽ.

ചെറിയമ്മ കുറച്ചുദിവസം അവധിയെടുത്തിരിക്കയാണ്. മൂന്നുനാലുദിവസം കഴിഞ്ഞപ്പോൾ ചെറിയമ്മ കൃഷ്ണോപ്പ എന്നു വിളിക്കുന്ന എന്റെ മൂത്ത അമ്മാമൻ വന്നു. അമ്മമ്മയെ ദഹിപ്പിച്ച പട്ടടയെ പ്രദക്ഷിണംവെച്ച് നമസ്ക്കരിച്ച് എന്നേയും കൂട്ടി കുളിക്കാൻ പോയി. എന്റെ അരയിൽ കെട്ടിയിരുന്ന കോടിത്തുണി അഴിച്ചെടുത്ത് അമ്മാമന്റെ അരയിൽകെട്ടി. കേശവനേയും ഉണ്ണിയേയും കാണാൻ നോക്കട്ടെ എന്ന് പറഞ്ഞ് പുറത്തേക്കിറങ്ങി. പിറ്റേദിവസം രാവിലെ ചടച്ച് കുറിയ ഒരാൾ വീട്ടിൽ വന്നു.

ചെറിയമ്മയുടെ ഉണ്ണ്യോപ്പയാണെന്നു മനസ്സിലായി. ഉണ്ണിമാമയ്ക്ക് ഒരു പ്രത്യേകതയുണ്ട്. വലത്തെ കാലിന്റെ പാദം നിലത്ത് തൊടില്ല. ഞരിയാണിയിൽ എന്തോ മരുന്നുവെച്ച് ശീല് ചുറ്റിയിരിക്കുന്നു. വലതുകാലിന്റെ മടമ്പു മാത്രമേ നിലത്തൂന്നുവാൻ പറ്റൂ. അതുകൊണ്ട് നടക്കുവാൻ കുറച്ചു വിഷമമുണ്ട്. ചെറിയമ്മയും അമ്മാമനും ഉറക്കെയുറക്കെ സംസാരിക്കുന്നു. അമ്മമ്മ മരിച്ച് അഞ്ചാംദിവസമാണ് ചെറിയമ്മയുടെ കേശോപ്പ വന്നത്. മുത്തച്ഛന്റെ ഛായയാണ് കേശവമാമക്ക്. മുത്തച്ഛനേക്കാൾ പൊക്കം കൂടും. മുത്തച്ഛന്റെ പൊക്കം കിട്ടിയിരിക്കുന്നത് ഉണ്ണിമാമയ്ക്കാണ്. വീട്ടിൽ നാല് മുതിർന്നവരുണ്ട്. നാലുപേരും സ്വരചേർച്ചയില്ലാത്തവരാണെന്നു മനസ്സിലായി. പിറ്റേ ദിവസം പതിവുപോലെ സ്കൂളിലേക്ക് പുറപ്പെട്ടപ്പോൾ മൂത്ത അമ്മാമൻ ചോദിച്ചു.

''അമ്മടെ അടിയന്തിരം കഴിഞ്ഞ് സ്കൂളിൽ പോയാൽ പോരേ?''

ചെറിയമ്മയാണ് മറുപടി പറഞ്ഞത്.

''അവൻ ശേഷം കെട്ടീട്ടൊന്നൂല്യലൊ. സ്കൂളിൽ പൊക്കോട്ടെ. രണ്ടുമൂന്നാഴ്ച കഴിഞ്ഞാൽ പരീക്ഷ്യായി. തോൽക്കണ്ട.''

ഏഴാം ദിവസം സഞ്ചയനം കഴിഞ്ഞ് ഒമ്പതാം ദിവസമാണ് ബലി തുടങ്ങിയത്. അമ്മമ്മയുടെ പതിനാറടിയന്തിരത്തെപ്പറ്റി ആങ്ങളമാരും പെങ്ങളും തമ്മിലുള്ള തർക്കങ്ങൾ ദിവസവും കേൾക്കും.

''എന്റെ കയ്യിൽ കാശൊന്നൂല്യ,'' കൃഷ്ണമാമയുടെ നിസ്സഹായാവസ്ഥ.

''ഉള്ളതൊക്കെ തമിഴത്തിക്ക് കൊടുത്തോ്വാ?'' ചെറിയമ്മയുടെ ചൊടിച്ച ചോദ്യം.

''ചിലദിവസങ്ങളിൽ ജോലിണ്ടാവില്ല. മാസത്തിൽ പത്തുപതിനഞ്ചു ദിവസത്തെ ജോലികൊണ്ട് എന്തുകിട്ടാനാണ്?'' കൃഷ്ണമാമയുടെ പരാതി.

''ഞാൻ ഒരു കോൺട്രാക്ടറുടെ കൂടാണെന്ന് നിങ്ങൾക്കൊക്കെ അറീല്യേ? അയാളോട് ആവശ്യം പറഞ്ഞുനോക്കട്ടെ. വല്ലതും കിട്ട്യാൽ മീനാക്ഷീടെ കയ്യില് കൊടുക്കും,'' കേശവമാമ.

''ഈ ഒന്നരക്കാലുവെച്ച് ചാടിച്ചാടി ഞാൻ ജോലിക്ക് പോണ്ണ്ട് കാലിലെ വേദനം കാരണം ചിലപ്പോൾ പോവാൻപറ്റില്ല. പിന്നെ അമ്മൂന് കിട്ടേണ്ടത് വാങ്ങിച്ച് ഇവടെ കൊണ്ടന്ന് തരണത് ശര്യാണോ?'' ഉണ്ണമാമ.

''നിങ്ങളൊക്കെ അവരവർക്ക് കിട്ടീതൊക്കെ വിൽക്കാൻ തീരുമാനിച്ചില്ലേ? ഞാനും വീട് വിൽക്കാൻ തീർച്ചാക്കി. ഭാഗപത്രപ്രകാരം അമ്മടെ കാലശേഷം അമ്മാമൻ ഇനി നെല്ല് തരില്ല. ഇത്രയും വല്യവീട് നോക്കാൻ എനിക്കാവില്ല. ഇവടെ താമസിച്ചാൽ എല്ലാകൊല്ല്യം അത്താഴപ്പറ കഴിക്കണം. കുതിരവേലക്ക് എന്തൊക്കെ ചിലവ്ണ്ട്. ദേശപ്പാന, കഥകളി ഇതൊക്കെ പുറത്തെ പറമ്പിൽ നടക്കുമ്പോൾ ഈ വീട്ടിലുണ്ടാവാറുള്ള ചെലവൊക്കെ നിങ്ങൾക്കൊക്കെ അറീല്യേ. അമ്മാമനു അതൊക്കെ സാധിച്ചിരുന്നു. പെണ്ണായിപ്പോയതുകൊണ്ട് ഒറ്റക്ക് ഞാൻ ഇതൊക്കെ ഏറ്റി നടക്കണോ?''

''ഒരു തറവാടാണ് നീയ് നശിപ്പിക്കാൻ നോക്കണത്.''

''നശിപ്പിക്കണമെന്ന് വിചാരിച്ചല്ല താങ്ങാൻ വയ്യാത്ത ഭാരം ചുമക്കാൻ എന്നെ കിട്ടില്ല.''

''അപ്പു വളർന്നു വര്ല്ലേ?''

''അവൻ വളരും. പഠിപ്പിക്കണ്ടെ. നിങ്ങക്കാർക്കെങ്കിലും അവനെപ്പറ്റി വിചാരംണ്ടോ? അരയിൽ കെട്ടാൻ ഒരു ചരടെങ്കിലും ഈ മൂന്ന് അമ്മാമൻമാര് അന്നവന് കൊടുത്ത്ട്ടുണ്ടോ?''

''നമ്മള് ഇതൊക്കെ പറഞ്ഞ് വഴക്കുണ്ടാക്കീട്ട് കാര്യമില്ല. ഞാൻ അമ്മാമനേം അമ്മായീം കാണട്ടെ എന്നിട്ട് തീരുമാനിക്കാം.''

പതിമൂന്നാം ദിവസം വല്യമ്മാമനും വല്യമ്മായിയും വന്നു. പിന്നെ എല്ലാം വല്യമ്മാമന്റെ നേതൃത്വത്തിലാണ് നടന്നത്. പുലകുളി കഴിഞ്ഞ് പുണ്യാഹം കഴിഞ്ഞു. പതിനാറടിയന്തിരം ഭംഗിയായി കഴിഞ്ഞു. അന്നുതന്നെ വല്യമ്മാമനും വല്യമ്മായിയും പോയി. പിന്നെ അവരെ ഒരിക്കലും കണ്ടിട്ടില്ല.

നാലാംക്ലാസിലെ പരീക്ഷ കഴിഞ്ഞ് സ്കൂൾ പൂട്ടി. ചെറിയമ്മ ഒരു ദിവസം രാവിലെ എന്നെ അച്ഛന്റെ വീട്ടിൽ കൊണ്ടാക്കി. ചെല്ലുമ്പോൾ അച്ഛനും അച്ചമ്മയുമുണ്ടായിരുന്നു. പരിചയമില്ലാത്ത സ്ഥലത്തു ചെന്നു പ്പെട്ടപ്പോൾ ആദ്യം ഒരമ്പര്പപാണുണ്ടായത്. അഞ്ചുവയസ്സുള്ള ഒരാൺ കുട്ടിയും മൂന്നുവയസ്സു തോന്നുന്ന ഒരു പെൺകുട്ടിയും അവിടെ നടപ്പുരയിൽ കളിക്കുന്നുണ്ട്. അച്ഛമ്മ എന്നെ കെട്ടിപ്പിടിച്ച് തലോടിക്കൊണ്ടു പറഞ്ഞു.

''മൂന്നു വയസ്സിൽ മോനെ ഇവടെ കൊണ്ടോന്നതാ കുഞ്ഞിക്കാവിന് അന്ന് ഇവനെ നോക്കാനുള്ള പ്രായോം ആയിട്ടില്ല. പോരാത്തതിന് വയറ്റിലുണ്ടാർന്നു. ഒരുമാസം തെകച്ചുനിന്നില്ല. മോനെ തിരിച്ചയച്ചു. ഇപ്പോ മോൻ വലുതായാല്ലോ. അവനവന്റെ കാര്യക്കൊ കുറേശ്ശെ നോക്കാറായില്ലേ്യ. കുളിപ്പിക്വും ചോറുരുട്ടി കൊടുക്വോം വേണ്ടലൊ,'' ചെറിയമ്മ പറഞ്ഞു.

''എനിക്ക് മാറ്റായി. അതോണ്ടാ അപ്പൂനെ ഇവ്ടെ കൊണ്ടോന്നത്.''

അച്ഛൻ ചോദിച്ചു, ''മാറ്റായതോ മാറ്റം വാങ്ങിച്ചതോ? ''

''നെങ്ങക്കൊന്നും എന്റെ വിഷമം മനസ്സിലാവില്യ.''

''എവിട്യേക്ക്, മാറ്റം?'' അച്ഛമ്മ ചോദിച്ചു.

ചെറിയമ്മ സ്ഥലത്തിന്റെ പേര് പറഞ്ഞു.

''വീട് എന്ത് ചെയ്യാൻ പോണൂ മീനാക്ഷി?''

''ഇപ്പോ കുറച്ചു നാളത്തേക്ക് പൂട്ടീടും.''

‘‘പടിഞ്ഞാറീലിരിക്കണെ കാർന്നവന്മാർക്കും ചേന്ദംകുളങ്ങര ഭഗവതിക്കും അന്തിത്തിര വക്കുന്നതൊക്കെ മുടങ്ങ്ല്യെ?’’ ചെറിയമ്മ അതിന് മറുപടി പറഞ്ഞില്ല.

‘‘എനിക്ക് നാളെ പുതിയ ജോലി സ്ഥലത്ത് ചേരണം. താമസിക്കാൻ ഒരു സ്ഥലം നോക്കണ്ടെ. തൽക്കാലം വല്ല വീട്ടിലും ഒരു മുറിയെടുത്തു താമസിക്കാലോ.’’ ഞാൻ അപ്പോഴും അമ്പരന്നു നിൽക്കുകയായിരുന്നു. ‘‘നെണക്ക് അച്ഛനും അച്ഛമ്മയും ഒക്കെ ഇവിടെയുണ്ട്. സ്കൂൾ തുറന്നാൽ ഇവിടുന്ന് സ്കൂളിൽ പോവാം. ഞാൻ ഇടയ്ക്കിടെ വരാം.’’

ചെറിയമ്മ പോയപ്പോൾ കരച്ചിൽ വന്നു. അച്ഛമ്മ അകത്തേക്ക് പിടിച്ചുകൊണ്ടുപോയി. അകത്ത് ഒരു സ്ത്രീ കുഞ്ഞിനു മുലകൊടുത്തു കൊണ്ട് കട്ടിലിൽ ഇരിക്കുന്നു. അച്ഛമ്മ പറഞ്ഞു.

‘‘കുഞ്ഞിക്കാവിനെ ചെറ്യേമ്മ എന്നു വിളിച്ചോ.’’ എനിക്ക് ഒരു രണ്ടാനമ്മയും അവർക്ക് മൂന്നു കുട്ടികളും ഉണ്ടെന്ന് അപ്പോഴാണ് മനസ്സിലായത്. പുതിയ ചെറിയമ്മയുടെ മുഖത്തേക്കു നോക്കി. ഒരു ഭാവവ്യത്യാസവും കണ്ടില്ല. നിർവ്വികാരത മാത്രം. എന്റെ ചെറിയമ്മയേക്കാൾ ചെറുപ്പമാണ് ഈ ചെറ്യേമ്മക്ക്. അച്ഛമ്മ എന്നെ പുറത്തേക്ക് കൊണ്ടുവന്നു. നടപ്പുരയിൽ കളിച്ചുകൊണ്ടിരിക്കുന്ന കുട്ടികളോട് പറഞ്ഞു.

‘‘ഇവൻ നെങ്ങടെ ചേട്ടനാ. രണ്ടുപേരും ചേട്ടൻ എന്നു വിളിക്കണം. വിളിക്ക്. കേക്കട്ടെ.’’

പെൺകുട്ടി സംശയിച്ചുനിന്നു. പെൺകുട്ടിയുടെ അടുത്ത് ചെന്ന് കൈ നീട്ടിയപ്പോൾ വേഗം അടുത്തുവന്നു. എടുത്ത് ഒക്കത്തുവെച്ചു. പതുക്കെ പതുക്കെ ആൺകുട്ടിയും അടുത്തു. ഉച്ചയായപ്പോൾ ഒരു സ്ത്രീ വന്നു പറഞ്ഞു.

‘‘ഊണു കഴിക്കാറായാ വന്ന്വോളു.’’

അച്ചമ്മ എന്റെ കയ്യും പിടിച്ച് മേലടുക്കളയിലെത്തി. അടുക്കളക്കാരിക്ക് ഞാൻ ആരാണെന്ന് മനസ്സിലായിരിക്കാം. ചോറും വിഭവങ്ങളും വന്നു. അച്ഛമ്മ പലകയിട്ട് ഇരുന്നു. ഞാൻ നിലത്തും. കൂട്ടാൻ, ഉപ്പേരി, കൊണ്ടാട്ടം, പപ്പടം, മോര്, കുടിക്കാൻ വെള്ളം എല്ലാം മുന്നിൽ നിരന്നു. ഉണ്ടുകൊണ്ടിരിക്കുമ്പോൾ അച്ചമ്മ ചോദിച്ചു.

‘‘എന്താ നീയിത്ര പതുക്കെ?’’

തുടർന്ന് അടുക്കളക്കാരിയോടു പറഞ്ഞു.

''അവന് എന്നാ വേണ്ടതെന്നു ചോദിച്ചും വേണ്ടതൊക്കെ നേരത്ത് കൊടുക്കണം. ഇനി ഇവിടാ മോന്റെ താമസം. എന്റെ മോന്റെ മൂത്ത മോനാ. അതോർമ്മ വേണം.''

ആ സ്ത്രീ എന്നെ കൗതുകത്തോടെ നോക്കി നിൽക്കുകയായിരുന്നു. ഊണുകഴിഞ്ഞ് അച്ചമ്മ അകത്തെ കട്ടിലിൽ പോയികിടന്നു. എണ്ണമയമുള്ള ഇരുനിറമാണ് അച്ചമ്മയ്ക്ക്. അധികം പൊക്കമില്ല. തലമുടി അധികവും നരച്ചിരിക്കുന്നു. കഴുത്തിൽ രണ്ടിഴയിൽ മണിമാലയുണ്ട്. കൈത്തണ്ടയിൽ ഒരു കാപ്പ്. എപ്പോഴും ഗുരുവായൂരപ്പാ! ഗുരുവായൂരപ്പാ! എന്നു പറഞ്ഞു കൊണ്ടിരിക്കും.

നടപ്പുരയിൽ കുട്ടികൾ വീണ്ടും കളി തുടങ്ങിയിരിക്കുന്നു. ഞാനും അവരുടെ അടുത്തുകൂടി. ആൺകുട്ടിയുടെ പേര് കൃഷ്ണൻകുട്ടി എന്നും പെൺകുട്ടിയുടെ പേര് മാലതി എന്നാണെന്നും അവർ തന്നെ പറഞ്ഞു. കൃഷ്ണൻകുട്ടി സങ്കോചത്തോടെ ചോദിച്ചു.

''ചേട്ടന്റെ പേരെന്താ?''

''അപ്പു.''

''ചേട്ടൻ ഏതു സ്കൂളിലാ പഠിക്കണെ?''

''നായർസമാജം സ്കൂളിൽ.''

''സ്കൂൾ തുറന്നാ എന്നേം ചേർത്താം എന്നാ അമ്മ പറഞ്ഞെ.''

ആ പറമ്പിൽ വേറെ രണ്ടു വീടുകൾ കൂടി കണ്ടു. കൃഷ്ണൻകുട്ടിയോടു ചോദിചപ്പോൾ രണ്ടും അച്ഛമ്മേടെ വീടാ, എന്നാണ് പറഞ്ഞത്. മാലതി കൈനീട്ടി. അവളെ എടുത്ത് ഒക്കത്തുവെച്ച് വീടുനോക്കി കണ്ടു. രണ്ടുമുറി അകം. രണ്ടിനും ചെറിയ ഓവറയുണ്ട്. നടുക്കു ചെറിയതളം. വടക്കുഭാഗത്ത് അടുക്കളയും മേലടുക്കളയും. അടുക്കളയുടെ അടുത്ത് കിണറുണ്ട്. അടുക്കല കിണറല്ല. എന്റെ വീടിനോളം വലിപ്പമില്ല. മുറികളൊക്കെ ചെറിയതാണ്. തെക്കുഭാഗത്ത് വീതിയുള്ള ഇറയം. അതിന്റെ പടിഞ്ഞാറെ അറ്റത്തും കിഴക്കേ അറ്റത്തും ഓരോ ചെറിയ മുറികൾ. ഇറയത്തിനു താഴെ വലിയ നടപ്പുര. നടപ്പുരയുടെ ഒരു ഭാഗത്തായി പങ്കകെട്ടി തൂക്കിയിട്ടുണ്ട്. പങ്ക ആദ്യമായി കാണുകയാണ്. ആറടിയോളം നീളവും ഒന്നര അടിയോളം വീതിയുമുള്ള കനംകുറഞ്ഞ മരപ്പലകയ്ക്ക് താഴെ പിച്ചളകൊളു ത്തുകളിൽ ഭംഗിയുള്ള പുല്പ്പായ മുറിച്ചു കൊളുത്തിയിട്ടിട്ടുണ്ട്.

നിറപ്പകിട്ടുള്ള കട്ടിളകൂടിയ തുണി ഞെറിവെച്ചു തുന്നിച്ചേർത്ത് പുൽപ്പായക്ക് താഴെ തുന്നിപ്പിടിപ്പിച്ചിട്ടുണ്ട്. പലകയിൽ ഭംഗിയുള്ള നീളമുള്ള ചരടുകെട്ടി ഒരു ചെറിയ കപ്പിയിൽ കൂടി നടപ്പുരയുടെ മറ്റേ അറ്റത്തേക്ക് ഇട്ടിരിക്കുന്നു. അവിടെയിരുന്ന് ആ ചരടു പിടിച്ചു വലിച്ചാൽ ചാരുകസേലയിൽ കിടക്കുന്ന ആൾക്ക് നല്ല കാറ്റ് കിട്ടും. നടപ്പുരയുടെ മേശയും കസേരയും ചാരുകസേരയും ഉണ്ട്. പടിഞ്ഞാറെ അറ്റത്തുള്ള കൊച്ചുമുറിയിൽ ചെറിയ മേശയും സ്റ്റൂളും. ഒരു ചില്ലലമാരിയിൽ കുറച്ചു പുസ്തകങ്ങൾ കണ്ടു. കിഴക്കെ അറ്റത്തുള്ള കൊച്ചുമുറിയിൽ മേശയും കസേരയും കുറേ തടിച്ച നോട്ടുബുക്കുകളും ഉണ്ട്. മാലതിയെ എടുത്ത് വീണ്ടും മേലടുക്കളയിൽ ചെന്നപ്പോൾ അടുക്കളക്കാരി പറഞ്ഞു. 'അവളെ ഇങ്ങനെ ഏറ്റു നടക്കണ്ട. പിന്നെ താഴത്തിറങ്ങില്യ.'

നാലുമണിയായപ്പോൾ അടുക്കളക്കാരി ചായകൊണ്ടുവന്നു. എന്റെ വീട്ടിൽ ചായയുണ്ടായിരുന്നില്ല. സ്കൂളിൽ പോയിതുടങ്ങിയപ്പോൾ രാവിലെ വെള്ളച്ചോറാണ് പതിവ്. ഉച്ചയ്ക്ക് വീട്ടിൽ വന്ന് ഊണു കഴിക്കും. വൈകുന്നേരം സ്കൂൾ വിട്ടു വന്നാൽ ഒന്നുമില്ല. നേരത്തെ അത്താഴം കഴിക്കും. ഓട്ടു ഗ്ലാസിൽ ചൂടുള്ള ചായ എടുത്തപ്പോൾ കൈചുട്ടു. പെട്ടെന്ന് ഗ്ലാസ് താഴെ വെച്ചു. കുറച്ചു ചൂടാറിയപ്പോൾ ചായ കുടിച്ചു. അഞ്ചു മണിയായപ്പോഴേക്കും വീട്ടിൽ ബഹളമായി. ധാരാളം ആൾക്കാർ വരുന്നു. അച്ഛനോട് സംസാരിക്കുന്നു. അവരോട് എന്തൊക്കെയോ അച്ഛനും പറയുന്നുണ്ട്. കിഴക്കേ മുറിയിൽ ചെന്നിരുന്ന് തടിച്ചനോട്ടുബുക്കുകളിൽ എഴുതുന്നു. വന്നവർക്കെല്ലാം കൂലി കൊടുക്കുന്നു. ബാക്കി പണം എണ്ണി തിട്ടപ്പെടുത്തി അകത്തുള്ള അലമാരിയിൽവെച്ചു പൂട്ടുന്നു. വന്നവരൊക്കെ കൂലിക്കാരാണെന്നു തോന്നി. മുഷിഞ്ഞ വേഷം. പണിചെയ്ത് ക്ഷീണിച്ച മുഖങ്ങൾ. ചിലരൊക്കെ പോയി. ചിലർ അവിടവിടെ ചുറ്റിപ്പറ്റി തിണ്ണയിലും നടപ്പുരയിലുമായി ഇരിക്കുന്നു.

ആറുമണിയായപ്പോൾ ഒരു സ്ത്രീ പെട്ടെന്ന് ഓടി വന്ന് എന്നെ കെട്ടിപിടിച്ച് തുരുതുരാ ഉമ്മവെച്ചു തുടങ്ങി. കുതറി മാറിയപ്പോൾ എന്റെ കയ്യും പിടിച്ച് അച്ഛമ്മ ഇരിക്കുന്നേടത്തേക്ക് ചെന്നു. ''അപ്പൂനെ ഇവ്ടെ കൊണ്ടാക്കീന്ന് മീനാക്ഷി പറഞ്ഞു. അവള് മാറ്റത്തിനുള്ള ഓർഡർ വാങ്ങിപ്പോയി.'അവള് രാവ്ലെതന്നെ കുട്ട്യേ ഇവ്ടെ കൊണ്ടോന്നു.''

‘‘ഞാൻ പിന്നെ വരാം മോനെ,’’ എന്നു പറഞ്ഞ് അവർ അച്ഛമ്മയേയും കൊണ്ടുപോയി. അതാരാണെന്ന് കൃഷ്ണൻകുട്ടിയോട് ചോദിച്ചപ്പോൾ ‘ചെറ്യേ അച്ഛൻപെങ്ങള്’ എന്നാണ് പറഞ്ഞത്. വൈകുന്നേരം കുളികഴിഞ്ഞ് വേഷംമാറി വന്നപ്പോൾ നടപ്പുരയിൽ പെട്രോമാക്സ് കത്തിച്ചു തൂക്കിയിരിക്കുന്നു. ഇറയത്തും നടപ്പുരയിലും നല്ല വെളിച്ചം. അകത്ത് പതിനാലാം നമ്പർ വിളക്ക്. നിലവിളക്ക് കത്തിക്കുകയും നാമം ചൊല്ലുകയും ഇവിടെ പതിവില്ലെന്നു തോന്നുന്നു. അച്ഛൻ പുറത്തുവന്നു ചോദിച്ചു.

‘‘നെണക്ക് ട്രൗസറും കുപ്പായോംണ്ടോ?’’

‘‘മൂന്നു ട്രൗസറും മൂന്നു കുപ്പായോംണ്ട്.’’

‘‘നാളെ ട്രൗസറിനും ഷർട്ടിനും തുണികൊണ്ടരാം. തുന്നലാശാന്റെ അടുത്തുപോയി അളവെടുത്തു തുന്നിച്ചോ.’’

എട്ടുമണിയായപ്പോഴേയ്ക്കും വിശപ്പുതുടങ്ങി. വീട്ടിൽ നേരത്തെ അത്താഴം കഴിഞ്ഞ് അമ്മമ്മയുടെ കൂടെ കിടന്നു കഴിയും. ഇവിടെ തിക്കും തിരക്കും ബഹളവുമാണ്. എവിടെ കിടക്കും? ആരുടെ കൂടെ കിടക്കും? ഇതൊക്കെയായി ചിന്ത. കുറച്ചു കഴിഞ്ഞപ്പോൾ അടുക്കളക്കാരി വന്നു പറഞ്ഞു.

‘‘അപ്പു വന്നു ഉണ്ടോളു.’’

മത്സ്യക്കറിയാണ്. വീട്ടിൽ മത്സ്യമോ, മാംസമോ വെയ്ക്കാറില്ല. ഒമ്പതു മണിയായപ്പോൾ ഓരോരത്തരായി പിന്നേയും വന്നു തുടങ്ങി. ഇവർ വെറും കൂലിക്കാരല്ല എന്നു മനസ്സിലായി. വൃത്തിയുള്ള മുണ്ടും ഷർട്ടും ധരിച്ചവരാണ്. പണം അച്ഛനെ ഏൽപ്പിക്കുന്നു. ചില കണക്കുകൾ പറയുന്നു. ചിലർ ഭക്ഷണം കഴിച്ചുപോകുന്നു. അച്ഛൻ വീണ്ടും കണക്കെഴുതുന്നു.

ഉറക്കം തൂങ്ങിത്തുടങ്ങി. പത്തുമണിയായികാണും. അടുക്കളക്കാരി ഒരു കിടക്ക കൊണ്ടുവന്ന് പടിഞ്ഞാറെ കൊച്ചുമുറിയിൽ വിരിച്ചു.

‘‘കുട്ടി കിടന്നോളു. ഇവടെ തെരക്കൊഴിഞ്ഞ നേരല്യ. വാതില് ചാര്യാമതി. നടപ്പരേല് ചെലോരൊക്കെ കെടന്നുറങ്ങും. പേടിക്കോന്നും വേണ്ട.’’

പോയി കിടന്നു. ഉറക്കം വന്നില്ല. ചെറിയമ്മ എന്താണ് ഇങ്ങനെ ചെയ്തത്. പരിചയമില്ലാത്ത സ്ഥലത്ത് എങ്ങനെ കഴിയും? ഇവിടെ

വരുന്നവരൊക്കെ ആരാണ്? അച്ഛൻ 'മോനേ' എന്നൊന്നു വിളിച്ചിരുന്നെങ്കിൽ!

പതുക്കെ പതുക്കെ അച്ഛന്റെ വീടുകളിലെ കാര്യങ്ങൾ മനസ്സിലായിത്തുടങ്ങി. അച്ഛന് പല ബിസിനസ്സുകളുണ്ട്. ധാരാളം ജോലിക്കാരുണ്ട്. കൂപ്പുലേലം വിളിക്കും. ലേലം ഉറച്ചു കിട്ടിയാൽ കാട്ടിലെ മരങ്ങൾ വെട്ടി തടികളായും വിറകായും പോത്തുകൾ വലിക്കുന്ന വണ്ടികളിൽ കയറ്റി നഗരത്തില് കൊണ്ടുപോയി വിൽക്കണം. നാല് വണ്ടികളുണ്ട്. എട്ടു പോത്തുകളും. ഒരു വണ്ടിക്ക് കൂലിക്കാർ നാലാളുകളാണ്. അതിൽ ഒരാൾ തലവനായിരിക്കും. അവർ രാത്രി വണ്ടിയുമായി കാട്ടിലേക്ക് പോയാൽ മൂന്നാംദിവസമാണ് വിറകോ മരമോ കേറ്റി തിരിച്ചെത്തുന്നത്. ഒരു വണ്ടി വിറകിന് അല്ലെങ്കിൽ മരത്തിന് എന്തിവില കിട്ടി എന്ന് വണ്ടിപ്പണിക്കാരുടെ വാക്ക് വിശ്വസിക്കണം. ഒരുതവണ കാട്ടിൽപോയിവന്നാൽ പണിക്കാർക്കും പോത്തുകൾക്കും രണ്ടുദിവസം വിശ്രമമാണ്. വണ്ടി വലിക്കുന്ന പോത്തുകളെ അതാതു വണ്ടിപ്പണിക്കാരുടെ തലവൻ അയാളുടെ തൊഴുത്തിൽ പരിചരിക്കും. പോത്തുകൾക്കുള്ള തീറ്റക്കൂലി അച്ഛൻ കൊടുക്കും. മുതിര, പരുത്തിക്കുരു, വയ്ക്കോൽ, തവിട് എന്നിവയാണ് തീറ്റ. വണ്ടിപ്പണിക്കാരുടെ വീടുകളിൽ നിന്ന് അവരവരുടെ പെണ്ണുങ്ങൾ വീട്ടിൽ വരുന്നതു കാണാം. അന്നന്നത്തേക്കുള്ള ഇമിയും കോപ്പും വാങ്ങാനുള്ള പണം അച്ഛൻ കൊടുക്കും. കൂലി കണക്കു തീർത്തുകൊടുക്കുന്ന ദിവസം അഡ്വാൻസ് പറ്റിയ തുകകൾ തട്ടിക്കിഴിച്ച് ബാക്കി കൊടുക്കും. കൂലികിട്ടിയ ദിവസം അവരെല്ലാവരും കള്ള് കുടിക്കുമത്രെ.

മരം-വിറക് കച്ചവടത്തിനേക്കാൾ അന്തസ്സും ആദായകരവുമാണ് പുകയിലഷാപ്പു ലേലവും കച്ചവടവും. ഈരണ്ടുകൊല്ലം കൂടുമ്പോൾ പുകയിലഷാപ്പുകൾ ലേലത്തിനുവെയ്ക്കും. 'എ' ഷാപ്പ് മൊത്ത വിൽപ്പനക്കുള്ളതാണ്. ഒരു 'എ' ഷാപ്പിന് കൊല്ലംതോറും പതിനായിരത്തിൽപരം ഉറുപ്പിക ഗവർമ്മണ്ടിനു കൊടുക്കണം. ചില്ലറ വിൽപ്പനക്കുള്ള 'ബി' ഷാപ്പുകൾക്ക് ആയിരത്തിഅഞ്ഞൂറു മുതൽ ആറായിരം ഉറുപ്പിക വരെ ലേലത്തിൽ വിളിക്കാറുണ്ട്. അച്ഛന് ഒരു 'എ' ഷാപ്പും നാല് 'ബി' ഷാപ്പുകളും ഉണ്ട്. പുകയില ഷാപ്പുകളിൽ ഇരിക്കുന്നവർ വൃത്തിയുള്ളവരും സ്കൂളിൽ പഠിച്ചവരുമാണ്. അവർക്ക്

മാസശമ്പളമാണ്. വണ്ടിപ്പണിക്കാർക്ക് മരത്തിനോ വിറകിനോ കിട്ടിയ വിലയനുസരിച്ച് കൂലി കൊടുക്കും. അച്ഛൻ ഇടയ്ക്കിടെ പാലക്കാട്ട് പോയി പുകയില ചിപ്പങ്ങളും വലിയ സിഗരറ്റു പാക്കറ്റുകളും പൊടി ടിന്നുകളും, പൊതിപ്പുകയിലയും, ബീഡി നിറച്ച വലിയ പാക്കറ്റുകളും വാങ്ങി 'എ' ഷാപ്പിൽ എത്തിക്കും. പുകയില ഷാപ്പുകളിൽ പാലക്കാട്ട് ഉണ്ടാക്കുന്നു 'ആർ.വി.ജി. ബീഡിക്കാണ് അധികം ചിലവ്. 'എ' ഷാപ്പിൽ നിന്നാണ് 'ബി' ഷാപ്പുകാർ സാധനങ്ങൾ വാങ്ങുന്നത്. അച്ഛൻ ലേലത്തിൽ പിടിച്ചിട്ടില്ലാത്ത 'ബി' ഷാപ്പുകളിലേക്കും അച്ഛന്റെ 'എ' ഷാപ്പിൽനിന്നു തന്നെ സാധനങ്ങൾ വാങ്ങണം. വണ്ടിപ്പണിക്കാർ വരുന്നത് ഉച്ചകഴിഞ്ഞതിനുശേഷമാണ്. അവരുടെ കണക്കു തീർക്കലും പരാതികളും മറ്റും കഴിയുമ്പോൾ 'എ' ഷാപ്പിലെ ജോലിക്കാരുടെ വരവായി. അവർക്ക് പരാതികളൊന്നുമില്ല. കടയിലെ ഇനങ്ങളുടെ സ്റ്റോക്കുവിവരം, അന്നത്തെ വിറ്റുവരവ് ഇതൊക്കെ കണക്ക് പറയുന്നത് കേൾക്കാം. അവർപോയിക്കഴിയുമ്പോഴേയ്ക്കും 'ബി' ഷാപ്പുകളിലെ ശമ്പളക്കാരുടെ വരവായി, കണക്കുപറയലായി. ഇരുപത്തിനാല് ജോലിക്കാരുണ്ട്. അവരിൽ ചിലരുമായി അടുത്തു. അവർക്കൊക്കെ എന്നെ അറിയാം എന്ന് അവരുടെ സംസാരത്തിൽ നിന്നും മനസ്സിലായി.

സ്കൂൾ പൂട്ടിയിരിക്കയാണല്ലോ. പടിഞ്ഞാറെമുറി എന്റെ ഉപയോഗത്തിനായി കിട്ടി. അലമാരിയിലുള്ള പുസ്തകങ്ങൾ എന്തൊക്കെയാണെന്നു പരിശോധിച്ചു. പാഠപുസ്തകങ്ങളൊഴികെ അച്ചടിച്ച മറ്റു പുസ്തകങ്ങൾ ആദ്യമായി കാണുകയാണ്. രാമായണം. ശ്രീമഹാഭാരതം, കൃഷ്ണഗാഥ, ശ്രീകൃഷ്ണചരിതം, ശ്രീമഹാഭാഗവതം എന്നിവ വലിയ പുസ്തകങ്ങളാണ്. കൊച്ചുപുസ്തകങ്ങളായ വടക്കൻപാട്ടുകൾ, തുള്ളൽക്കഥകൾ, ഭീമൻകഥ, സീതാദുഃഖം, പത്തുവൃത്തം, കുചേലവൃത്തം, സന്താനഗോപാലം, ചില പഴയ പഞ്ചാംഗങ്ങൾ എന്നിവയുണ്ട് അലമാരിയിൽ. ആദ്യം കൊച്ചുകൊച്ചു പുസ്തകങ്ങൾ വായിക്കാൻ തുടങ്ങി. അച്ഛമ്മ ഇരുന്നു കേൾക്കും. സന്താനഗോപാലം കഥ മുഴുവൻ അച്ഛമ്മ പറഞ്ഞുതന്നു. പുസ്തകം വീണ്ടും വായിച്ചപ്പോൾ കഥ കൂടുതൽ മനസ്സിലായി. കഥ പറച്ചിലും വായനയുമായി കഴിയുമ്പോൾ പെട്ടന്നൊരു ദിവസം അച്ഛൻ പറഞ്ഞു.

"രാമായണത്തിലെ ഒരു പേജ് മുഴുവൻ സ്റ്റീൽപേന മഷിയിൽമുക്കി എഴുതി കൊണ്ടുവാ."

കുറേസമയം എടുത്തു ഒരുപേജ് പകർത്തി എഴുതാൻ. കയ്യക്ഷരം അച്ഛന് ഇഷ്ടപ്പെട്ടില്ലെന്നുതോന്നുന്നു. വരയിടാത്ത കുറേ കടലാസുകൾ തന്നു. 'കാണേണം കാണിനേരം കനിവിനൊടു തിരുവല്ലക്കാവിൽ മേവും ഭവാനെ' എന്നെഴുതിതന്നു. അത് കടലാസ്സുനിറയെ എഴുതുവാൻ പറഞ്ഞു.

''കൈയക്ഷരം നന്നാവാനാണ്. ദിവസവും ഒരുപേജ് എഴുതി ക്കാണിക്കണം.''

വരയിടാത്ത കടല്ലാസില്ലെ. ഇടത്തുനിന്ന് എഴുതിത്തുടങ്ങിയാൽ കടലാസ്സിന്റെ വലത്തെ അറ്റത്ത് എത്തുമ്പോഴേയ്ക്കും ഒന്നുകിൽ മുകളിലോട്ട് കേറും. അല്ലെങ്കിൽ താഴേക്കുവരും. വരിയൊപ്പിച്ച് എഴുതാറായത് അനവധി പേജുകൾ എഴുതിയതിനുശേഷമാണ്. കൈയക്ഷരത്തിന് ഭംഗിയും വന്നു. ചിലപ്പോൾ ഏതെങ്കിലും പുസ്തകം എടുത്ത് ചില ഭാഗങ്ങൾ വായിക്കാൻ പറയും. ഈണത്തിൽ രാമായണവും ഭാരതവും ഭാഗവതവും വായിക്കാമെന്നായി. ശ്രീകൃഷ്ണ ചരിതത്തിലേയും കൃഷ്ണഗാഥയിലേയും ഏതാനും ഭാഗങ്ങൾ കാണാപാഠമായി. അച്ഛനും മകനും തമ്മിലുള്ള ബന്ധം ഈ വായനയിലും ചില കഥപറച്ചിലുകളിലും ഒതുങ്ങി.

അച്ചടക്കം അടിച്ചേൽപ്പിക്കുന്ന പെരുമാറ്റമായിരുന്നു അച്ഛന്റെ വീട്ടിൽ. ചെറിയമ്മ എന്നോടു സംസാരിക്കാറില്ല.

ഇങ്ങനെയൊരു ജീവി വീട്ടിലുണ്ടെന്ന് അവർ മനസ്സിലാക്കാത്ത തുപോലുള്ള പെരുമാറ്റമായിരുന്നു. ഞാനും അടുക്കാൻ പോയില്ല. ഒന്നും ചോദിക്കാറില്ല. വീട്ടിൽനിന്ന് പുറത്ത് കടക്കരുതെന്ന് അച്ഛന്റെ കർശനമായ ശാസനയുണ്ട്. അച്ഛന്റെ സഹോദരികളുടെ വീടുകളിൽ പോലും പോകാൻ സമ്മതിക്കാറില്ല. തികച്ചും മൂകമായ അന്തരീക്ഷത്തിൽ അസ്വസ്ഥമായ മനസ്സോടെ വളർന്നു. അച്ഛമ്മ ചിലപ്പോഴെല്ലാം അച്ഛന്റെ പെങ്ങന്മാരുടെ വീടുകളിൽ കൊണ്ടു പോകാറുണ്ട്. രണ്ടു സഹോദരികളും വേറെ വേറെയാണ് താമസം. ഒരു വളപ്പിൽ മൂന്നു വീടുകൾ. മൂത്ത സഹോദരിക്ക് ഒരു മകൾ മാത്രം. സുശീലക്ക് എന്റെ പ്രായമാണെങ്കിലും നഗരത്തിൽ പെൺകുട്ടി കൾക്കുള്ള ഇംഗ്ലീഷ് ഹൈസ്കൂളിൽ നാലാംക്ലാസിലെ പരീക്ഷ കഴിഞ്ഞ് ഇരിപ്പാണ്. നല്ല അടുക്കും ചിട്ടയുമുള്ള വീടാണത്. അധികം ആൾക്കാരില്ലല്ലോ. അച്ഛന്റെ തറവാടാണ് അത്. സുശീലക്കു തന്നെയായി

ഒരു വലിയ മുറിയുണ്ട്. ആ മുറിയിൽ എന്തൊക്കെ കളിസാമാനങ്ങളാണ്. നല്ല ഉടുപ്പുകളണിഞ്ഞ്, മുഖത്ത് പൗഡർ പൂശിയ സുശീല ചന്തമുള്ളവളാണ്. അവൾ അടുത്ത് വരുമ്പോൾ എന്തുവാസനയാണ്. ദേവുവിനേക്കാൾ സുന്ദരിയാണ് സുശീല. ഒരു ചെറിയ പുജാമുറിയുണ്ട് ആ വീട്ടിൽ. ഗുരുവായൂരപ്പന്റെ വലിയ ഒരു പടം ചില്ലിട്ടുവെച്ചതിന്റെ മുമ്പിൽ നിലവിളക്ക് കത്തിക്കൊണ്ടിരിക്കുന്നു. ഭാഗവതവും നാരായണീയവും ഭഗവദ്ഗീതയും അവിടെ ഒരു പലകമേൽ വെച്ചിട്ടുണ്ട്. അച്ഛമ്മ ആ അകത്ത് ഇരുന്നാണ് ഭാഗവതവും നാരായണീയവും വായിക്കുന്നത്. തളത്തിൽ കിടക്കുന്ന മേശയിന്മേൽ മാതൃഭൂമി ദിനപത്രവും ആഴ്ചപ്പതിപ്പും കിടപ്പുണ്ട്. ദിനപത്രം ഇന്നേവരെ വായിച്ചിട്ടില്ല. ആഴ്ച്ചപ്പതിപ്പ് മറിച്ചു നോക്കിയപ്പോൾ കവിതകൾ, കഥകൾ എല്ലാമുണ്ട്. സുശീലയുടെ അച്ഛൻ പോസ്റ്റ്മാഷാണ്. നല്ല വെളുത്തനിറം. വണ്ണത്തിനൊത്ത പൊക്കമില്ല. കണ്ണടയുണ്ട്. സൗമ്യപ്രകൃതിയാണ്. ഭക്തനാണെന്ന് ഒറ്റനോട്ടത്തിൽ അിറയാം. കല്യാണം കഴിഞ്ഞ് ആറേഴുക്കൊല്ലം കഴിഞ്ഞാണ് സുശീലയുടെ അമ്മ പ്രസവിച്ചത്. അവൾക്ക് താഴെ കുട്ടികളുണ്ടായില്ല. സുശീലയുടെ അമ്മ എന്നോട് വലിയ അടുപ്പമൊന്നും കാണിച്ചില്ല. ചെറ്യേ അച്ഛൻപെങ്ങളെപ്പോലെ ഭംഗിവാക്കൊന്നും പറഞ്ഞില്ല. മാതൃഭൂമി ആഴ്ച്ചപ്പതിപ്പ് പതിവായി വായിക്കണമെന്നുണ്ട്. ആരോടു ചോദിക്കും? ആരോടും ഒന്നും ചോദിച്ചു പരിചയമില്ല. സുശീല വേഗം അടുത്തു. എങ്കിലും അവൾ വലിയ അഹങ്കാരിയാണെന്നു മനസ്സിലായി. എപ്പോഴും 'എടാ, പോടാ, വാടാ' എന്നൊക്കെ വിളിച്ചാൽ ദേഷ്യം വരില്ലെ. വീട്ടിൽ ആരും എന്നെ അങ്ങനെ വിളിച്ചിട്ടില്ല. അമ്മമ്മയും മുത്തച്ഛനും 'മോനേ' എന്നും 'കുട്ടീ' എന്നും വിളിക്കാറുള്ളൂ. ചെറിയമ്മ 'അപ്പോ' എന്നും.

''ഞാൻ അഞ്ചാംക്ലാസിലേക്കായി. നെണക്ക് എ.ബി.സി.ഡി. അറിയോ? ഞാനാ മൂത്തത്. നീയെന്നെ ചേച്ചീന്നു വിളിക്കണം. വിളിച്ചില്ലെങ്കിൽ അസ്സല് അടിതരും.''

''ന്നാ ഒന്നുതല്ലെടീ നീയ്.''

''നീയോ? നീയ് എന്നെ എന്താ വിളിച്ചത്. ഞാൻ അമ്മാമനോട് പറേട്ടെ. ഈ പീക്കിരിചെക്കൻ എന്നെ നീയ് എന്നു വിളിച്ചെന്ന്. നല്ലതല്ല് കിട്ടുമ്പോ നീയ് ചേച്ചീന്ന് വിളിച്ചോളും.''

ഉള്ളിൽ പേടിതോന്നി. അവൾ അച്ഛനോട് പറയുമോ? അച്ഛൻ അടിക്ക്വോ? അച്ഛമ്മയോടു തന്നെ ചോദിച്ചു. ആരാ മൂത്തതെന്ന്.

''രണ്ടുമാസത്തെ മൂപ്പ് സുശീലക്ക്ണ്ട്. ന്നാലും രണ്ടാളും അങ്ങടും ഇങ്ങടും പേര് വിളിച്ചാമതി''

സുശീല 'എടാ പേടാ' വിളി നിറുത്തിയില്ല. അവൾ പറയുന്നത് കേട്ട് ഞാൻ നടന്നുകൊള്ളണമെന്നുള്ള വിധത്തിലായിരുന്നു അവളുടെ ആജ്ഞകൾ.

ചെറിയ അച്ഛൻപെങ്ങളുടെ വീട്ടിൽ വൃത്തിയും വെടിപ്പും കുറവാണ്. അച്ഛൻപെങ്ങൾക്ക് ജോലിയുണ്ടല്ലൊ. ഒരു മകനും ഒരു മകളുമുണ്ട്. ഉണ്ണ്യേട്ടൻ എട്ടാംക്ലാസ്സിലെ പരീക്ഷാഫലം കാത്തിരിപ്പാണ്. സുഭദ്രയ്ക്ക് അഞ്ചുവയസ്സായി. സ്കൂളിൽ ചേർത്തീട്ടില്ല. ഉണ്ണ്യേട്ടന് ഒരു വലിയ ആളിന്റെ ഭാവമാണ് എപ്പോഴും. പകൽ മുഴുവൻ സുഭദ്ര സുശീലയുടെ വീട്ടിലായിരിക്കും. അച്ഛമ്മ മൂന്നു വീടുകളിലായി കഴിയുന്നു. രാത്രി അച്ഛന്റെ വീട്ടിൽ കിടക്കാറില്ല. സന്ധ്യയായാൽ അഴിടെ ബഹളമല്ലേ. സന്ധ്യാസമയത്തെ നാമജപവും മറ്റും അവിടെ സാധിക്കില്ല. സുഭദ്രയുടെ അമ്മയ്ക്ക് എന്നെ എന്തു ഇഷ്ടമാണെന്നോ? നിർബന്ധിപ്പിച്ച് പലഹാരം കഴിപ്പിക്കും. എന്തെങ്കിലും പലഹാരം ഉണ്ടാക്കിയാൽ എനിക്കായി ഒരു പങ്ക് എടുത്തുവെയ്ക്കും. ചിലപ്പോൾ അച്ഛമ്മുടെ കയ്യിൽ കൊടുത്തയ്ക്കുന്നത് ആരും കാണാതെ തിന്നാൻ നിർബന്ധിക്കുമ്പോൾ ചെറിയമ്മ കണ്ടുപിടിക്കും. അവർ കണ്ണുരുട്ടി കാണിക്കും. ശാസിക്കാനോ അടിക്കാനോ ധൈര്യമില്ല.

സുശീലയുടെ വീടിന്റെ തൊട്ടടുത്ത പറമ്പ് കൊച്ചാപ്പുമാപ്പി ളയുടേതാണ്. കറുത്ത് പൊക്കവും വണ്ണവും കൂടിയ ആളാണ് കൊച്ചാപ്പുമാപ്പിള. കുടവയർ ആവശ്യത്തിലധികമുണ്ട്. നടക്കുമ്പോൾ എതിരെ വരുന്നവർ വയറാണ് ആദ്യം കാണുക. ഒരു മുറിപുരയിടവും അതിലുള്ള വൃക്ഷങ്ങളുമാണ് സ്വത്ത്. കൃഷിനിലം ഇരുപതറയ്ക്ക് പാട്ടത്തിനെടുത്തു പണിയുന്നുണ്ട്.

മുതിർന്ന രണ്ട് ആൺമക്കളുണ്ട്. അവരാണ് കൃഷി നോക്കുന്നത്. കൊച്ചാപ്പുമാപ്പിളയുടെ പറമ്പിൽ നിന്നും അച്ഛമ്മയുടെ പറമ്പിലേക്ക് കടക്കാൻ ഒരു ഇല്ലിപ്പടി വെച്ചുകെട്ടിയിട്ടുണ്ട്. വേനൽക്കാലത്ത് അച്ഛമ്മയുടെ പറമ്പിൽ കാളത്തേക്കിന് കൊച്ചാപ്പുമാപ്പിളയുടെ മക്കളിൽ ആരെങ്കിലും കാളകളെ കൊണ്ടുവന്നതാവും. ഏലിക്കുട്ടി കൊച്ചാപ്പു

മാപ്പിളയുടെ അവസാനത്തെ സന്താനമാണ്. തിരിക്കാൻ അവളും കൂടും. സുശീലക്കും ഏലിക്കുട്ടിക്കും ഒരേ പ്രായമാണ്. ആൺമക്കളെ പഠിപ്പിച്ചില്ലെങ്കിലും ഏലിക്കുട്ടിയെ സ്കൂളിൽ അയച്ചു പഠിപ്പിക്കുന്നുണ്ട്. സുശീലയുടെ ക്ലാസിലാണ് ഏലിക്കുട്ടിയും പഠിക്കുന്നത്. നല്ല പ്രസരിപ്പുള്ള കുട്ടി. സുഭദ്രയുടെ വീട്ടിലും സുശീലയുടെ വീട്ടിലും എപ്പോഴും കാണാം. അവളുടെ അമ്മയുടെ ഛായയാണ് അവൾക്ക്. നല്ല വെളുത്തനിറം. ഏലിക്കുട്ടി ചിരിക്കുമ്പോൾ നുണക്കുഴികൾ തെളിഞ്ഞു കാണാം. മിനുത്ത കൈത്തണ്ടകൾ. കണങ്കാലുകളിൽ പാദസരം. എപ്പോഴും തുള്ളിച്ചാടി നൃത്തംവെച്ചുകൊണ്ടേവരൂ.

ഞാൻ കൗതുകത്തോടെ അവളെ നോക്കി. അവളും എന്നെ തുറിച്ചുനോക്കി. ഇത് ഏത് മരങ്ങോടനാണെന്നമാതിരി. ഏലിക്കുട്ടി എല്ലാവരേയും പരിഹസിക്കാൻ മിടുക്കിയാണ്. നാണം കുണുങ്ങി എന്നാണ് എന്നെ എപ്പോഴും വിളിക്കുന്നത്. സമയം കിട്ടുമ്പോഴൊക്കെ കൊച്ചാപ്പുമാപ്പിള അച്ഛന്റെ വീട്ടിൽവരും. ശീട്ടുകളിക്കാനാണ് വരുന്നത്. വണ്ടിപ്പണിക്കാരിൽ ചിലർ എപ്പോഴും വീട്ടിലുണ്ടാകും. കൊച്ചുണ്ണി നായരോ ത്ലാക്കാടൻ രാമനോ ആരെ കിട്ടിയാലും കൊച്ചാപ്പുമാപ്പിള പിടിച്ചിരുത്തി ശീട്ടുകളിക്കും. ചിലപ്പോൾ അച്ഛനും ശീട്ടുകളിയിൽ കൂടും.

രണ്ട്

വണ്ടിയിലിരുന്ന് വെളിപ്പാൻകാലത്ത് ഒന്നുമയങ്ങി. രാവിലെ എട്ടുമണിക്ക് വണ്ടി ആർക്കോണത്തെത്തി. ഇറങ്ങിയപ്പോൾ കാറുന്ന കൽക്കരിപുകയുടെ മണമാണ് അനുഭവപ്പെട്ടത്. മദിരാശിയിൽനിന്ന് ബോംബെയ്ക്കുള്ള വണ്ടി ഒമ്പതരയ്ക്ക് ആർക്കോണത്തെത്തും. പ്ലാറ്റുഫോമിലുള്ള പൈപ്പിന്നരികെ ചെന്ന് മുഖം കഴുകി റസ്റ്റോ റന്റിൽനിന്ന് ഇഡ്ഡലിയും ചായയും കഴിച്ച് വണ്ടിവരുന്നത് കാത്തുനിൽപ്പായി.

തലേദിവസം എന്നോടൊപ്പം യാത്ര ചെയ്തിരുന്നവരിൽ ചിലർ ബോംബെയ്ക്കുള്ളവരാണ്. അമ്മാമൻ ബോംബെയിൽ ഉണ്ടെന്നും കോളേജിൽ പോവുകയാണെന്നും എന്റെ യാത്രയുടെ ഉദ്ദേശത്തെപ്പറ്റി ചോദിച്ചവരോട് പറഞ്ഞിട്ടുണ്ട്. അവരോടൊപ്പം നിന്നു. വണ്ടിമാറി കേറാതിരിക്കണമല്ലോ. വണ്ടി വന്നപ്പോൾ കൂട്ടുകാർ എന്നെ തള്ളി അകത്താക്കി. പെട്ടിയും കിടക്കയും എടുത്തുതന്നു. അവരും കയറി. ഞെരുങ്ങിയാണെങ്കിലും എല്ലാവർക്കും ഇരിപ്പിടം കിട്ടി. ഇരുപത്തിനാലു മണിക്കൂറിലധികം ഈ വണ്ടിയിൽ ഇനിയും യാത്ര ചെയ്യണം. തലേദിവസം ശരിക്കുറങ്ങാത്തതിനാൽ നല്ല ക്ഷീണമുണ്ട്. തലമുടി പാറിപ്പറക്കുന്നു. ഷർട്ടിൽ കരി പുരണ്ടിട്ടുണ്ട്. ഒന്നു കുളിക്കാൻ കഴിഞ്ഞെങ്കിൽ! വേണ്ട, ഒക്കെ ബോംബെയിൽ ചെന്നിട്ടു മതി.

കണ്ണടച്ചിരുന്ന് ഒന്നു മയങ്ങി. വണ്ടി കടപ്പ സ്റ്റേഷനിൽ എത്തിയപ്പോൾ ഇറങ്ങി ഊണു കഴിച്ച് വീണ്ടും വണ്ടിയിൽ കയറിപ്പോയി. നാട്ടിൽ നല്ല മഴയായിരിക്കും. ഈ പ്രദേശത്തൊന്നും മഴ തുടങ്ങിട്ടില്ല. വണ്ടി ഓടുമ്പോൾ ചൂടുള്ള കാറ്റാണ്

ഉള്ളിലേക്കടിക്കുന്നത്. വീണ്ടും മയക്കം തന്നെ. രാത്രി കിടക്കാൻ സൗകര്യമൊന്നുമില്ല. എല്ലാവരും ഇരുന്ന് മയങ്ങുകയാണ്. ഉറക്കം വരുന്നില്ല. പകലൊക്കെ പുറത്തേക്കുനോക്കി ഇരിക്കാം. തരിശു ഭൂമിയാണെങ്കിലും ഇടയ്ക്കിടെ ഒറ്റപ്പെട്ടു നിൽക്കുന്ന ഇലകൊഴിഞ്ഞ മരങ്ങളും ദൃശ്യങ്ങളും കണ്ട് സമയം കളയാം. സന്ധ്യയായാൽ മറ്റൊന്നും കാണാനില്ലാത്തതുകൊണ്ട് ചിന്തകൾ മനസ്സിലേക്ക് വീണ്ടും ചിറകടിച്ചു വന്നു.

ശൈശവത്തിന്റെ ഓമനത്തം നഷ്ടപ്പെട്ടു. എന്നെ കൊഞ്ചിക്കാൻ ആരുമുണ്ടായില്ല. അനാഥമായ ബാല്യകാലം. എന്നെ ലാളിക്കാൻ കാത്തിരുന്നവർ എല്ലാവരും ദുഃഖത്തിലായിരുന്നു. അമ്മമ്മയ്ക്കും മുത്തച്ഛനും മകൾ മരിച്ച ദുഃഖം. അമ്മാമമാർക്ക് അവരവരുടെ ഭാഗം കിട്ടിയതിലുള്ള സന്തോഷം. ചെറിയമ്മയ്ക്ക് ഈ കുട്ടി ഒരു ഭാരമായി തോന്നിയിട്ടുണ്ടാവണം. വിവാഹപ്രായമെത്തിയിട്ടും ചെറിയമ്മയുടെ കല്യാണം നടത്താൻ ആരും ശ്രമിച്ചിട്ടുണ്ടായിരിക്കയില്ല.

ഭാഗത്തിന്റെ ആലോചന തുടങ്ങിയപ്പോൾ വല്യമ്മാമൻ ഒന്നിലും ശ്രദ്ധിക്കാതിരുന്നിട്ടുണ്ടാവാം. വളർന്നുവരുംതോറും ആരെ കണ്ടാലും ഒരു പുഞ്ചിരി അതിലധികമൊന്നുമില്ല. ഇന്നും ഇതുതന്നെ പ്രകൃതം. പുറംതള്ളപ്പെട്ടു എന്നു പറയാനാവില്ലെങ്കിലും ആരും ശ്രദ്ധിച്ചില്ല എന്നു തീർത്തുപറയാം. അച്ഛൻ എന്നെയെന്നല്ല, മക്കളെ ആരേയും ശ്രദ്ധിക്കാറില്ല. എപ്പോഴും തിരക്കാണ്. അച്ഛമ്മയാണ് എന്റെ കൊച്ചുകൊച്ചുകാര്യങ്ങൾ ചോദിച്ചറിഞ്ഞിരുന്നത്. ചെറിയമ്മയില് നിന്ന് ഉപദ്രവം ഉണ്ടാവുന്നുണ്ടോ എന്നുകൂടി നിരീക്ഷിച്ചിരുന്നു. എനിക്ക് മൂന്നു വയസ്സുള്ളപ്പോൾ അച്ഛന്റെ വീട്ടിലേക്ക് കൊണ്ടുവന്ന് ചെറിയമ്മയെ ഏൽപ്പിച്ചതായും ഒരുദിവസം വാശിപിടിച്ച് നിറുത്താതെ കരഞ്ഞപ്പോൾ ചെറിയമ്മ തല്ലിയത് അച്ഛൻ അറിഞ്ഞപ്പോൾ അവരെ അച്ഛൻ പൊതിരെ തല്ലി എന്നും എന്നെ അന്നുതന്നെ അമ്മമ്മയുടെ അടുത്ത് കൊണ്ടാക്കി എന്നും സുഭദ്രയുടെ അമ്മയാണല്ലോ പറഞ്ഞുതന്നത്. ചെറിയമ്മയെ കുറ്റം പറഞ്ഞിട്ടും കാര്യമില്ല. അവർക്കന്ന് പതിനഞ്ചുവയസ്സിൽ താഴെയാണ് പ്രായം. ഈ ചെറുപ്രായത്തിൽ ഒരു മൂന്നു വയസ്സുകാരനെ ചുമതലാബോധതത്തോടുകൂടി വളർത്താൻ പ്രായാസമാണ്. പതിനഞ്ചാം വയസ്സിൽ അവരുടെ ആദ്യപ്രസവവും നടന്നു അതാണ് കൃഷ്ണൻകുട്ടി. ചെറിയമ്മയ്ക്ക് ഈരണ്ടുകൊല്ലം

കൂടുമ്പോൾ പ്രസവമാണ്. ഒരാൺകുട്ടി പിന്നെ പെൺകുട്ടി വീണ്ടും ആൺകുട്ടി പിന്നെ പെൺകുട്ടി ഇങ്ങനെ കൃത്യമായി പ്രസവിക്കുന്നു. അവർ ഇപ്പോൾ ഏഴാമത്തെ കുട്ടിയെ ഗർഭം ധരിച്ചിരിക്കയാണ്. ആൺകുട്ടിയാവാനാണ് സാധ്യത. താഴെ കുട്ടികളുണ്ടാമ്പോൾ അവരെ കളിപ്പിക്കുകയും എടുത്തു നടക്കുന്നതും ഒരു രസമായിരുന്നു. അടുക്കളയിലെ പ്രായമായ സ്ത്രീ ചെറിയമ്മയുടെ ബന്ധത്തിലുള്ള താണെന്നും വിവാഹം കഴിച്ചിട്ടില്ലെന്നും സുശീലയുടെ അമ്മയിൽ നിന്നാണറിഞ്ഞത്. കൃത്യസമയത്ത് കാപ്പിയും ചായയും ഭക്ഷണവും തരുന്നതിൽ അവർ ശ്രദ്ധിച്ചിരുന്നു. ഞാനുമായി ബന്ധമില്ലാത്ത അവരല്ലെ എന്നെ വളർത്തിയത്. ആരോടെങ്കിലും കടപ്പാടുണ്ടെങ്കിൽ അത് അവരോടാണ് കാട്ടേണ്ടത്. സ്നേഹവാത്സല്യങ്ങളൊന്നും പുറമേയ്ക്ക് പ്രകടിപ്പിച്ചിരുന്നില്ലെങ്കിലും മറ്റു കുട്ടികളെപോലെ എന്നേയും പരിചരിച്ചിരുന്നു. വീട്ടിൽ എന്നുകോലാഹലവും നടന്നാലും അവർ അറിയില്ല. അടുക്കളയും മേലടുക്കളയുമാണ് അവരുടെ ലോകം. വെയ്ക്കലും വിളമ്പലും എന്ന പ്രക്രിയയിൽ അവർ സംതൃപ്തി കണ്ടെത്തുന്നു.

സ്കൂൾ തുറന്നു. അച്ഛനും എന്റെ എൻ.എസ്.എസ്. സ്കൂളിലെ ഹെഡ്മാസ്റ്റർ കൃഷ്ണമേനോനും സ്നേഹിതന്മാരാണ്. നായർ സമാജം സ്കൂൾ തുടങ്ങിയത് അവരുടെ ശ്രമം മൂലമാണ്. കഥകളി നടത്താൻ, ദേശപ്പാന കഴിക്കാൻ, സ്കൂൾ വാർഷികം ആഘോഷിക്കൽ എന്നു തന്നെയല്ല, നാട്ടിൽ നടക്കുന്ന ഏതു നല്ലകാര്യങ്ങൾക്കും ഇരുവരും മുമ്പിലുണ്ടാവും. നാട്ടുകാർക്കൊക്കെ അവരെ വിശ്വാസമാണ്. ജാതിമതഭേദമെന്യേ എല്ലാവരും അവരെ ബഹുമാനിക്കുന്നുണ്ട്. താഴ്ന്ന ജാതിക്കാർ അച്ഛനെ പേരിനോട് ചേർത്ത് ‘കമ്മൾ’ എന്നു കൂട്ടിച്ചേർത്ത് വിളിക്കുന്നതു കേൾക്കാം. വീട്ടിൽ തോട്ടം തേവാനും വളപ്പ് കിളയ്ക്കാനും വന്നിരുന്നവർ വല്യമ്മാമനെ ‘തമ്പ്രാൻ’ എന്നും അമ്മമ്മയെ ‘തമ്പ്രാട്ടി’ എന്നുമാണ് വിളിച്ചിരുന്നത്. കൃഷ്ണമേനോനെ ‘സാറ്’ എന്നുമാണ് പ്രായമായവർ പോലും വിളിക്കുന്നത്. ചില ദിവസങ്ങളിൽ വീട്ടിൽ പോലീസുകാരൻ വരുന്നതു കാണാം. അയാൾ കൊണ്ടുവന്ന പുസ്തകത്തിൽ അച്ഛൻ ഒപ്പുവെയ്ക്കും. ഇത് എന്തിനാണെന്ന് ആലോചിച്ചിട്ട് ഒരുപിടിയും കിട്ടിയില്ല. ‘എ’ ഷാപ്പിലുള്ള അപ്പുകുട്ടമേനോനാണ് വിവരം പറഞ്ഞുതന്നത്. ഗ്രാമത്തിൽ ബീറ്റ്

വരുന്ന പോലീസുകാരനാണത്. അയാൾ ഈ സ്ഥലത്ത് വന്ന് എന്നതിന് തെളിവായിട്ടാണ് ഈ ഒപ്പ്. അതുപോലെ പോസ്റ്റുമാൻ പലർക്കുമായി കൊണ്ടുവരുന്ന മണിഓർഡറുകളിലും സാക്ഷിയായി അച്ഛൻ ഒപ്പിടുന്നത് കണ്ടിട്ടുണ്ട്. അച്ഛമ്മയ്ക്കും പെൻഷൻ മണി ഓർഡറായി വരുന്നുണ്ട്. അതിലും സാക്ഷിയായി അച്ഛൻ ഒപ്പുവെയ്ക്കും. അച്ഛമ്മക്ക് ആശുപത്രിയിലായിരുന്നു ജോലി. പോലീസുകാരൻ വന്നാലും പോസ്റ്റുമാൻ വന്നാലും അവരുടെ ഉച്ചയൂണ് വീട്ടിലാണ്. അടുക്ക ളയിലുള്ള പാറുകുട്ട്യേമ്മയെ സമ്മതിക്കണം. എത്ര ആൾക്കാർക്ക് ഭക്ഷണം ഉണ്ടാക്കണം. വിളമ്പികൊടുക്കണം. കുട്ടികളുടെ പാകം നോക്കണം! ഒരു മുറുമുറുപ്പും കൂടാതെ നിശബ്ദമായി അവർ രാപ്പകൽ അടുക്കളയിൽ ജോലി ചെയ്യുന്നു.

എൻ.എസ്.എസ്. സ്കൂളിൽ നിന്ന് നാലാംക്ലാസ് പാസായതിന്റെ വിടുതൽ സർട്ടിഫിക്കറ്റ് കൃഷ്ണമേനോൻ സാറ് അച്ഛന് കൊടുത്തു. പട്ടണത്തിലുള്ള ഇംഗ്ലീഷ് സ്കൂളിൽ ചേർക്കാൻ അച്ഛൻ വന്നില്ല. കൃഷ്ണമേനോൻ സാറാണ് കൂടെ വന്നത്. പുതിയ സ്കൂളിൽ നാലര ക്ലാസിൽ ചേർത്തു. ആൺകുട്ടികളും പെൺകുട്ടികളും അവിടെ ഒരേക്ലാസിൽ പഠിക്കുന്നു. ഇരിപ്പടം വേറെ വേറെയാണെന്നുമാത്രം. ഏഴാംക്ലാസുവരെ അവിടെ പഠിക്കാം. നായർസമാജം സ്കൂളിനേക്കാൾ ഭംഗിയും വൃത്തിയുമുണ്ട്. നടുമുറ്റത്ത് കുട്ടികൾക്ക് കളിക്കാം. ഈ രണ്ടുപേർക്കിരിക്കാവുന്ന ബഞ്ചുകളും ഡസ്ക്കുകളുമാണ്. ഡസ്ക്കിന്റെ മുകൾഭാഗം തുറന്നാൽ പുസ്തകങ്ങൾ ഡസ്കിക്നകത്തുവെയ്ക്കാം. മഷിക്കുപ്പിവെക്കാൻ ഡസ്ക്കിന്റെ രണ്ടറ്റത്തും കുഴികളുണ്ട്. നാലരക്ലാസിൽ ഇംഗ്ലീഷുതന്നെയാണ് മുഖ്യവിഷയം. എ.ബി.സി.ഡി മുതൽ പഠിക്കണം. ഒരുകൊല്ലംകൊണ്ട് നാലുകൊല്ലത്തെ ഇംഗ്ലീഷ് എഴുതുവാനും വായിക്കുവാനും പഠിപ്പിക്കുന്നു. പരീക്ഷയിൽ നല്ല മാർക്കുണ്ടെങ്കിലേ അഞ്ചാംക്ലാസ്സിലേക്ക് ജയിപ്പിക്കൂ.

ട്രെയിനിംഗ് സ്കൂളായതുകൊണ്ട് പത്താംക്ലാസ് പാസായവർ അധ്യാപക ജോലിക്കുള്ള ട്രെയിനിംഗ് കഴിക്കുന്നത് ആ സ്കൂളിലാണ്. അധ്യാപക ജോലിയുള്ളവർക്ക് ജോലി സ്ഥിരപ്പെടണമെങ്കിൽ ട്രെയിനിംഗ് കഴിയണമത്രെ. അതുകൊണ്ട് പ്രായമായ ആണങ്ങളും പെണ്ണുങ്ങളും ആ സ്കൂളിൽ പഠിക്കുന്നുണ്ട്. സുശീലയും ഏലിക്കുട്ടിയും ഒന്നാംക്ലാസ് മുതൽ പെൺകുട്ടികൾ മാത്രം പഠിക്കുന്ന

ഹൈസ്കൂളിലാണ് ചേർന്നത്. അവർ രണ്ടുപേരും ഇപ്പോൾ അഞ്ചാം ക്ലാസിലായി. ട്രെയിനിംഗ് സ്കൂളിൽനിന്ന് കുറച്ചുകൂടി നടന്നാൽ പെൺകുട്ടികളുടെ ഹൈസ്കൂളിൽ എത്താം. രാവിലെ പുട്ടോ, ഇഡ്ഡലിയോ, ദോശയോ എന്താണ് ഉണ്ടാക്കിയതെങ്കിൽ അതും ചായയും കഴിക്കും. ഒമ്പതുമണിക്ക് ഊണു കഴിക്കും. പാറുകുട്ട്യേമ്മയോട് ഒന്നും ആവശ്യപ്പെടാറില്ല. അവർ എല്ലാം അറിഞ്ഞു ചെയ്യാറുണ്ടല്ലോ. ചെറിയ ചോറുപാത്രത്തിൽ ചോറും കറിയും കൊണ്ടുപോകാൻ പാറുകുട്ട്യേമ നിർബന്ധിക്കാറുണ്ടെങ്കിലും അതു ശീലമാക്കിയില്ല. വൈകുന്നേരം സ്കൂൾ വിട്ടുവന്നാൽ വീണ്ടും ഊണുകഴിക്കും. സുശീലയും ഏല്യാകുട്ടിയും ചോറുപാത്രം കൊണ്ടു പോകുന്നുണ്ട്. സുഭദ്രയെ ഒന്നാംക്ലാസിൽ ചേർത്തു. അവളുടെ സഞ്ചിയിലും ഒരു ചെറിയ ഡബ്ബയുണ്ട്. വഴിയിൽ സുശീലക്കും ഏലികുട്ടിക്കും അവരുടെ കൂട്ടുകാരികളെ കിട്ടും.

ഓട്ടുകമ്പനി കഴിഞ്ഞാൽ പാടത്തുള്ള വീടുകളിൽനിന്ന് കുട്ടികൾ റോഡിലേക്ക് കയറുന്നതു കാണാം. ഒന്നാംക്ലാസ് മുതൽ ട്രെയിനിംഗ് സ്കൂളിൽ പഠിക്കുന്ന ഗോപാലനേയും ഗോവിന്ദൻകുട്ടിയേയും പരിചയമായി. പാടത്താണ് അവരുടെ വീടുകൾ. അവർ ഇപ്പോൾ നാലാംക്ലാസിലാണ്. ഗോപാലന്റെ സഹോദരി അമ്മിണിയെ അക്കൊല്ലം ഒന്നാംക്ലാസിൽ ചേർത്തിരിക്കുന്നു. ഏലിക്കുട്ടി സ്കൂളിൽ പോവുമ്പോഴും തുള്ളിച്ചാടിയാണ് നടത്തം. അമ്മിണിക്ക് സുഭദ്രയോളം നിറമില്ലെങ്കിലും മുഖശ്രീയുണ്ട്. ധാരാളം തലമുടിയുണ്ട്. വട്ടമുഖമാണ് അവളുടേത്. ഇരുവരുടേയും ഉടുപ്പിന്നടിയിലൂടെ പട്ടുകോണകത്തിന്റെ വാല് നീണ്ടു കിടക്കുന്നത് ചിലപ്പോൾ കാണാം.

നാലര ക്ലാസിലേക്കുള്ള പുസ്തകങ്ങളെല്ലാം അച്ഛൻ വാങ്ങിതന്നു. ചുവന്ന ചരലും മണ്ണും നിറഞ്ഞതാണ് വഴി. കോരിച്ചൊരിയുന്ന മഴക്കാലത്താണ് സ്കൂൾ തുറക്കുന്നത്. ഓട്ടുകമ്പനി കഴിഞ്ഞാൽ റോഡിന്റെ ഇരുവശത്തും നീണ്ടുപരന്നു കിടക്കുന്ന പാടങ്ങളാണ്. മഴക്കാലത്ത് പാടത്തുനിന്നും പുഴയിൽ നിന്നും വെള്ളംകേറി റോഡു മുഴുവൻ മുങ്ങും. നല്ല ഒഴുക്കുണ്ടാകും. പാലത്തിന്റെ അടുത്തെ ത്തിയാൽ പിന്നെ ടാറിട്ട ഉയർന്ന റോഡാണ്. പാടത്തെ വീടുകളിൽ നിന്ന് വരുന്ന കുട്ടികൾക്ക് വെള്ളം കുത്തിപ്പായുന്ന റോഡിൽകൂടി നടക്കാൻ പ്രയാസമില്ല. അറ്റക്കഴകൾ ചാടിയും പാടത്തെ

വെള്ളത്തിൽക്കൂടി നടന്നും അവർക്ക് പരിചയമുണ്ട്. നാലഞ്ചുദിവസം റോഡിൽ വെള്ളം കെട്ടിനിൽക്കും. മഴ ശമിച്ചാൽ പെട്ടെന്ന് വെള്ളം ഇറങ്ങും. റോഡിൽ വെള്ളം കയറിയ ആദ്യദിവസം ഒഴുക്കു കാരണം ഞാനും സുഭദ്രയും വെള്ളത്തിൽ വീണു നനഞ്ഞപ്പോൾ മറ്റുകുട്ടികൾ ചിരിച്ചു. ഞങ്ങൾ ഇളിഭ്യരായി വീട്ടിലേക്ക് തിരിച്ചുപോന്നു. പിറ്റേദിവസം മുതൽ വെള്ളം ഇറങ്ങുന്നതുവരെ അച്ഛൻ രാലക്കാടൻ രാമനെ കൂടെ പറഞ്ഞയച്ചു. ഓട്ടുകമ്പനി കടന്ന് ഉയർന്ന റോഡിൽ എത്തുന്നതുവരെ സുഭദ്രയെതോളിലെടുത്ത് എന്റെ കയ്യും പിടിച്ചാണ് തന്തരാമന്റെ യാത്ര. തന്തരാമൻ പഴയ വണ്ടിക്കാരനാണ്. അമ്പതു വയസ്സോളം പ്രായമുണ്ട്. നല്ല ഉറച്ച ശരീരമാണ്. നല്ല പൊക്കവുമുണ്ട്. നാലഞ്ചു കൊല്ലമായി കാട്ടിൽ പോവാറില്ല. വീട്ടിൽപറമ്പിൽ വല്ല ജോലിയും ചെയ്യും. തലമുഴുവൻ കഷണ്ടിയാണ്. നെറുകയിൽ വലിയ ഒരു മുഴയുണ്ട്. വണ്ടിപ്പണിക്കാരനായിരുന്നപ്പോൾ ഒരുതവണ പോത്തുകൾക്ക് കൊടുക്കുവാനുള്ള പരുത്തിക്കുരു വാങ്ങിക്കുവാൻ മറന്നുപോയി. വീട്ടിൽ വന്നപ്പോൾ അച്ഛൻ ശകാരിച്ചിരിക്കാം. ഉടനെ അങ്ങാടിയിൽപോയി ഒരുചാക്ക് പരുത്തിക്കുരു വാങ്ങി തലയിൽ ഏറ്റിക്കൊണ്ടുവന്നു. പിറ്റേദിവസം തലയിൽ നെല്ലിക്കയേക്കാൾ വലിപ്പമുള്ള മുഴപൊന്തി. ആ മുഴ ഇപ്പോഴുമുണ്ട്. തന്തരാമന് മൂന്ന് ആൺമക്കളുണ്ട്. എല്ലാവരും ഓട്ടുകമ്പനിയിൽ ജോലിക്കാരാണ്. വണ്ടിപ്പണിക്കാർക്ക് കൂലി കിട്ടിയ ദിവസം കള്ളുഷാപ്പിലേക്ക് തന്തരാമനേയും കൊണ്ടുപോകുന്നതു കാണാം.

അലമാരയിലുള്ള പഞ്ചാംഗം എടുത്തുനോക്കി. ചെറിയമ്മ ഇത്തവണ അമ്മയുടെ ചാത്തമൂട്ടാൻ വരില്ലെന്നു പറഞ്ഞിട്ടുണ്ട്. പഞ്ചാംഗം നോക്കി ഇടവമാസത്തിലെ അനിഴം നാൾ കണ്ടുപിടിച്ച് അച്ഛനോട് പറഞ്ഞു.

‘‘ബുധനാഴ്ച അമ്മടെ ചാത്താണ്. ചെറ്യേമ്മ വര്ല്യാ എന്നാ പറഞ്ഞത്.’’

അച്ഛൻ പെട്ടെന്ന് ഒന്നും പറഞ്ഞില്ല. ഞാൻ പഞ്ചാംഗവും കയ്യിൽ പിടിച്ചു നിൽക്കുകയാണ്. കുറച്ചു കഴിഞ്ഞ് അച്ഛൻ ചോദിച്ചു. ‘‘തനിച്ച് പോയി ചാത്തമൂട്ടാറുണ്ടോ?’’

‘‘ഇല്ല്യ. കഴിഞ്ഞക്കൊല്ലം ചെറ്യേമ്മടെ കൂടെ പോയി. ചെറ്യേമ്മയും ചാത്തമൂട്ടാറുണ്ട്.’’

''ചൊവ്വാഴ്ച ഒരിക്കലെടുത്തോ. രാമനെ കൂടെ പറഞ്ഞയക്കാം.''

ബുധനാഴ്ച രാവിലെ അച്ഛൻ നാലണ നാണ്യം തന്നു. എളയതിന് ദക്ഷിണ കൊടുക്കാനുള്ളതാണ്. തന്തരാമന്റെ കൂടെ പോയി. എളയതിന്റെ ഇല്ലത്തുചെന്ന് വിവരം പറഞ്ഞു.

''കുളിച്ചു വന്നോളു. എല്ലാം തയ്യാറാക്കാം.''

തോർത്തുമുണ്ടും കോണകവുമാണ് വേഷം. അമ്പലത്തിൽ കുളി കഴിഞ്ഞുവന്ന് തറ്റുടുത്തുനിന്നപ്പോൾ വെലിക്കുള്ളതെല്ലാം തയ്യാറായിരിക്കുന്നു. മുട്ടുമടക്കി നാക്കിലയുടെ മുന്നിലിരുന്നു.

''ആദ്യം വെള്ളംകൊണ്ട് മൂന്ന് നീര്.''

''പൂവെടുത്ത് ആരാധിക്ക്യാ.''

''പൂവെടുത്ത് മൂന്നു നീര് കൊടുക്കാ.''

''മൂന്നുപ്രാവശ്യം പൂവെറിഞ്ഞാരാധിക്ക്യാ.''

''അരികൊണ്ടു മൂന്ന്.''

''ഒരു പൂവാരാധിച്ച് തൊഴാ.'

''കറുകകെട്ടെടുത്ത് നിലത്ത് പരത്തി ഇടാ.''

''ചന്ദനം കൊണ്ടു മൂന്നു നീര്.''

''പവിത്രം എടുത്ത് മോതിരവിരലിൽ ഇടാ.''

''വിളക്കിന്നു മുന്നിൽ മൂന്നു പൂവാരാധിക്ക്യാ.''

''കറുകയുടെ കട തൊട്ടുതൊഴാ.''

എളയതു പറഞ്ഞതുപോലെ എല്ലാം ചെയ്തു. ഉണക്കലരി ചോറ് ഉരുളയാക്കി നാക്കിലയിലുള്ള കറുക പുല്ലിൽവെച്ചു. എളയത് കയ്യിൽ ഒഴിച്ചുതന്ന തൈര് ചോറിന്റെ മീതെ ഒഴിച്ചു. ബാക്കിയുള്ള ചന്ദനവും എള്ളും പൂവും പിണ്ഡത്തിൽ വിതറി. ചാത്തം ആരുടെയാണോ അവരെ മനസ്സിൽ ധ്യാനിച്ച് ചോറ് നാക്കിലയിൽ ഉതർത്തിയാടൻ പറഞ്ഞു. 'അമ്മേ' എന്നു മനസ്സിൽ പറഞ്ഞു. കണ്ട ഓർമ്മയില്ലാത്ത അമ്മയുടെ രൂപം എങ്ങനെ ധ്യാനിക്കാനാണ്? പിണ്ഡത്തിന് മുന്നിൽ നമസ്കരിച്ച് എണീറ്റ് ഇല എടുത്ത് മുറ്റത്തുകൊണ്ടുവെച്ച് കൈകൊട്ടി. മുറ്റത്തുള്ള ആലിൻമേൽ ധാരാളം കാക്കകളുണ്ട്. അവ പറന്ന് വന്ന് ചോറിൽ കൊത്തിതുടങ്ങി. എളയതിന് ദക്ഷിണ കൊടുത്ത് പുറത്തു വന്നപ്പോൾ തന്തരാമൻ കാത്തുനിൽക്കുന്നുണ്ട്. പിറ്റേക്കൊല്ലം മുതൽ ആരേയും തുണകൂട്ടാതെ ചാത്തമൂട്ടിപോന്നു. അത് ഇക്കൊല്ലവും കഴിഞ്ഞു. അടുത്തകൊല്ലമേ? ബോംബെയിൽ ഇതിനൊക്കെ സൗകര്യമുണ്ടോ

ആവോ? അമ്മയുടെ ചാത്തത്തെപ്പറ്റി അമ്മാമന് ഓർമ്മയു ണ്ടാവുമെന്ന് തോന്നുന്നില്ല.

മഴക്കാലം കഴിഞ്ഞാൽ പാടത്തുകൂടി സ്കൂളിലേക്ക് എളുപ്പ വഴിയുണ്ട്. വരമ്പത്തുകൂടി നടക്കണം. സുശീലയുടെ നേതൃത്വത്തിൽ ഏലിക്കുട്ടിയും ഞാനും സുഭദ്രയും കാത്തുനിൽക്കും. ഗോവിന്ദൻകുട്ടിയും കൂട്ടരും വന്നാൽ എല്ലാവരും ഒരു സെറ്റായി പുറപ്പെടും. പാടത്തുള്ള വീടുകളിൽപോയി കൂട്ടുകാരെ വിളിക്കണ മെന്നുണ്ട്. അച്ഛന്റെ കൽപ്പനയെ ലംഘിച്ച് മറ്റൊരു വീട്ടിൽ കയറി ചെല്ലാൻ ധൈര്യമില്ല. പാടത്ത് ധാരാളം അറ്റകഴകളുണ്ട്. ഒരു കണ്ടത്തിൽനിന്ന് മറ്റൊരു കണ്ടത്തിലേക്ക് വെള്ളം പോവാൻ വരമ്പുമുറിച്ചുണ്ടാക്കിയ അറ്റക്കഴകളിൽ ചെറിയ മീനുകളും ചെറിയ പാമ്പുകളും കാണാം. സൂക്ഷിച്ച് ഉന്നംവെച്ച് ചാടിയില്ലെങ്കിൽ അറ്റക്കഴകളിൽ വീഴും. വ്യത്യസ്ത ക്ലാസുകളിലാണ് പഠിക്കു ന്നതെങ്കിലും സ്കൂളിൽ പോക്കും വരവും ഒരുമിച്ചാണ്.

വണ്ടിപ്പണിക്കാരിൽ ഒരാളായ എലിശ്ശേരി രാമനെ ഒരിക്കലും മറക്കാനാവില്ല. അയാൾക്ക് വീടില്ല. കല്യാണം കഴിച്ചിട്ടില്ല. വയസ്സ് നാൽപ്പതിനോടടുത്തുകാണും. അധികം പൊക്കമില്ല. ഒറ്റതോർത്താണ് എപ്പോഴും വേഷം. അത് മണ്ണും പൊടിയും നിറഞ്ഞിരിക്കും. കൈത്തണ്ടയിലും നെഞ്ചിലും നിറയെ രോമങ്ങളുണ്ട്. വണ്ടിപ്പണിയില്ലാത്ത ദിവസങ്ങളിൽ പങ്ക വലിക്കുകയാണ് പ്രധാന ജോലി. രാത്രി വീട്ടിൽ ഇറയത്താണ് കിടപ്പ്. ഭക്ഷണം വീട്ടിൽ കഴിയും. കുറേശേ കള്ള് കുടിക്കും. മറ്റു വണ്ടിപ്പണിക്കാരെപോലെ ആവശ്യത്തിലധികം കുടിച്ച് ആടിയാടി നടക്കുകയോ വാതോരാതെ സംസാരിക്കുകയോ പതിവില്ല. ഒരുപക്ഷെ അച്ഛനെ ഭയന്നിട്ടാവാം.

എല്ലാവരും കിടക്കാറായാൽ അച്ഛൻ എലിശ്ശേരി രാമനോട് ചോദിക്കും. ''ഇന്ന് ഏതുപാട്ടാ രാമാ പാടണത്'?''

''കമ്മള് പറഞ്ഞോളിൻ. ഏതു പാട്ട് വേണമെങ്കിലും പാടാം.''

''ന്നൊരു പുതളരാൻ പാട്ടായിക്കോട്ടെ.''

എലിശ്ശേരിരാമൻ പാടാൻ തുടങ്ങും. ആ ശബ്ദം കേൾക്കാൻ തന്നെ ഇമ്പമുണ്ട്. ആരോമൽ ചേകവരെപ്പറ്റിയും തച്ചോളി ഒതേനനെക്കുറിച്ചും എലിശ്ശേരി രാമന്റെ പാട്ടുകൾ കേട്ട് ഞാൻ ചിലപ്പോൾ അകത്ത് കിടന്ന് ചിരിക്കും, കരയും ചേകോൻ അങ്കത്തട്ടിൽ മയിലിനെപ്പോലെ

പറന്നുകേറുന്നതും എടംമ്പിരി, വലംമ്പിരി, മോതിരകടകം തുടങ്ങിയ യുദ്ധമുറകളും കേൾക്കുമ്പോൾ കോരിത്തരിക്കാറുണ്ട്.

''മണ്ഡപം ചുറ്റുമിളം പിലാവ്
വടക്കേപ്പുറത്തു വളർമാവിൻതൈ
അതിന്നരികെയുണ്ടരപ്പുരയും
ഈശാനത്തിന്മേൽ മണിക്കിണറ്
കന്നിരാശിയിൽ തൊടുകുളവും
കിഴക്കുംപുറത്തുണ്ട് മുല്ലത്തറ''

ഇതൊക്കെ കേൾക്കുമ്പോൾ ഈശാനം, കന്നിരാശി തുടങ്ങിയ ചില പദങ്ങളുടെ അർത്ഥം മനസ്സിലാവില്ലെങ്കിലും മാവിൻതൈകളും പ്ലാവുകളും കിണറും കുളവും മുല്ലത്തറയുമൊക്കെ കേൾക്കുമ്പോൾ എന്റെ വീടിനെപ്പറ്റി ഓർമ്മിക്കും. അലമാരിയിലുള്ള വടക്കൻപാട്ട് പുസ്തകങ്ങൾ ഓരോന്നോ രോന്നായി എലിശ്ശേരി രാമൻ പാടുന്നതുപോലെ നീട്ടിപാടി പലതവണ വായിച്ചു. സ്കൂളിൽ പഠിക്കാത്ത എലിശ്ശേരി രാമൻ ഇത്രയേറെ വടക്കൻപാട്ടുകൾ എങ്ങനെ കാണാപാഠം പഠിച്ചു എന്ന് അത്ഭുതപ്പെടാറുണ്ട്.

വീടും കുടിയും മറ്റു പ്രാരാബ്ധങ്ങളും ഇല്ലാത്ത എലിശ്ശേരി രാമന്റെ മനസ്സ് മൃദുലമാണ്. 'ആവശ്യക്കുറി' എന്നൊരുതരം കുറി നടപ്പുണ്ട്. താൽക്കാലിക സാമ്പത്തിക ഞെരുക്കത്തിന് ആശ്വാസം കണ്ടെത്തുകയാണ് ഈ കുറിക്കൊണ്ടുള്ള മെച്ചം. തൊഴിലാളികളുടെയിടയിലും ചെറുകിട കർഷകരുടെയിടയിലുമാണ് ആവശ്യക്കുറി നടക്കുന്നത്. പണത്തിന് ബുദ്ധിമുട്ടുള്ള കുടുംബത്തിലെ ആൾ അയാളുടെ വീട്ടിൽവെച്ച് ഒരു ചായ സൽക്കാരം നടത്തുന്നു. അയൽക്കാരേയും ബന്ധുക്കളേയും പരിചയ ക്കാരേയും ഒരു നിശ്ചിത ദിവസം ചായയ്ക്കു ക്ഷണിക്കുന്നു.

കുറി നടത്തുന്ന വീട്ടുകാരെ സഹായിക്കണമെന്നുള്ളവർ അവനവന്റെ കഴിവനുസരിച്ച് ഒരു സംഖ്യ ഗൃഹനാഥന് കൊടുക്കുന്നു. പിന്നീടത് പലപ്പോഴായി പലർക്കും തിരിയെ കൊടുത്താൽ മതിയല്ലൊ. ഗൃഹനാഥന്റെ തൽക്കാല ബുദ്ധിമുട്ടും തീരും. ആവശ്യക്കുറി എവിടെയുണ്ടെങ്കിലും ക്ഷണിച്ചാലും ക്ഷണിച്ചില്ലെങ്കിലും എലിശ്ശേരി രാമൻ എവിടെ എത്തി കയ്യിലുള്ളതൊക്കെ കൊടുക്കും. അയാൾക്ക് ആവശ്യക്കുറി നടത്തേണ്ട ആവശ്യമില്ല. കൊടുത്തപണം തിരിയെ

ചോദിക്കാറുമില്ല. മറ്റു വണ്ടിപ്പണിക്കാർ ഇതിനെ ചൊല്ലി എലിശ്ശേരിരാമനെ ചിലപ്പോൽ ശാസിക്കുന്നത് കാണാം.

മഴയായാലും വെയിലായാലും അച്ഛമ്മ ഗുരുവായൂർ ദർശനം മുടക്കാറില്ല. മാസത്തിന്റെ അവസാനദിവസം ഗുരുവായൂരിലെത്തും. അന്ന് കുളിച്ചുതൊഴുത് അവിടെ താമസിച്ച് പിറ്റേദിവത്തെ കുളിയും തൊഴീലും കഴിഞ്ഞേ മടങ്ങിപ്പോരൂ. ഒരുയാത്ര കൊണ്ട് രണ്ടുമാസത്തെ ഗുരുവായൂർ ദർശനം കഴിക്കുന്നു. സുശീലയെ എല്ലാതവണയും കൊണ്ടുപോകാറുണ്ട്. ഇത്തവണ എന്നേയും കൊണ്ടുപോയി. നല്ല പാവാടയും ബ്ലൗസും പണ്ടങ്ങളും അണിഞ്ഞ് പുറപ്പെട്ട് സുശീലയെ കാണാൻ നല്ല ചന്തമുണ്ട്. എനിക്ക് കോണകവും വള്ളി ട്രൗസറും കുപ്പായവും തന്നെ. ഗുരുവായൂരിൽ എത്തി സത്രത്തിൽ ഒരു മുറിയെടുത്തു. ട്രൗസറും കുപ്പായവും ഊരിവെച്ചു. അച്ഛമ്മ തന്ന തോർത്തെടുത്തുചുറ്റി. എന്റെ മുന്നിൽനിന്ന് പാവാടയും ബ്ലൗസും അഴിക്കാൻ സുശീലക്ക് നാണം തോന്നി. സങ്കോചത്തോടെ അവൾ ആദ്യ പാവാട അഴിച്ചിട്ടു. അവൾ കോണകം ഉടുത്തിട്ടില്ല. നല്ല വെള്ളത്തുണികൊണ്ടു തുന്നിയ നിക്കറാണിട്ടിരിക്കുന്നത്. അതൊന്നു തൊട്ടുനോക്കിയപ്പോൾ പെണ്ണ് രണ്ടുചാട്ടം. അതുകണ്ട അച്ഛമ്മ പറഞ്ഞു.

''നെണക്കും കോണം ഉടുക്കണ്ടെ പ്രായമൊക്കെ കഴിഞ്ഞു. അച്ഛനോട് പറ നാല് നിക്കറ് തുന്നിച്ചുതരാൻ.'' അവൾ വേറെ പാവാട എടുത്തുചുറ്റി. എല്ലാവരും അമ്പലകുളത്തിൽ കുളിക്കാനിറങ്ങി. എത്ര വലിയ കുളമാണ്? വീട്ടിലുള്ള കുളത്തിനേക്കാൾ നാലിരട്ടി വലുതി. നാലുഭാഗത്തും കുളക്കടവുകളുണ്ട്. ചിലതിൽ സ്ത്രീകൾ കുളിക്കുന്നു. ചിലതിൽ പുരുഷന്മാരും മൂന്നുപ്രാവശ്യം മൂക്കുപിടിച്ചു മുങ്ങി. മുങ്ങാനെല്ലാം അമ്മമ്മ പഠിപ്പിച്ചിട്ടുണ്ടല്ലോ. തോർത്ത് പിഴിഞ്ഞ് തോർത്തി കരക്കുകയറി നിന്നു. അച്ഛമ്മയും സുശീലയും മുങ്ങി തോർത്തിവന്നു. ഈറൻ ചുറ്റിയാണ് അമ്പലത്തിൽ കടക്കുന്നത്. തൊഴുത് അച്ഛമ്മ വഴിപാടുകൾ കഴിച്ചു. അച്ഛന്റെ പേരും നാളും പറഞ്ഞ് പുഷ്പാഞ്ജലിക്കു കൊടുത്തു. വഴിപാടും തൊഴീലും കഴിഞ്ഞ് പൂവും പ്രസാദവും വാങ്ങി വസ്ത്രത്തിൽ വന്ന് ഈറൻമാറി. രാത്രി രണ്ട് സെറ്റ് ടിഫിൻ കരിയറിൽ ഒരാൾ ഊണുകൊണ്ടുവന്നു. അതുകഴിച്ച് മെത്തപായകൾ വിരിച്ചു. അച്ഛമ്മ നടുക്ക്. ഞാനും സുശീലയും അപ്പുറവും ഇപ്പുറവുമായി കിടന്നു. അച്ഛമ്മ പുരാണകഥകൾ

പറയുവാൻ തുടങ്ങി. കുറേ കഴിഞ്ഞപ്പോൾ ഉറങ്ങി. വെളുപ്പാൻകാലത്ത് എണീറ്റ് വീണ്ടും അമ്പലക്കുളത്തിൽ കുളിച്ച് ക്ഷേത്രത്തിൽ തൊഴീലും കഴിച്ച് സത്രത്തിൽ വന്ന് ഈറൻമാറി ചായയും ഇഡ്ഡലിയും കഴിച്ച് തിരിയെ പോരും. ആദ്യം സുശീലയുടെ വീട്ടിൽ കയറും. സുശീലയുടെ അമ്മക്ക് പ്രസാദം കൊടുക്കും. പിന്നെ സുഭദ്രയുടെ വീട്ടിൽ ചെന്ന് അവളെ പ്രസാദം തൊടുവിക്കും. ഒരുകൊല്ലംകൂടി കഴിഞ്ഞപ്പോൾ സുഭദ്രയേയും ഗുരുവായൂർക്ക് കൊണ്ടുപോയി തുടങ്ങി. അച്ഛമ്മയുടെ കൂടെ എത്രയെത്ര ഗുരുവായൂർ ദർശനം നടത്തി. ഒരു ദിവസം ഞാൻ ഗുരുവായൂർക്ക് പുറപ്പെട്ടപ്പോൾ ചെറിയമ്മ അച്ഛമ്മയോട് ചോദിക്കുന്നതു കേട്ടു.

‘‘എന്താ അമ്മേ കൃഷ്ണൻകുട്ട്യേം കൊണ്ടാവത്തെ?’’

‘‘എല്ലാരേംകൂടി നോക്കാൻ എന്നെക്കൊണ്ടാവ്യോ കുഞ്ഞിക്കാവേ? അപ്പൂനെക്കൊണ്ട് ഒരുപദ്രേംല്ല്യ. സുശീലയും സുഭദ്രയും തെറിച്ച കുട്ട്യോളാ. കുളത്തിലിറിങ്ങ്യാൽ മൂന്നെണ്ണത്തിനെ കരയ്ക്ക് കേറ്റാൻ നല്ല പാടാണ്. ഇനി ഒന്നിനേംകൂടി കൂട്ട്യാൽ ഞാൻ നട്ടംതിരിയും’’

പിന്നീട് അതിനെപ്പറ്റി സംസാരമൊന്നും കേട്ടില്ല. നാലരക്ലാസിലെ പരീക്ഷ കഴിഞ്ഞ് സ്കൂൾപൂട്ടി. കൃഷ്ണമേനോൻ സാറും അച്ഛനും ദേശപ്പാന നടത്തുന്നതിനെപ്പറ്റി ആലോചിക്കുന്നുണ്ട്. ദേശപ്പാന എന്റെ വീടിനു മുന്നിലുള്ള പറമ്പിൽ ഒരിക്കൽ നടന്നത് അവ്യക്തമായി മനസ്സിലുണ്ട്. ദേശപ്പാനയാണെങ്കിലും എന്റെ വീട്ടിലായിരുന്നു അതിന്റെ ഒരുക്കങ്ങൾ മുഴുവൻ. വല്യമ്മാമ ഉള്ള സമയമായിരുന്നുവല്ലോ.

വിഷുവേല കഴിഞ്ഞാവാം ദേശപ്പാന എന്നു തീർച്ചയാക്കി. വിഷുവിന്റെ തലേദിവസം ആശാരിവന്ന് അഴിച്ചുവെച്ചിരുന്ന കുതിരയെ തട്ടിക്കൂട്ടുന്നതു കണ്ടപ്പോഴാണ് അച്ഛന്റെ വീട്ടിൽ നിന്നും കുതിരയെ കൊണ്ടുപോകുന്നുണ്ടെന്ന് മനസ്സിലായത്.

വീട്ടിലെ കുതിരമുഖം പാണനാണ് എഴുതാറ്. ഇവിടത്തെ കുതിരമുഖം ഗിൽട്ടുകടലാസ്സുകൊണ്ട് പൊതിഞ്ഞതാണ്. പെട്രോമാക്സിന്റെ വെളിച്ചത്തിൽ കുതിര മുഖം മിന്നിതിളങ്ങും. അച്ഛന്റെ വീട്ടിൽ നിന്നും കുതിരയെ കൊണ്ടുപോകുമ്പോൾ പഞ്ചവാദ്യമുണ്ട്. വീട്ടിൽ നിന്ന് തുടങ്ങിയ പഞ്ചവാദ്യം റോഡ് വിട്ട് പാടത്തേക്ക് ഇറങ്ങുന്നതു വരെയുണ്ടാകും. കൂത്തുവിളക്കും മുപ്പന്തവും പെട്രോമാക്സ് വിളക്കുകളുമുണ്ട്. കൊച്ചുണ്ണിനായരുടെ കൂടെ ഞാനും പാടം വരെ

കുതിരയോടൊപ്പം പോയി. പാടത്തുകൂടി രാത്രി കുതിരയുടെ ഒപ്പം പോകരുതെന്ന് അച്ഛൻ പ്രത്യേകം പറഞ്ഞിട്ടുണ്ട്. കൊച്ചുണ്ണിനായർ വീട്ടിലെ ഒരാശ്രിതനാണ്. ഉടുത്തമുണ്ട് മടക്കിക്കുത്തി കോണകവാൽ കാണംവരെ ഉരച്ചുകയറ്റിയാണ് എപ്പോഴും നടത്തം. കുട്ടികളെ ഓരോരുത്തരേയും കൈത്തണ്ടയിൽ ഞാത്തി തൂക്കം പറയുന്നതാണ് പ്രധാന വിനോദം. സുശീലക്കാണത്രെ ഭാരക്കൂടുതൽ. 'മന്തിപ്പെണ്ണ്' എന്നാണ് കൊച്ചുണ്ണി നായർ അവളെ വിളിക്കാറ്. ഏലികുട്ടിയെ 'എലിക്കുട്ടി' എന്നും. കന്നുകാലികളുടെ ലക്ഷണം നോക്കലാണ് കൊച്ചുണ്ണിനായരുടെ പ്രധാനജോലി.

എല്ലാ വെള്ളിയാഴ്ചയും ചന്തയിൽ പോവും. വാങ്ങാൻ വരുന്നവർക്ക് വിൽക്കാൻ വരുന്നവരുടെ കന്നുകാലികളുടെ ലക്ഷണം പറഞ്ഞുകൊടുക്കും. വിൽക്കുന്നവരും വാങ്ങുന്നവരും എന്തെങ്കിലും കൊടുക്കും. കല്യാണം കഴിക്കേണ്ട പ്രായം കവിഞ്ഞ ആളാണ്. വണ്ടിപ്പണിക്കാരെ പലപ്പോഴും സഹായിക്കും. പോത്തുകൾക്ക് കാലിന്മേൽ ലാടം തറയ്ക്കാൻ കൊല്ലൻ വന്നാൽ പോത്തിനെ കയ്യുംകാലും കെട്ടി കിടത്താൻ കൂടും. വണ്ടിക്ക് പട്ടമാറ്റുന്ന ദിവസം ആശാരിക്കും കൊല്ലനും നിർദ്ദേശം നൽകാൻ കൊച്ചുണ്ണിനായർ മുമ്പിലുണ്ടാകും.

പഞ്ചവാദ്യം നിറുത്തി കുതിരയെ പാടത്തേക്ക് ഇറക്കിയപ്പോൾ കൊച്ചുണ്ണിനായരുടെകൂടെ വീട്ടിലേക്ക് പോന്നു. കുതിരവേല കഴിഞ്ഞ് വിഷുദിവം കുതിരയെ കെട്ടി അലങ്കരിച്ചവർക്കും ചുമന്നവർക്കും മറ്റു ആശ്രിതർക്കും അച്ഛൻ വിഷുക്കേട്ടം കൊടുക്കും. മക്കൾക്കും മരുമക്കൾക്കും ഇല്ല. വലുതാവുമ്പോൾ കുതിരയെ എടുക്കണം. എന്നാലെങ്കിലും വിഷുക്കേട്ടം കിട്ടുമല്ലോ. അച്ഛന്റെ വീട്ടിൽ ഓണത്തിനും വിഷുവിനും പിറന്നാളിനും ഓണം ആഘോഷമില്ല. ഇടയ്ക്കിടെ മുണ്ടുകളും ട്രൗസറിനും ഷർട്ടിനും ഉടുപ്പിനും തുണികൾ കൊണ്ടുവരും. എനിക്ക് നിക്കറിന് തുണിവേണം എന്നു പറഞ്ഞ ഉടനെ ആറുനിക്കറിനുള്ള തുണിയെടുത്തുതന്നു. ഇവിടെ ആരുടെ പിറന്നാളും ആർക്കും ഓർമ്മയില്ലെന്നു തോന്നുന്നു. അങ്ങനെ ഒരു വിശേഷദിവസം ഇവിടെ കണ്ടിട്ടില്ല. സുശീലയുടെ പിറന്നാൾ എത്ര കേമമായിട്ടാണ് കഴിക്കുന്നത്. ഉണ്ണ്യേട്ടന്റേയും സുഭദ്രയുടേയും പിറന്നാൾ അച്ഛൻപെങ്ങൾക്ക് തോന്നിയാൽ കഴിക്കും. ഇല്ലെങ്കിൽ ഇല്ല. വീട്ടിൽ

ആഢ്യത്വത്തിന്റെ പരിവേഷമണിഞ്ഞ ശാന്തതയായിരുന്നു. ഇവിടെ ജാതിമതഭേദമെന്യേ ബഹളവും.

കുതിരവേല കഴിഞ്ഞ് ഒരാഴ്ച കഴിഞ്ഞപ്പോൾ ദേശപ്പാനയ്ക്കുള്ള ഉത്സാഹമായി. ചെറിയമ്മ വന്നു. നാലുദിവസത്തെ അവധിയിലാണത്രെ വരവ്. ഇടയ്ക്കിടെ വരാം എന്നു പറഞ്ഞുപോയ ചെറിയമ്മ ഒരുകൊല്ലം കഴിഞ്ഞാണ് വന്നത്. ചെറിയമ്മയോടൊപ്പം വീട്ടിലേക്കുപോയി. പത്തുവയസ്സുവരെ വളർന്ന വീട്ടിൽ വീണ്ടും വന്നു. കിഴക്കേ മുറ്റത്ത് പുല്ലുകൾ ഒരാൾപൊക്കത്തിൽ വളർന്നു നിൽക്കുന്നു. പാലമരത്തിന്റെ ചുവട്ടിലുള്ള ദേവീവിഗ്രഹവും കൽവിളക്കും പുല്ലുകൾ വളർന്നുമൂടി. തൊഴുത്തിന്റെ ഒരുഭാഗം വീഴാറായിരിക്കുന്നു. ചില വെട്ടുകല്ലുകൾ ആരോ എടുത്തുകൊണ്ടുപോയിട്ടുണ്ട്. കിണറ് കെട്ടിയ കല്ലുകളിൽ ചിലതും കാണാനില്ല. അടിയും തുടയും ഇല്ലാത്തതിനാൽ എല്ലാമുറികളിലും മാറാമ്പലക്കൂടുകൾ നിറഞ്ഞിട്ടുണ്ട്. കാരണവന്മാരുടെ പീഠം മുഴുവൻ പൊടികയറി നിറം മങ്ങിയിട്ടുണ്ട്. നെല്ലറയിലും പടിഞ്ഞാറ്റിയിലും എലികൾ ഓടി നടക്കുന്നുണ്ട്. മുകളിൽ മാത്രം വൃത്തികേടുകൾ കുറവായിരുന്നു.

അച്ഛനും മാഷും അയച്ച പണിക്കാർ വന്ന് മുറ്റവും മുറികളും വൃത്തിയാക്കി. പാനപ്പന്തലിന് ധാരാളം കവുങ്ങുകൾ വേണം. ഇപ്പോൾ വീടിനുചുറ്റുമുള്ള പറമ്പിൽ കവുങ്ങുകളൊന്നും കാണാനില്ല. അവരവർക്കു കിട്ടിയ ഭാഗം ഓരോരുത്തരും വിറ്റു എന്നാണ് ചെറിയമ്മ പറഞ്ഞത്. വാങ്ങിയവർ വേലികെട്ടി അതിര് തിരിച്ചിട്ടുണ്ട്. വലിയമ്മാമന്റെ സമ്മതം വാങ്ങി ചൂരാങ്ങാട്ട് വളപ്പിൽനിന്ന് ആവശ്യമുള്ള കവുങ്ങുകൾ കൃഷ്ണമേനോൻ മാഷ് വെട്ടിപ്പിച്ചു. വീട്ടിലും പുറത്തെ പറമ്പിലും ആളുകൾ പണി ചെയ്യുന്നുണ്ട്. ദേവുവന്നു പാവാടയും ബ്ലൗസുമാണ് വേഷം നിറം മങ്ങിയിരിക്കുന്നു. ശരീരം ക്ഷീണിച്ചിട്ടുണ്ട്. നാലാംക്ലാസ് കഴിഞ്ഞപ്പോൾ അവൾ പഠിപ്പു നിർത്തി എന്നാണ് പറഞ്ഞത്.

പാനക്ക് വലിയ പന്തലിടണം. കാലുകൾ നാട്ടാൻ മുഹൂർത്തം നോക്കണം. പണിക്കർ രാശിവെച്ച് മുഹൂർത്തം കുറിച്ചുകൊടുത്തു. പന്തൽപണി തുടങ്ങി. കൊച്ചുണ്ണിനായർ മുണ്ടുരച്ചുകയറ്റി പന്തൽ പണിയുടെ മേൽനോട്ടം സ്വയം ഏറ്റെടുത്തിരിക്കുന്നു.

ദേവീപൂജയ്ക്കുള്ള ആ പന്തൽ പാലമരംകൊണ്ടുമാത്രമാണ് ഉണ്ടാക്കുന്നത്. പാലമരത്തിന്റെ നാലുകാലുകൾ നാട്ടും. അതിന്റെ മേൽപ്പുര ചുവന്ന പട്ടുകൊണ്ട് വിതാനിക്കും. പാലമരം കൊണ്ട് പീഠവും അതിനുമേൽ ചുവന്ന പട്ടും വിരിക്കും. അതിന്മേലാണ് വാളും ചിലമ്പും വെയ്ക്കുന്നത്. ഇതിനകത്താണ് പൂജ. പീഠത്തിന്മേൽ കാവിലമ്മ എഴുന്നെള്ളി ഇരിക്കുന്നു എന്നാണ് സങ്കൽപ്പം. കുരുത്തോല, വാഴപ്പോള, വാഴക്കുല, മാവില എന്നിവകൊണ്ട് പന്തല് മുഴുവൻ അലങ്കരിക്കും. മുരുക്കുമരം കൊണ്ട് പന്ത്രണ്ട് പൂക്കുലകുറ്റികൾ ഉണ്ടാക്കിയിട്ടുണ്ട്. തെങ്ങിൻപൂക്കുല ഓരോ കുറ്റിയിലും ഉറപ്പിക്കും. നിലവിളക്കുകളും തൂക്കുവിളക്കുകളും എത്രയെണ്ണമാണ്. ചെമ്പരത്തിപൂവ്, അലരിപൂവ്, ചെറ്റിപൂവ്, തുളസിയില ഇവയുടെ ഒരു കൂമ്പാരം തന്നെയുണ്ട്. രാവിലെ പത്തുമണിക്ക് പാലകൊമ്പ് എഴുന്നെള്ളിച്ചുകൊണ്ടുവരും. മേളവും താലപ്പൊലിയും ഉണ്ട്. സുശീലയും സുഭദ്രയും അമ്മിണിയും ദേവുവും വേറെ കുട്ടികളും മുതിർന്ന സ്ത്രീകളും താലം എടുത്തിട്ടുണ്ട്. ഒരുമണി വരെ പന്തലിൽ മേളമാണ്. ദേശത്തുള്ളവരൊക്കെ പാന കാണാൻ എത്തിയിട്ടുണ്ട്. പന്തലിനകത്തും പുറത്തും ജനങ്ങൾ തിങ്ങിനിൽക്കുന്നു. ഒരുഭാഗത്ത് ജോലിതിരക്കിലാണ് ചിലർ. നിലവിളക്കുകളിലേക്കും തൂക്കുവിളക്കുകളിലേക്കും തിരികൾ ഉണ്ടാകുന്നു. തിരിയുഴിച്ചലിനു വേണ്ട പന്തം ഉണ്ടാക്കുന്നു. സന്ധ്യയായാൽ പന്തൽ കാണാൻ നല്ല ഭംഗിയുണ്ട്. സന്ധ്യക്ക് മുമ്പ് കളമെഴുത്ത് തുടങ്ങിയിരിക്കും. ഗുരുക്കൾ തന്നെയാണ് അതിനും ചുമതലപ്പെട്ട ആൾ. മൂന്നുനാലാളുകൾ കളമെഴുത്തിന് സഹായിക്കുവാനുണ്ടാകും. പലനിറത്തിലുള്ള പൊടികളെക്കൊണ്ടാണ് കളമെഴുതുന്നത്. കളമെഴുതി കഴിഞ്ഞാൽ തായമ്പകയുണ്ട്.

കുളിയും കുറിയും കഴിഞ്ഞ് ഞെറിഞ്ഞുടുത്ത് പീഠത്തിന് മുന്നിൽ ഇരുന്ന് ഗുരുക്കളുടെ പൂജ ഒമ്പതുമണിവരെയുണ്ടാവും. പൂജ കഴിഞ്ഞാൽ പൂജക്കുല തുള്ളലായി. പന്ത്രണ്ട് ആൾക്കാരുണ്ട്. പൂക്കുലകുറ്റി കയ്യിലേന്തി അകത്തെ പന്തലിനുചുറ്റും ചുവടുവെച്ച് ഒരുതരം നൃത്തം ചെയ്യുന്നു. അർദ്ധരാത്രിയോടടുത്താണ് തിരിയുഴിച്ചൽ. കനത്ത തിരികൾ വാഴപ്പോളയ്ക്കുള്ളിലാക്കി പന്തംപോലെ കൂട്ടിക്കെട്ടി വെളിച്ചെണ്ണ ഒഴിച്ച് നനച്ച് കത്തിക്കും. പന്തം കയ്യിലെടുത്ത് അകത്തെ പന്തലിനുചുറ്റും ഒരഭ്യാസിയുടെ അടവോടുകൂടി ചെയ്യുന്ന

അഗ്നിപൂജയാണ് തിരിയുഴിച്ചൽ. തിരിയുഴിച്ചലിന് ഒരാളേ വേണ്ടൂ. തിരിയുഴിച്ചൽ കഴിഞ്ഞാൽ തിരിയുഴിയുന്ന ആൾ ബോധംകെട്ടു വീഴും. മൂന്നുനാലാളുകൾ തിരിയുഴിച്ചലുകാരനെ വീശും. കണ്ണുതുറന്നാൽ ഒരുകിണ്ടി സംഭാരം കുടിക്കും. നല്ല അദ്ധ്വാനമുള്ള പണിയാണ് തിരിയുഴിച്ചൽ. അതുകഴിഞ്ഞാൽ പാനപാട്ടാണ്. മേളക്കാർ പായയിൽ ചെണ്ടകൾ കിടത്തിവെച്ച് ഇരുഭാഗത്തും കൊട്ടിപാനപ്പാട്ടുകൾ പാടുന്നു. അതുകഴിയുന്നതോടെ വെളിച്ചപ്പാട് കുളിച്ചുവന്ന് ഞെറിഞ്ഞുടുത്ത് തുള്ളാൻ തയ്യാറാവുന്നു. വെളിച്ചപ്പാടിന് കലി കയറിയാൽ മേളക്കാരോട് തുള്ളിക്കൊണ്ട് അരിയും പൂവും പന്തലിന്റെ ഓരോഭാഗത്തും നിൽക്കുന്നവരുടെ ഇടയിലേക്കെറിയുന്നു.

തുള്ളിത്തുള്ളി കളമെഴുതിയത് മായ്ക്കാനും വെളിച്ചപ്പാടിന്റെ കൽപ്പന കഴിഞ്ഞ് കലിയിറങ്ങിയാൽ പാനയുടെ ചടങ്ങ് തീർന്നു. ഒരുപകലും ഒരു രാത്രിയും മുഴുവൻ പാനയാണ്. പാന കഴിഞ്ഞപ്പോൾ ഒരു പൂക്കുലക്കുറ്റി ഞാൻ സ്വന്തമാക്കി.

പിറ്റേദിവസം മുഴുവൻ സുഭദ്രയുടേയും സുശീലയുടേയും ഏലിക്കുട്ടിയുടേയും മുമ്പിൽ പൂക്കുല തുള്ളുകയായിരുന്നു. ഏലിക്കുട്ടി പറയും ''നാണംകുണുങ്ങിയുടെ നാണം മാറിത്തുടങ്ങി''

ചെറിയമ്മ അവധികഴിഞ്ഞ് പോവാൻ നേരത്ത് അച്ഛനോട് പറഞ്ഞു. ''വീട് വിൽക്കാൻ തീർച്ചയാക്കി. അടുത്തുതന്നെ ആധാരം രജിസ്റ്റർ ചെയ്യും. അടുത്തകൊല്ലം കുതിരകെട്ടും പാനയും ഈ വീട്ടിൽ നടക്കില്ല.''

''ഇക്കൊല്ലം ഇവ്ട്ന്ന് കുതിരെകൊണ്ട് പോയില്ലല്ലോ.''

''ഇല്ല. വീട്ടുകുതിര ഇനി ഇവ്ടന്നുണ്ടാവില്യ. വേണെങ്കിൽ ദേശ കുതിരയാക്കാം. സാധനങ്ങളൊക്കെ ഇപ്പോതരാം.''

''ഇത്തവണ അത്താഴപ്പറയുണ്ടായില്യ.''

''ഇല്ല. വീട് വാങ്ങിക്കുന്നവര് വേണെങ്കി കഴിച്ചോട്ടെ.''

''കാരണവന്മാരെ അവരെടുക്കോ?''

''ഇല്ല. എന്നെ വേണ്ടാത്ത കാരണവന്മാരെ എനിക്കെന്തിനാ?''

''പഴേ തറവാട് നീയായിട്ട് വിക്കാണോ?''

''എനിക്ക് ജോലി വേറൊരിടത്ത്. വീടും കാർന്നോമ്മാരെയും നോക്കീരുന്നാൽ ജീവിക്കാൻ പറ്റോ?''

''ആരാ വാങ്ങിക്കണെ?''

''പലരും ചോദിച്ചിട്ടുണ്ട്.''

കുതിരയുടെ ഉടലും മുഖവും മറ്റു സാധനങ്ങളും കൂത്തുവിളക്കും ഒറ്റപന്തവും ചെറിയമ്മ എടുത്തുകൊടുത്തു. കൃഷ്ണമേനോൻ സാറ് അതെല്ലാം അദ്ദേഹത്തിന്റെ വീട്ടിലേക്ക് കൊണ്ടുപോയി. വീട് വിൽക്കാൻ തീർച്ചപ്പെടുത്തിയതിൽ ചെറിയമ്മയ്ക്ക് ദുഃഖമുണ്ടായിരുന്നു എന്നു തോന്നിയില്ല. അമ്മയുണ്ടായിരുന്നെങ്കിൽ ഈ വീടും പറമ്പും ഞാനും ഒറ്റപ്പെടുമായിരുന്നില്ല എന്നു തോന്നി.

സ്കൂൾ തുറന്നു. ട്രെയിനിംഗ് സ്കൂൾ നഗരത്തിൽനിന്ന് മാറ്റുകയാണെന്ന് കൃഷ്ണമേനോൻ മാഷ് പറഞ്ഞിരുന്നു. നായർസമാജം സ്കൂളിൽനിന്ന് പതിനഞ്ചു മിനിറ്റ് നടന്നാൽ പുതിയ ട്രെയിനിംഗ് സ്കൂളിൽ എത്താം. എല്ലാം പുതിയ കെട്ടിടങ്ങളാണ്. കുട്ടികൾക്കും മുതിർന്ന വിദ്യാർത്ഥികൾക്കും കളിക്കാൻ ധാരാളം സ്ഥലമുണ്ട്. എല്ലാവരും പാസായിട്ടുണ്ട്. അഞ്ചാംക്ലാസിൽ ഗോപാലനും ഗോവിന്ദൻകുട്ടിയും, സഹപാഠികളായി. സുഭദ്രയും അമ്മിണിയും രണ്ടാംക്ലാസിലായി. സുശീലയും ഏലിക്കുട്ടിയും നഗരത്തിലുള്ള സ്കൂളിൽതന്നെ ആറാംക്ലാസിൽ തുടർന്നു. പുസ്തകങ്ങൾക്ക് മാറ്റമില്ലെങ്കിൽ സുശീല ഒരുകൊല്ലം പഠിച്ച പുസ്തകങ്ങൾ എനിക്ക് തരും. അച്ഛൻ പെങ്ങൾ ആ പുസ്തകങ്ങൾ തുന്നികെട്ടി പുതിയ ചട്ടയിട്ടു തരും. മാറ്റമുള്ള പുസ്തകങ്ങളും നോട്ടുപുസ്തകങ്ങളും അച്ഛൻ വാങ്ങിത്തരും.

അഞ്ചാംക്ലാസിൽ പഠിക്കുമ്പോൾ അച്ഛൻ അച്ഛമ്മയോട് പറയുന്നതുകേട്ടു. ''മീനാക്ഷീടെ കല്യാണം കഴിഞ്ഞത്രെ. ഒരു മാഷാണ് കല്യാണം കഴിച്ചത്. വീട് ഉടനെ വിൽക്കുന്നെന്നും കേട്ടു.''

''ഗുരുവായൂരപ്പാ! ഒരു തറവാട് ഇല്യാണ്ടായി. എല്ലാം വിധിപോലെ വരും അല്ലാണ്ടെന്താ.''

സ്കൂൾ ലൈബ്രറിയിൽ നിന്ന് പുസ്തകങ്ങൾ കിട്ടിത്തുടങ്ങി. ഓരോ പുസ്തകം വാങ്ങിക്കുമ്പോഴും അത് എഴുതിയതാര്, എവിടെ അച്ചടിച്ചു, വില എന്താണ്, അവതാരികയോ മുഖവുരയോ എഴുതിയതാര് ഇതൊക്കെ നോക്കി മനസ്സിലാക്കും. അതൊക്കെ മനസ്സിൽ പതിയുകയും ചെയ്യും. ബംഗാളി നോവലുകളുടെ പരിഭാഷകളാണ് ആദ്യകാലങ്ങളിൽ വായിച്ചത്. സുശീലയുടെ അച്ഛൻ വരുത്തുന്ന 'മാതൃഭൂമി ആഴ്ചപ്പതിപ്പ്'' അദ്ദേഹത്തിന്റെ വായന

കഴിഞ്ഞാൽ വീട്ടിൽ കൊണ്ടുവന്ന് വായിക്കും. കവിതകൾ വായിക്കുവാനായിരുന്നു കൂടുതൽ താൽപ്പര്യം. ഗോവിന്ദകുട്ടിക്ക് പുസ്തകങ്ങൾ വായിക്കുന്നതിൽ വലിയ താൽപ്പര്യമില്ല. ഞാൻ എടുത്ത പുസ്തകം വായിച്ചു കഴിഞ്ഞാൽ ഗോപാലന് കൊടുത്ത് ഇരുവരും പുസ്തകങ്ങൾ കൈമാറും. സുശീലയും ഏലിക്കുട്ടിയും അവരുടെ സ്കൂളിൽ നിന്ന് കൊണ്ടുവരുന്ന പുസ്തകങ്ങളും വായിക്കും. വീടിന് അടുത്തുതന്നെ നായർ സമാജം നടത്തുന്ന ലൈബ്രറിയിൽ അംഗമായി ചേർന്നു. മാസം നാലണവരി സംഖ്യ കൊടുക്കണം. ഏഴാംക്ലാസ് പാസാവുന്നതിന് മുമ്പ് എത്രയെത്ര പുസ്തകങ്ങൾ വായിച്ചു തീർത്തു!

മഹാക്ഷേത്രത്തിൽ പതിവുള്ള കൂത്തും കൂടിയാട്ടവും കാണാൻ അച്ഛമ്മ കൊണ്ടുപോകാറുണ്ട്. നഗരത്തിലുള്ള ആശുപത്രിക്കടുത്താണ് ക്ഷേത്രം. സുഭദ്രയുടെ അമ്മ അവിടെ കമ്പൗണ്ടരാണ്. ചെറിയമ്മയ്ക്കും അവിടെയായിരുന്നു ജോലി. ഉച്ചയ്ക്ക് രണ്ടുമണി മുതൽ അഞ്ചുമണി വരെയാണ് കൂത്ത്. നാൽപ്പത്തി ഒന്നു ദിവസം കൂത്തും ഏഴുദിവസം കൂടിയാട്ടവും പതിവുണ്ട്. കൂടിയാട്ടം രാത്രിയിലാണ്. സ്കൂൾ മുടക്കമുള്ള ദിവസങ്ങളിൽ അച്ഛമ്മയുടെ കൂടെ കൂത്തുകാണാൻ പോവും. മഹാഭാരതകഥകളും രാമായണകഥകളും കൂത്തും കൂടിയാട്ടവും കണ്ടതോടെ മനസ്സിൽ നന്നായി പതിഞ്ഞു. കഥകളൊക്കെ അമ്മമ്മയും അച്ഛമ്മയും പറഞ്ഞു തന്നിട്ടുള്ളവയാണ്. ശ്ലോകങ്ങൾ ചൊല്ലി സുശീലയേയും ഏലിക്കുട്ടിയേയും ഗോപാലനെയുമൊക്കെ അത്ഭുതപ്പെടുത്തും. അർത്ഥം മുഴുവൻ മനസ്സിലാക്കി ചൊല്ലുന്നതല്ല.

ആ ക്ഷേത്രത്തിൽ കുംഭമാസത്തിൽ ശിവരാത്രിവേല പതിവുണ്ട്. ശിവരാത്രി ദിവസം സന്ധ്യയായാൽ ദീപാലങ്കാരങ്ങൾകൊണ്ട് ക്ഷേത്രം കാണാൻ എന്തു ഭംഗിയാണ്. ക്ഷേത്രത്തിലെ നാലമ്പലത്തിൽ ശിവരാത്രി ഉരുളുക എന്ന വഴിപാടുണ്ട്. എന്തെങ്കിലും കാര്യസാദ്ധ്യത്തിനായി ഉരുളുകയാണ്. ഒരാൾക്ക് നീണ്ടുനിവർന്നു കിടക്കാൻ പറ്റിയ വിധത്തിൽ കല്ലുപാകിയ നടപ്പാതയിൽ കുളിച്ച് ഈറൻചുറ്റി കണ്ണുകൾ മൂടിക്കെട്ടി ഉരുളും. ശ്രീകോവിലിന്റെ മുന്നിൽ നിന്ന് തുടങ്ങി ഒരുവട്ടം ഉരുണ്ടെത്താൻ ഒന്നൊന്നര മണിക്കൂർ വേണം. ''ഹര! ഹര! ശിവ! ശിവ! ശംഭോരുദ്ര മഹാദേവ'' എന്നു നാമം ജപിച്ച് ഉരുളുന്ന ആളുടെ പിന്നാലെ ബന്ധുക്കളും തൊഴാൻ വരുന്നവരും കൂടെ നടന്ന് നാമം ജപിക്കും. ഇരുപത്തഞ്ചോ മുപ്പതോ ആൾക്കാർ

ഒരേസമയം ഉരുണ്ടു നീങ്ങാറുണ്ട്. കരിങ്കല്ലായതുകൊണ്ട് ശയന പ്രദക്ഷിണം കഴിയുമ്പോഴേയ്ക്കും കാൽമുട്ടുകളിലേയും കൈമുട്ടുകളിലേയും തൊലിയുരിഞ്ഞിരിക്കും. അച്ഛമ്മ എന്നെ എല്ലാ ശിവരാത്രിക്കും കൊണ്ടുപോകാറുണ്ട്.

ഏഴാംക്ലാസിൽ സർക്കാർ പരീക്ഷയാണ്. അതിനുള്ള തയ്യാറെടുപ്പ് ആറാംക്ലാസു മുതൽക്ക് തുടങ്ങും. മലയാളം പാഠപുസ്തകത്തിലെ പദ്യഭാഗങ്ങൾക്ക് ക്ലാസെടുക്കുന്നത് മലയാളപണ്ഡിതനാണ്. അത്യാവശ്യം അലങ്കാരങ്ങളും വൃത്തങ്ങളും പഠിക്കണം. ഏഴാംക്ലാസിൽ പദ്യവും ഗദ്യവും പഠിപ്പിക്കുന്നത് ഈ പണ്ഡിതനാണ്. പേരെടുത്ത പല കവികളുടേയും കവിതകൾ കുറേയൊക്കെ കാണാപാഠം പഠിച്ചു.

ഏഴാംക്ലാസിലെ പരീക്ഷ കഴിഞ്ഞപ്പോൾ അച്ഛൻ ഒരു സൈക്കിൾ വാങ്ങിത്തന്നു. കൊച്ചുണ്ണിനായരും എലിശ്ശേരി രാമനും സൈക്കിൾ ചവിട്ടാൻ പഠിപ്പിച്ചു. പലതവണ വീണ് കയ്യുംകാലും പൊട്ടിയെങ്കിലും അതൊന്നും സാരമാക്കാതെ സൈക്കിൾ ചവിട്ടാൻ ശീലിച്ചു. സുഭദ്രയെ പിന്നിലിരുത്തി സൈക്കിൾ ചവിട്ടാറായി.

ഏഴാംക്ലാസിലെ റിസൾട്ട് വന്നപ്പോൾ നല്ല മാർക്കോടെ പാസ്സായിരിക്കുന്നു. മലയാളത്തിന് സ്കൂളിൽ ഒന്നാമനായി. മലയാളം പണ്ഡിറ്റ് നെറുകയിൽ കൈവച്ച് അനുഗ്രഹിച്ചു. ഹൈസ്കൂളിൽ ചേരണമെങ്കിൽ വീണ്ടും നഗരത്തിലേക്ക് പോവണം. അച്ഛന്റെ സമ്മതം കിട്ടി. നഗരത്തിലുള്ള ബോയ്സ് ഹൈസ്കൂളിൽ കൂട്ടുകാരോടൊപ്പം ചേർന്നു. അമ്മിണിയും സുഭദ്രയും സർട്ടിഫിക്കറ്റു വാങ്ങി ഗേൾസ് ഹൈസ്കൂളിൽ അഞ്ചാം ക്ലാസിൽ ചേർന്നു. സുശീലയും ഏലിക്കുട്ടിയും ഒമ്പതാംക്ലാസിലായി. രാവിലെ എല്ലാവരും ഒരുമിച്ചു പുറപ്പെടും. വൈകീട്ട് അതുപോലെ തിരിച്ചെത്തും. എട്ടാംക്ലാസിൽ രണ്ട് ഐച്ഛിക വിഷയങ്ങൾ പഠിക്കണം. പല ഗ്രൂപ്പുകളും ഉണ്ട്. ഫസ്റ്റ് ഗ്രൂപ്പ്, സെക്കന്റ് ഗ്രൂപ്പ് എന്നിങ്ങനെ. ആരോടും ഉപദേശം തേടാനില്ല. ആരും ഉപദേശിക്കാനുമില്ല. കൂട്ടുകാരുമായി ആലോചിച്ച് ഫസ്റ്റ് ഗ്രൂപ്പെടുത്തു. മാത്തമാറ്റിക്സും ഫിസിക്സും. ഞാൻ പഠിക്കുന്നുണ്ടോ? പരീക്ഷയിൽ എത്ര മാർക്കുണ്ട് എന്നൊന്നും അച്ഛൻ ഇന്നുവരെ അന്വേഷിച്ചിട്ടില്ല.

അച്ഛമ്മ സ്കൂളിലെ വിവരങ്ങളെല്ലാം ചോദിച്ചറിയും. പാഠപുസ്തകങ്ങളല്ലാത്ത പുസ്തക വായനയിൽ മുഴുകി. സ്കൂൾ ലൈബ്രറിയിൽ നിന്നും സമാജം ലൈബ്രറിയിൽ നിന്നും എടുക്കുന്ന

പുസ്തകങ്ങളും സഹപാഠികളിൽ നിന്ന് കിട്ടുന്നവയും വായിച്ചു തീർക്കും. ഉച്ചയ്ക്ക് എന്തെങ്കിലും വാങ്ങിക്കഴിക്കാൻ അച്ഛൻ ഇടയ്ക്കിടെ തരുന്ന പണം കൊണ്ട് ബുക്സ്റ്റോളിൽ ചെന്ന് പുതിയ പുസ്തകങ്ങൾ വാങ്ങും. പാഠപുസ്തകമല്ലാത്ത ഒരു പുസ്തകം എപ്പോഴും കൈവശമുണ്ടാകും. അമ്മിണിക്ക് കവിതകൾ വായിക്കുവാൻ ഇഷ്ടമാണ്. കുറ്റിപ്പുറത്തിന്റേയും വി.സിയുടേയും ആശാന്റേയും കവിതകൾ നല്ല സ്ഫുടതയോടെ ചൊല്ലും. സുഭദ്ര, സുശീല, ഏലിക്കുട്ടി മൂന്നുപേരും കഥകളും നോവലുകളും മാത്രം വായിക്കും. ഏതു നേരവും വായന തന്നെയായാൽ കണ്ണുകേടുവരും കുട്ടീ എന്നു പറഞ്ഞ് അച്ഛമ്മ ചിലപ്പോൾ ശാസിക്കും.

പുസ്തകങ്ങളുള്ള മുറിയിൽ ഞാൻ എപ്പോഴും സന്തുഷ്ടനാണ്. ആ ലോകത്തിൽ മനഃശാന്തി കൈവരുന്നു. ഒരു പുസ്തകം വായിച്ചു കഴിഞ്ഞാൽ ഞാൻ അതിലെ ഏതെങ്കിലും ഒരു കഥാപാത്രമായി മാറും. ചിലപ്പോൾ സന്തോഷം, ചിലപ്പോൾ സങ്കടം, വേദന, നായകനായും, വില്ലനായും, ഉപകഥാപാത്രമായും മനസ്സിൽ അഭിനയിക്കും. ആന്തരികമായ ഒരു രാസപ്രക്രിയ നടക്കുന്നു. ഓരോ പുസ്തകത്തിലും പുതിയ പുതിയ മനുഷ്യരേയും സംഭവങ്ങളേയും കാണുന്നു. കഥാപാത്രങ്ങലെ ഒരിക്കൽ പരിചയപ്പെട്ടാൽ അവർ മനസ്സിൽനിന്ന് മായാറില്ല. ചങ്ങമ്പുഴ കൃതികൽ പ്രസിദ്ധീകരിച്ചവയൊക്കെ വാങ്ങി വായിച്ചു. കൂട്ടുകാർക്ക് വായിക്കുവാൻ കൊടുത്തു. അവയിൽ ഈരടികൾ പതുക്കെ പാടി നടക്കലായി പിന്നത്തെ വിനോദം. പെൺകുട്ടികളെ കാണുമ്പോഴൊക്കെ അവർക്കു യോജിച്ച ഈരടികൾ ഉടൻ മനസ്സിൽ തോന്നും. അവർ കേൾക്കെ ചൊല്ലാൻ ഭയമാണ്. സുശീലക്കും ഏലിക്കുട്ടിക്കും ചങ്ങമ്പുഴകൃതികൾ ഇഷ്ടമായി. സുഭദ്രയും അമ്മിണിയും അത്ര വളർന്നിട്ടില്ല. എങ്കിലും ഈരടികൾ നീട്ടി ചൊല്ലിത്തുടങ്ങി. അലമാരി നിറയെ പുസ്തകങ്ങളായി.

മഴക്കാലം കഴിഞ്ഞപ്പോൾ സ്കൂളിൽ പോക്കും വരവും സൈക്കിളിലായി. സൈക്കിൾ തുടച്ചു വൃത്തിയാക്കാനും എണ്ണ കൊടുക്കാനും കാറ്റടിക്കാനും ശീലിച്ചു. കൃഷ്ണൻകുട്ടിയെ സൈക്കിൾ ചവിട്ടാൻ പഠിപ്പിച്ചു. സൈക്കിളിന്റെ പിന്നിൽ കയറാൻ സുഭദ്ര എപ്പോഴും തയ്യാറായി നിൽക്കും. ഓട്ടുകമ്പനിവരെ അവളെ ഇരുത്തി

ചവിട്ടും. പാടത്തുനിന്ന് അമ്മിണിയും കൂട്ടരും വന്നാൽ സുഭദ്രയോട് ഇറങ്ങാൻ പറയും. അമ്മിണിയെ കയറ്റും.

''അപ്പുചേട്ടൻ എന്നെ സൈക്കിളിൽ ഇരുത്ത്ണില്യ. അമ്മിണിയെ കേറ്റ്വേ'' അവളുടെ അമ്മയോട് പരാതിപ്പെടും.

''നെണക്ക് അവളെ ദെവസോം സൈക്കിളിൽ കൊണ്ടായാലെന്താ നീയല്ലേ അവളെ നോക്കേണ്ടത്?'' അച്ഛൻപെങ്ങളുടെ ശുപാർശ വക വെച്ചില്ല. അമ്മിണിയെ കയറ്റുന്നത് നിറുത്തിയില്ല.

എട്ടാംക്ലാസിൽ പഠിക്കുമ്പോൾ എന്റെ മനസ്സിൽ പ്രകടമായ മാറ്റങ്ങളുണ്ടായി. സ്കൂളിൽ പോകുമ്പോഴും വരുമ്പോഴും വഴിയിൽ കാണുന്ന മുതിർന്ന പെൺകുട്ടികളെ ആരും അറിയാതെ സൂക്ഷിച്ചു നോക്കുവാൻ മോഹം തുടങ്ങി. പെൺകുട്ടികളെ കണ്ടാൽ മനസ്സിൽ ഒരിക്കിളി. സുഭദ്രയേക്കാൾ എനിക്കടുപ്പം അമ്മിണിയോടാണെന്ന് മനസ്സിലൊരു തോന്നൽ. സുശീലയുടെ അടുത്തു ചെല്ലുമ്പോൾ വയസ്സിനേക്കാൾ വലിയ വളർച്ച അവൾക്കുണ്ട് എന്നു തോന്നും.

അവളുടെ രൂപഭാവങ്ങൾ പ്രായപൂർത്തിയായ ഒരു പെൺകുട്ടിയുടേതുപോലെ തോന്നും. ഏലികുട്ടിയുടെ തുള്ളിച്ചാട്ടം കുറച്ചൊക്കെ നിന്നിരിക്കുന്നു. സംസാരിക്കുമ്പോൾ അവൾ ലജ്ജ അഭിനയിക്കുന്നുണ്ടോ എന്നു സംശയം. തരംകിട്ടിയാൽ അവൾ ഇപ്പോഴും എന്നെ നാണംകുണുങ്ങി എന്നു പറഞ്ഞ് പരിഹസിക്കും. സുശീലയേയും ഏലികുട്ടിയേയും കണ്ടാൽ മനസ്സ് തുടികൊട്ടാൻ തുടങ്ങും. ഈ ചിന്തകൾക്കൊക്കെ കാരണം എന്താണെന്നു വ്യക്തമല്ല. വളറുംതോറും പ്രേമത്തിന്റെ പുളകമണിയാൻ നേരിയ ആശ. നോവലുകളും കവിതകളും അതിനു സഹായിച്ചു. സാമീപ്യത്തിന് മുതിർന്ന സുശീലയും ഏലിക്കുട്ടിയും ഉണ്ട്. അവർക്ക് താഴെ അമ്മിണിയും സുഭദ്രയും ഉണ്ട്.

ഒരുതവണ അച്ഛമ്മയോടും സുശീലയോടുമൊപ്പം ഗുരുവായൂരിൽ പോയി. അന്ന് സുഭദ്ര ഉണ്ടായിരുന്നില്ല. വീട്ടിൽ നിന്നു പുറപ്പെടുമ്പോൾ നല്ല മഴയായിരുന്നു. ഗുരുവായൂരിൽ ചെന്നപ്പോൾ മഴ കുറഞ്ഞു. പതിവുപോലെ കുളിയും തൊഴീലും കഴിഞ്ഞ് സത്രത്തിൽ വന്നു. ആഹാരം കഴിക്കലും കഥ പറച്ചിലും കഴിഞ്ഞപ്പോൾ പുറത്തു നല്ല മഴ. പായകൾ വിരിച്ചുകിടന്നു. വെളുപ്പാൻകാലത്ത് ഉണർന്നപ്പോൾ എന്റെ പായയിൽ സൂശിലയുണ്ട്. അതോ ഞാൻ സുശീലയുടെ പായയിലോ?

ഇരുവരും കെട്ടിപിടിച്ച് കിടക്കുന്നു. ആ സ്പർശം എന്നിൽ സൃഷ്ടിച്ചത് എന്താണെന്ന് എത്ര ആലോചിച്ചിട്ടും പിടികിട്ടിയില്ല. ഇനിയും അങ്ങനെ കെട്ടിപിടിച്ചു കിടക്കാൻ മോഹമുണ്ടെന്നു മനസ്സു പറയുന്നു. ഒന്നും അറിയാത്തപോലെ ഇരുവരും എണീറ്റ് അച്ഛമ്മയെ വിളിച്ചുണർത്തി. ഒറ്റക്കാവുമ്പോൾ ഞങ്ങൾ തമ്മിൽ തർക്കമായി.

''നീയ് എന്റെ പായയിൽ വന്നു കിടന്നതെന്തിനാ?''

''നീയ് മുനിയെപോലെ നടക്കുന്ന മിണ്ടാപ്പൂച്ചയാ. നീയാ എന്റെ പായയിൽ വന്നു കിടന്നത്.''

ഈ തർക്കം കുറേനാൾ തുടർന്നു. ഒരുസുഖ സ്വപ്നത്തിന്റെ മധുരിമ കരളിൽ ഇപ്പോഴും തങ്ങിനിൽക്കുന്നു. സുശീലയെ ഇടംകണ്ണിട്ട് നോക്കാൻ മോഹം. അവൾക്കും മോഹമുണ്ടെന്നറിയാം. ഒരുദിവസം സുശീലയുടെ വീട്ടിൽ ചെന്നപ്പോൾ അച്ഛമ്മ നാരായണീയം വായിക്കുകയാണ്. വായന തുടങ്ങിയാൽ ഒന്നുരണ്ടു മണിക്കൂർ മറ്റൊരു ചിന്തയില്ല. സുശീലക്ക് 'രമണൻ' വായിക്കുവാൻ കൊടുത്തിരുന്നു. അച്ഛൻപെങ്ങളെ കണ്ടില്ല. അച്ഛമ്മയുടെ ശ്രദ്ധയില്ലെന്നു കണ്ടപ്പോൾ സുശീലയുടെ മുറിയിലെത്തി. കട്ടിലിൽ കിടന്ന് പുസ്തകം വായിച്ചുകൊണ്ടിരുന്ന അവൾ പെട്ടെന്നു എഴുന്നേറ്റ് നിന്നു. ഇരുവരുടേയും മനസ്സ് പതറുന്നു. തെറ്റു ചെയ്യുകയാണോ? അടിവെച്ചടിവെച്ച് അവളുടെ അടുത്തെത്തി. വളരെ അടുത്ത് ഇടപ്പെട്ടിരുന്നതു കൊണ്ടാവാം അവളുടെ മുഖത്ത് പരിഭ്രമമൊന്നും കണ്ടില്ല. അവളുടെ താടി പിടിച്ചുയർത്തി നനുത്ത കൈപ്പടം എന്റെ മുഷ്ടിക്കുള്ളിൽ മുറുക്കി രണ്ടുപേരും ഒരു നിമിഷം നിന്നു. പെട്ടെന്ന് അവളെ കെട്ടിപിടിച്ച് കവിളത്ത് ഒരു ചുംബനം നൽകി. അവൾ ആകെ ഒന്നു പുളഞ്ഞു. കണ്ണുകളിൽ കോപമോ? സന്തോഷമോ? ഒന്നും അനുമാനിക്കുവാൻ പറ്റുന്നില്ല. പിടിവിട്ടപ്പോൾ അവൾ പതുക്കെ മൊഴിഞ്ഞു.

''മിണ്ടാപ്പൂച്ച.''

അവളുടെ അപ്പോഴത്തെ ചിരി മനോഹരമായി തോന്നി. പെട്ടെന്ന് മുറിയിൽനിന്ന് പോന്ന് അച്ഛമ്മയുടെ അടുത്തിരുന്ന് നാരയണീയം വായനയിൽ ശ്രദ്ധിക്കുന്നതായി നടിച്ചെങ്കിലും മനസ്സ് അസ്വസ്ഥമായിരുന്നു. സുശീല അച്ഛമ്മയോടോ, അച്ഛൻപെങ്ങളോടോ പറയുമോ? മനസ്സാകെ പരിഭ്രാന്തിയിലായി. കൗമാരക്കാലം റൊമാന്റിക്

നോവലുകളും കവിതകളും കഥകളും വായിച്ച് വായിച്ച് അവയിൽ നടന്നതായി പറയുന്ന പ്രേമവും പ്രേമഭംഗവും സ്വപ്നം കാണുന്ന ഒരുവനായി ഞാൻ മാറുകയായിരുന്നോ? രണ്ടുദിവസം സുശീലയുടെ വീട്ടിലേക്ക് പോയില്ല. എന്ത് ആപത്താണാവോ വരിക. മൂന്നാംദിവസം അവൾ രമണൻ പുസ്തകം കൊണ്ട് വന്ന് വേറെ പുസ്തകം ആവശ്യപ്പെട്ടു. ആവൂ! സമാധാനമായി. ആരും അറിഞ്ഞിട്ടില്ല എന്നു തന്നെയല്ല, അതുകൊണ്ടൊരു ഗുണവുമുണ്ടായി. സുശീല പിന്നെ 'എടാ പോടാ' എന്ന വിളി മാറ്റി പേര് വിളിക്കാൻ തുടങ്ങി. പ്രായത്തിന്റെ സവിശേഷതയാണിതെല്ലാം എന്നറിഞ്ഞിട്ടും വിവേകം രാപ്പകൽ ശാസിച്ചുകൊണ്ടിരുന്നെങ്കിലും പിടിച്ചു നിൽക്കാനാവുന്നില്ല. രാത്രി പഠിക്കുകയാണെന്ന വ്യാജേന പ്രേമലേഖനങ്ങൾ എഴുതി. സുഭദ്രയ്ക്കും ഏലിക്കുട്ടിക്കും അമ്മിണിക്കും സുശീലക്കുമൊക്കെ. ഒരുതരം ഭ്രാന്തൻ പണി. ദൈവാധീനം കൊണ്ട് അവയൊന്നും ആർക്കും കൊടുക്കുവാൻ ധൈര്യമുണ്ടായില്ല. എഴുതും, കീറിക്കളയും. ഇങ്ങനെ എത്രയെത്ര കത്തുകൾ കീറിക്കളഞ്ഞു. എട്ടാംക്ലാസു മുതൽ ഓരോ വിഷയവും പഠിപ്പിക്കുവാൻ പ്രത്യേകം അധ്യാപകരുണ്ട്. എട്ടാം ക്ലാസിലെ മാരാര് മാഷെ മറക്കാൻ കഴിയില്ല. എട്ടിലും ഒമ്പതിലും പത്തിലും പഠിപ്പിക്കുന്നവർ ബി.എ.എൽ.ടി പാസായവരാണത്രെ.

'ട്രെഷർ ഐലൻഡ്' ഇംഗ്ലീഷ് ഉപപാഠപുസ്തകമാണ്. ക്ലാസ്സിൽ മാരാര് മാഷ് അതിന്റെ കഥ വിവരിക്കുന്നു. അതിൽനിന്ന് ഏതു ചോദ്യം വന്നാലും ഉത്തരം എഴുതാൻ വിധത്തിൽ ഞാൻ ആ പുസ്തകം വായിച്ചു മനസ്സിലാക്കിയിരുന്നു. സഹപാഠിയായ മാണിക്ക് രണ്ടണ കൈക്കൂലികൊടുത്ത് അയാൾതന്ന 'അന്നപൂർണ്ണാലയം' എന്ന ബംഗാളി നോവലിന്റെ പരിഭാഷ ക്ലാസിൽ വെച്ചു വായിക്കുന്നത് മാഷ് കണ്ടുപിടിച്ചു. ചെവിപിടിച്ചുതിരുമ്മുകയാണ് അദ്ദേഹത്തിന്റെ സാധാരണ ശിക്ഷ. മേശ വലിച്ചു തുറന്ന് ചൂരലെടുത്ത് ഓരോ കയ്യിലും നന്നാല് അടി. കണ്ണിൽ വെള്ളം നിറഞ്ഞു. മാഷ് പുസ്തകം വാങ്ങി നോക്കി. ഏതോ ലൈബ്രറിയിലെ പുസ്തകമാണ്. മാഷോട് സത്യം പറഞ്ഞു. മാണി കൊണ്ടുവന്ന പുസ്തകമാണ്. അതു വായിക്കുവാൻ തരണമെങ്കിൽ അയാൾക്ക് രണ്ടണ കൊടുക്കണമെന്നു പറഞ്ഞു. ഇന്ന് സ്കൂൾ വിടുന്നതിന് മുമ്പ് തിരികെ കൊടുക്കണമെന്ന്

പറഞ്ഞതുകൊണ്ടാണ് ക്ലാസിലിരുന്നു വായിച്ചത്. മാണിക്കും കിട്ടിരണ്ടടി. പിന്നീടൊരിക്കലും ക്ലാസിൽവെച്ച് മറ്റു പുസ്തകങ്ങൾ വായിച്ചിട്ടില്ല.

ഓരോ ക്ലാസും രണ്ടു ഡിവിഷനുകളുണ്ട്. എട്ടാം ക്ലാസ് 'എ' എട്ടാംക്ലാസ് 'ബി' പഠിപ്പിക്കുന്നവരെല്ലാം പ്രായമായവരാണ്. നല്ല അച്ചടക്കമുള്ള അന്തരീക്ഷമായിരുന്നു സ്കൂളിൽ. മാധവമേനോനാണ് ഹെഡ്മാസ്റ്റർ. പാന്റും ഷർട്ടും കോട്ടുംടൈയുമാണ് അദ്ദേഹത്തിന്റെ വേഷം. പത്താംക്ലാസിൽ രണ്ടു ഡിവിഷനുകളിലും ഇംഗ്ലീഷ് മാത്രമാണ് ഹെഡ്മാസ്റ്റർ എടുക്കുന്നത്. രാവിലെ ഒരു ചൂരലുമായി എല്ലാ ക്ലാസുകളുടേയും മുന്നിൽകൂടി നടന്നുപോകും. ആരേയും അടിച്ചു ശിക്ഷിച്ചതായി കേട്ടിട്ടില്ല. 'കോച്ചാടൻ' എന്നാണ് മറ്റ് അധ്യാപകൻ ഹെഡ്മാസ്റ്ററെ വിളിക്കുന്നത്. അത് വീട്ടുപേരാണെന്ന് പിന്നീട് മനസ്സിലായി. ഹെഡ്മാസ്റ്ററുടെ മുറിയോടുതൊട്ടാണ് ലൈബ്രറി മുറി. മലയാളം ലൈബ്രറിയുടെ ചുമതല മലയാളം പണ്ഡിറ്റായ എളയതുമാഷ്ക്കാണ്. ഇംഗ്ലീഷ് പുസ്തകങ്ങൾ വിതരണം ചെയ്യുന്നത് മാരാരുമാഷും. ഏഴാംക്ലാസിൽ മലയാളത്തിന് ഉയർന്ന മാർക്കുണ്ടെന്നറിഞ്ഞപ്പോൾ എളയതുമാഷ്ക്ക് സന്തോഷമായി. വായിച്ചിട്ടില്ലാത്ത അനവധി മലയാളം പുസ്തകങ്ങൾ ലൈബ്രറിയിലുണ്ട്. എല്ലാം വായിക്കണം.

എട്ട്, ഒമ്പത്, പത്ത് എന്നീ ക്ലാസുകളിലെ കുട്ടികൾ ഒരുമിച്ചുകൂടി മാസത്തിലൊരിക്കൽ സാഹിത്യസമാജം കൂടുക പതിവുണ്ട്. പ്രസംഗം, കവിതാപാരായണം, അക്ഷരശ്ലോകം ഇവയൊക്കെ പതിവാണ്. ഒരുതവണ മലയാളം സമാജമാണെങ്കിൽ അടുത്തമാസം ഇംഗ്ലീഷ് പരിപാടികളായിരിക്കും. ലേഖനങ്ങൾ എഴുതി വായിക്കുവാനായിരുന്നു എനിക്ക് ഉത്സാഹം. കവിതാപാരായണത്തിലും അക്ഷരശ്ലോകങ്ങൾ ചൊല്ലുന്നതിലും എല്ലാ അധ്യാപകരും അനുമോദിച്ചു. പ്ലാറ്റുഫോമിൽ കയറിനിന്ന് പ്രസംഗിക്കുമ്പോൾ വിക്കുകൾകൊണ്ട് ശ്വാസം മുട്ടുകയും തൊണ്ടയിടറുകയും പതിവുണ്ട്. പ്രസംഗം എഴുതി വായിക്കുകയാണെങ്കിൽ പതറിച്ചയില്ല. ഒട്ടേറെ കവിതകളും കഥകളും നോവലുകളും വായിച്ച് എന്റെ മനസ്സിൽ എങ്ങനെയോ ഒരു പ്രൊഫസറുടെ രൂപം കടന്നുകൂടി.

എന്തായിത്തീരണം, എന്താവണം, എങ്ങനെയാവണം എന്നൊന്നും ഉപദേശിക്കുവാനോ നിർബന്ധിക്കുവാനോ ആരുമില്ല. സതീർത്ഥ്യരിൽ മിക്കവർക്കും അങ്ങനെ പ്രത്യേക ആശയൊന്നുമില്ല. ഹെഡ്മാസ്റ്റർ മാധവമേനോനെ പോലെ സൂട്ടും ടൈയും ധരിച്ച് ഗാലറി ക്ലാസിന്റെ പ്ലാറ്റുഫോമിൽ കയറിനിന്ന് വിദ്യാർത്ഥികൾക്ക് പാഠം എടുക്കണം. മലയാളത്തിന് ധാരാളം മാർക്കുള്ളതുകൊണ്ട് മലയാളം പ്രൊഫസറായാൽ മതി. കോളേജ് ക്ലാസുകളിൽ പഠിപ്പിക്കണം.

മനസ്സുകൊണ്ട് ഒരു പ്രൊഫസറായി. ആയിടയ്ക്കാണ് സാഹിത്യസമാജത്തിൽ ഒരു പുതിയ വിഷയം ആരോ അവതരിപ്പിച്ചത്. വക്കീലോ, ഡോക്ടറോ, പ്രൊഫസറോ ആരാണ് സമുദായത്തിന് കൂടുതൽ സേവനം നൽകുന്നത് എന്നതായിരുന്നു വിഷയം. ഒരു ലേഖനം എഴുതി തയ്യാറാക്കി. പ്രൊഫസറാണ് സമുദായത്തിന് നിസ്വാർത്ഥ സേവനം നൽകുന്നത്. വക്കീലിനും ഡോക്ടർക്കും ഞങ്ങളുടെ തൊഴിലുകളിൽനിന്ന് കഴിയുന്നത്ര പണം നേടണം എന്ന ആഗ്രഹം ഉണ്ടാവും. ഒരു പ്രൊഫസർക്കാവട്ടെ തന്റെ ശിഷ്യഗണത്തെ ആജീവനാന്തം സ്നേഹിക്കുവാൻ കഴിയും. അതുപോലെ ശിഷ്യഗണങ്ങൾക്കും പ്രൊഫസർ എന്നും ആദരണീയനായിരിക്കും. പ്രസംഗിച്ചവരിൽ മിക്കവരും ഡോക്ടറുടേയും വക്കീലിന്റേയും പക്ഷം പിടിച്ച് വാദിച്ചപ്പോൾ പ്രൊഫസർക്കുവേണ്ടി വാദിച്ചത് രണ്ടോ മൂന്നോ കുട്ടികളായിരുന്നു. പിറ്റേദിവസം മുതൽ കുട്ടികളൊക്കെ എന്നെ പ്രൊഫസർ എന്നു വിളിച്ച് കളിയാക്കാൻ തുടങ്ങി. സുശീലയും ഏലിക്കുട്ടിയും ഇതറിഞ്ഞു. ഏലികുട്ടിയുടെ പരിഹാസമാണ് സഹിക്കാൻ കഴിയാതെയായത്. കുറച്ചു ഗൗരവത്തോടുകൂടി തന്നെ അവളോട് പറഞ്ഞു.

''ഞാൻ പ്രൊഫസറാവും. നിന്റെ എലിക്കുട്ട്യോളെ എന്റെ ക്ലാസിൽ പഠിപ്പിക്കാൻ തരം കിട്ട്യാ നല്ല തല്ലു തല്ലും.''

''പ്രൊഫസർസാർ എന്റെ കുട്ട്യോളെ തല്യാൽ ഞാൻ പ്രൊഫസറെ വഴിയിൽ കാണുമ്പോ കല്ലെടുത്തെറിയും.''

സുശീലയുടെ പരിഹാസം കുറഞ്ഞിരിക്കുന്നു. പ്രായത്തിലധികം വളർച്ചയുണ്ട് അവൾക്ക്. പരിഹസിച്ചാൽ എന്തെങ്കിലും അവിവേകം എന്നിൽ നിന്നുണ്ടാവുമെന്ന് അവൾ ഭയപ്പെടുന്നുവോ? എങ്കിലും സാമീപ്യത്തിനൊന്നും അവൾ അകൽച്ച കാണിച്ചില്ല.

ഏലികുട്ടിയെ ഒന്നിരുത്തണം. അതിനെന്താ വഴി. അതിനു ഒരു സന്ദർഭം കിട്ടി. അന്തോണിമാപ്പിള വീട്ടിലെ നടപ്പുരയിൽ ശീട്ടുകളിയിൽ മുഴുകിയിരിക്കുകയാണ്. ബഷീറിന്റെ പ്രേമലേഖനം പുസ്തകം ഏലികുട്ടിക്ക് വായിക്കുവാൻ കൊടുത്തിരുന്നു. അതു തിരിയെ വാങ്ങിക്കുവാനായി ഇല്ലിപ്പടി കടന്ന് അവളുടെ വീട്ടിൽ ചെന്നു. വയ്ക്കോൽത്തുറുവിന്റെ കടയ്ക്ക് ഇരുന്ന് അവൾ പുസ്തകത്തിന്റെ അവസാന ഭാഗം വായിക്കുകയാണ്. പതുക്കെ നടന്ന് അടുത്തെത്തി പറഞ്ഞു.

''നമുക്ക് കേശവൻനായരും സാറാമ്മയുമായി കളിക്കാം.'' ഏലിക്കുട്ടി എണീറ്റുനിന്ന് നുണക്കുഴികൾ കാണിച്ചു ചിരിച്ചു തുടങ്ങി. നാണവും പ്രസരിപ്പും തന്റേടവും സന്തോഷവുമൊക്കെയുള്ള ചിരിയ്ക്കിടയിൽ അവൾ മൊഴിഞ്ഞു.

''സാറാമ്മ കേശവൻനായരോട് പറഞ്ഞതുപോലെ തല കുത്തി നിൽക്കാനല്ല ഞാൻ പറയാ. ഈ വൈക്കോൽത്തുറുവിന്റെ മുകളിൽ കോണിവെയ്ക്കാതെ കയറി തലകുത്തി നിൽക്കാൻ പറ്റോ?''

''എന്നെക്കൊണ്ടാവില്യ.''

''എന്നാലിനി പ്രൊഫസർസാറെ നമക്ക് കേശവൻനായരും സാറാമ്മയുമായി കളിക്കണ്ട.''

എനിക്ക് പെട്ടൊന്നൊരു ധൈര്യം തോന്നി. അവളുടെ കൈ കടന്നുപിടിച്ച് പെട്ടെന്ന് കവിളത്ത് ഒരുമ്മ കൊടുത്തു. ഓർക്കാപ്പുറത്തായതുകൊണ്ട് അവൾക്ക് മിണ്ടാൻ കഴിഞ്ഞില്ല. ശരീരം വിറയ്ക്കുന്നുണ്ടായിരുന്നു.

''എന്റീശോ! വേണ്ടാട്ട്വോ.''

അവൾ കുതറാൻ ശ്രമിച്ചപ്പോൾ പെട്ടെന്ന് പിടിവിട്ടുപോന്നു. വീട്ടിൽ വന്ന് വീണ്ടും ആലോചനയായി. ഏലികുട്ടി എല്ലാവരോടും പറയുമോ? അച്ഛൻ അറിഞ്ഞാൽ എന്തായിരിക്കും സ്ഥിതി. വേണ്ടിയിരുന്നില്ല. ആത്മനിന്ദ തോന്നി. പിറ്റേദിവസം സ്കൂളിലേക്ക് പുറപ്പെട്ടപ്പോൾ അവളുടെ തിളങ്ങുന്ന ചിരി വീണ്ടും കണ്ടു. സമാധാനമായി.

കൈകൊട്ടിചിരിച്ചു പരിഹസിച്ചിരുന്ന ഏലികുട്ടി ലജ്ജാവതി യായിയെങ്കിലും ഇടയ്ക്കിടെ കളിയാക്കൽ തുടർന്നു.

ഒമ്പതാംക്ലാസ് പാസ്സായി. പത്താംക്ലാസിലെത്തി. പത്തിൽ പാസായാൽ ഗോപാലൻ കോളേജിൽ ചേർന്ന് പഠിക്കും.

ഫീസില്ലാതെയാണ് അയാളും അമ്മിണിയും പഠിക്കുന്നത്. അവരുടെ അച്ഛൻ സർവ്വീസിലിരിക്കുമ്പോൾ മരിച്ചു. അമ്മ പിന്നീട് വിവാഹം കഴിച്ചില്ല. അതുകൊണ്ട് ഫീസ് വേണ്ട. എന്റെ ചിന്ത മറ്റൊരു വഴിക്കാണ് തിരിഞ്ഞത്. എന്റെ അച്ഛൻ മരിച്ച് അമ്മയുണ്ടായിരുന്നെങ്കിൽ അമ്മ മറ്റാരെയെങ്കിലും വിവാഹം കഴിക്കുമായിരുന്നോ? കല്യാണം കഴിച്ചില്ലെങ്കിൽ ആ മനുഷ്യൻ എന്നെ ഇഷ്ടപ്പെടുമോ? പഠിപ്പിക്കു മായിരുന്നോ? നാലാംക്ലാസ് കഴിഞ്ഞാൽ വല്ല പണിക്കും പറഞ്ഞയക്കുമായിരുന്നില്ലേ? അമ്മ ജീവിച്ചിരുന്നെങ്കിൽ ജനിച്ചു വളർന്ന വീട് അന്യരുടെ കൈവശം ചെന്നുചേരാൻ ഇടവരുമായിരുന്നില്ല.

പത്താംക്ലാസ് ജയിച്ചാൽ – ജയിക്കും എന്നു തീർച്ചയാണ്. കോളേജിൽ പഠിക്കണം. എം.എ. പാസാവണം. പ്രൊഫസറായി സൂട്ടും ടൈയും ധരിച്ച് ഫ്ളാറ്റ്ഫോമിൽ കയറിനിന്ന് വിദ്യാർത്ഥികൾക്ക് ക്ലാസെടുക്കുന്നത് ഭാവനയിൽ കാണും. മാധവമേനോനെ പോലെ നിന്നുകൊണ്ടേ പഠിപ്പിക്കൂ. ചങ്ങമ്പുഴ കൃതികളും കഥകളും വായിച്ച് വായിച്ച് പ്രേമം എന്താണെന്ന് കുറച്ചൊക്കെ മനസ്സിലായിത്തുടങ്ങി.

പെൺകുട്ടികളോടുള്ള മനോഭാവത്തിൽ മാറ്റം വന്നുതുടങ്ങി. സുഭദ്രയ്ക്ക് സങ്കോചമില്ല. അമ്മിണി മടിച്ചുമടിച്ചേ അടുത്തുവരൂ. ആരെയാണ് കല്യാണം കഴിക്കേണ്ടത്? സുഭദ്രയോ, അമ്മിണിയോ? വേണ്ട! ഇപ്പോൾ അതിനെപ്പറ്റി ഒന്നും ചിന്തിക്കണ്ട.

പ്രൊഫസറായിട്ടുമതി ആ വക ആലോചനകൾ. പഠിക്കണം. പഠിപ്പു കഴിയട്ടെ. അച്ഛൻ പഠിപ്പിക്കാതിരിക്കില്ല. അതിനുള്ള കഴിവൊക്കെ ഇപ്പോൾ അച്ഛനുണ്ട്. വീട്ടിൽ അച്ചടക്കം വളരെ കൂടുത ലാണെന്നുമാത്രം. അവിടെ ആരും ആരേയും സ്നേഹിക്കുന്നില്ല. ആരുമാരും വെറുക്കുന്നുമില്ല. കാര്യങ്ങളെല്ലാം മുറപോലെ നടക്കുന്നു. ചെറിയമ്മ ആരേയും ശാസിക്കുന്നതു കണ്ടിട്ടില്ല. മക്കൾ കരയുക യാണെങ്കിൽ അവിടെ കിടന്ന് കരഞ്ഞോട്ടെ എന്നു വിചാരിക്കും. പാറുകുട്ടിയമ്മയാണ് കുട്ടികളുടെ കരച്ചിൽ മാറ്റുന്നത്. ഓണത്തിനും വിഷുവിനും തിരുവാതിരക്കും പ്രത്യേകം ആഘോഷങ്ങളില്ല. അച്ഛൻ മക്കൾക്ക് ഓണപ്പുടവ തരാറില്ല. വിഷക്കേട്ടം തന്നിട്ടില്ല. മുണ്ടും ഷർട്ടും ഇല്ലെന്നു പറയേണ്ടി വന്നിട്ടില്ല. സ്കൂൾ പുസ്തകങ്ങളുടേയും നോട്ടു പുസ്തകങ്ങളുടേയും ലിസ്റ്റ് കൊടുത്താൽ പിറ്റേ ദിവസം എല്ലാം തയ്യാറാണ്.

പത്താംക്ലാസിലെ പരീക്ഷ കഴിഞ്ഞ് സ്കൂൾ പൂട്ടി. എളയത് മാഷ് മൂന്നു തടിച്ച പുസ്തകങ്ങൾ തന്നു. പത്മമഹാപുരാണം. വള്ളത്തോളിന്റെ വിവർത്തനം. ഒരുമാസംകൊണ്ട് മൂന്നു ഭാഗങ്ങളും അച്ഛമ്മയെ വായിച്ചു കേൾപ്പിച്ചു. അച്ഛനും ഇഷ്ടമായി. വിഷു അടുത്തു. ഇത്തവണ എനിക്കും കുതിരയെ എടുക്കണം. അതിലേറെ വാശി അച്ഛന്റെ കയ്യിൽനിന്ന് വിഷുകേട്ടം കിട്ടണമെന്നായിരുന്നു. ‘‘ഇത്തവണ ഞാനും കുതിരയെ എടുക്കാൻ കൂടാം.’’

‘‘പൊക്കം വെച്ചിട്ടുണ്ടല്ലോ. എടുത്തോ. ചുമലു വേദനിച്ചാൽ ആരെയെങ്കിലും വിളിച്ച് കൊടുത്തോ.’’

‘കുതിര നട നടത്ത്യേ’ എന്നുറക്കെ ചൊല്ലിക്കൊണ്ട് പിന്നിലെ തണ്ട് ചുമലിലേറ്റി. പഞ്ചവാദ്യം കഴിഞ്ഞ് പാടത്തേക്ക് ഇറങ്ങിയപ്പോൾ മുമ്പിലുള്ള രണ്ടാളുകളും ഓടാൻ തുടങ്ങി. പാടത്ത് കട്ടയുള്ളതുകൊണ്ട് ഒപ്പം ഓടാൻ പറ്റുന്നില്ല. കുതിര തണ്ട് കൊച്ചുണ്ണിനായരുടെ ചുമലിൽ വെച്ചുകൊടുത്തു. ക്ഷേത്രത്തിൽ എത്തുന്നതുവരെ കുതിരയുടെ ഒപ്പം നടന്നു.

ദേശകുതിരകളായും വീട്ടുകുതിരകളായും ഏഴു കുതിരകളുണ്ട്. തെക്കുംപുറം, വടക്കുംപുറം എന്നീ ദേശങ്ങളിൽ നിന്നാണ് കുതിരകളെ കൊണ്ടു വന്നിട്ടുള്ളത്. വടക്കും പുറത്തുനിന്നുള്ള വീട്ടുകുതിരയാണ് അച്ഛന്റെ വീട്ടിൽ നിന്നുള്ളത്.

എന്റെ തറവാട്ട് വീട്ടിൽ നിന്നുണ്ടാവാറുള്ള കുതിര ദേശ കുതിരയായി കൃഷ്ണമേനോൻ സാറിന്റെ മേൽനോട്ടത്തിൽ എത്തിയിട്ടുണ്ട്. മേളം നെടുംപുറത്തുകാരുടെ വകയാണ്. ക്ഷേത്രത്തിൽ എത്തിയാൽ കുതിരകളെ നിരത്താൻ പ്രത്യേകം സ്ഥലമുണ്ട്. ഏഴു കുതിരകളെ തോളിലേറ്റി മേളം മുറുകുമ്പോൾ മേളത്തിനൊത്ത് കുതിരകളെ എടുത്തവർ ദേഹം ഇളക്കുമ്പോൾ കുതിരകളുടെ ആട്ടം കാണുവാൻ രസമുണ്ട്. ഒറ്റപന്തങ്ങൾ, മുപ്പന്തങ്ങൾ, അഞ്ചുചിറ്റുള്ള പന്തങ്ങൾ, കച്ചവടക്കാരുടെ പെട്രോൾമാക്സ് വിളക്കുകൾ ഇതെല്ലാം കൂടുമ്പോൾ പാടത്താകെ എന്തുവെളിച്ചം! എന്തുഭംഗി! മേളം കഴിഞ്ഞാൽ ഓരോ കുതിരയേയും ക്ഷേത്രത്തിനുള്ളിൽ തൊഴീച്ച് പുറത്തുകടക്കും. ക്ഷേത്രം വലുതാണെങ്കിലും ദേവീ വിഗ്രഹം ഒരു മരത്തിന് ചുവട്ടിലാണ്. അവിടെ മാത്രം മേൽക്കൂരയില്ല. മഴക്കാലത്ത് പുഴയിൽനിന്ന് വെള്ളം കയറി ബിംബത്തെ മൂടുമത്രെ. മൂന്നുദിവസം

കഴിഞ്ഞാൽ വെള്ളം ഇറങ്ങും. പുറത്തുകടത്തിയ കുതിരയെ പൊതിഞ്ഞ തുണികളും പട്ടും അഴിച്ചെടുക്കും. വൈയ്ക്കോൽ വലിച്ചെടുത്ത് തീയിലിടും. കുതിരയുടെ ചട്ടക്കൂടി എടുത്ത് പാടത്തുകൂടെ നടക്കുവാൻ പ്രയാസം തോന്നിയില്ല. രാവിലെ വീട്ടിലെത്തി കുളികഴിഞ്ഞു വന്നപ്പോൾ അച്ഛൻ ഒരു വെള്ളി ഉറുപ്പിക വിഷുക്കേട്ടം തന്നു. അച്ഛന്റെ കയ്യിൽനിന്ന് ആദ്യമായും അവസാനമായും കിട്ടിയ വിഷുക്കേട്ടം.

റിസൽട്ട് അറിയാറായി. പത്താംക്ലാസ് കഴിഞ്ഞാൽ മിക്കവരും ജീവിതത്തിന്റെ പലതുറകളിലേക്കും പിരിഞ്ഞുപോകുന്നു. കോളേജിൽ ചേരുന്നവർ ചുരുക്കമാണ്. ചിലർ ടൈപ്പ്റൈറ്റിങ്ങും ഷോർട്ട് ഹാന്റും പഠിക്കും. വേറെ ചിലർ ടീച്ചേഴ്സ് ട്രെയിനിംഗിനു ചേരും. കോളേജായിരുന്നു എന്റെ മനസ്സ് നിറയെ. ജയിച്ചവരുടെ നമ്പരുകൾ സ്കൂളിലെ നോട്ടീസ് ബോർഡിൽ പതിക്കും. മാർക്കൊന്നും അപ്പോൾ അറിയില്ല. അത് സർട്ടിഫിക്കറ്റ് ബുക്കിലുണ്ടാകും. പത്രവായനയില്ല.

കാലത്ത് നേരത്തെ എണീറ്റ് കുളിച്ച് വസ്ത്രം മാറി സ്കൂളിലേക്ക് പുറപ്പെട്ടു. വഴിക്ക് ഗോപാലനേയും ഗോവിന്ദൻകുട്ടിയേയും കിട്ടി. പതിനൊന്നുമണിയായപ്പോൾ ജയിച്ചവരുടെ നമ്പരുകൾ എഴുതിയ കടലാസ് ശിപായി നോട്ടീസ് ബോർഡിൽ പതിച്ചു. മൂവരും ജയിച്ചിരിക്കുന്നു. വേഗം വീട്ടിലേക്ക് നടന്നു. ആദ്യം കണ്ടത് സുശീലയെയാണ്. ഉറക്കെ വിളിച്ചു പറഞ്ഞു.

''ഞാൻ ജയിച്ചു.''

അവൾക്ക് അതൊരു അത്ഭുതവാർത്തയായി തോന്നിയില്ല. പത്താംക്ലാസ് ജയിച്ചിരിക്കുകയാണെന്ന ഗമയുണ്ട്. വീട്ടിൽ ചെന്നപ്പോൾ ചെറിയമ്മ മാത്രമെയുള്ളു.

''ഞാൻ ജയിച്ചു.''

പ്രതികരണമൊന്നുമുണ്ടായില്ല. സുഭദ്രയുടെ വീട്ടിലെത്തി. അച്ഛമ്മ യുണ്ടായിരുന്നു.

''ഞാൻ ജയിച്ചു.''

''ഗുരുവായൂരപ്പാ! നന്നായി'' അച്ഛമ്മയുടെ പ്രതികരണം.

''പ്രൊഫസർക്ക് കാപ്പി വേണോ? ചായ വേണോ? തിന്നാനൊന്നുമില്ല. അല്ലെങ്കിൽ കുറച്ചു കഴിഞ്ഞാൽ ഊണു കഴിക്കാം.'' സുഭദ്രയുടെ ക്ഷണം.

''എനിക്കിപ്പോനെന്റെ കാപ്പീം, ചായേം, ഊണൊന്നും വേണ്ട.''

''പ്രൊഫസറാവുമ്പോ ഈ വീടൊക്കെ മറക്ക്വോ?''

''മറന്നേക്കും.''

അവൾ മുഖം വീർപ്പിച്ചു.

''ഞാൻ ജയിച്ചു.''

''ഞാൻ ജയിച്ചു.''

കണ്ടവരോടൊക്കെ പറഞ്ഞു. ഏലികുട്ടിയും അവളുടെ അമ്മച്ചിയുമാണ് ഏറ്റവും സന്തോഷിച്ചത്.

സ്കൂൾ തുറന്ന ദിവസം തന്നെ സർട്ടിഫിക്കറ്റ് പുസ്തകം കിട്ടി. ഹെഡ്മാസ്റ്റർ ക്ലാസിൽ വന്ന് ജയിച്ചവരുടെ പേര് വിളിച്ച് പുസ്തകം കൊടുത്തു. ഓരോരുത്തരോടും ഇനി എന്തു ചെയ്യാൻ പോകുന്നു എന്നു ചോദിച്ചു. ''ഒന്നും തീരുമാനിച്ചിട്ടില്ല.''

''ട്രെയിനിംഗിന്.''

''ടൈപ്പിംഗ് പഠിക്കണം.''

''ടൈപ്പിംങ്ങും ഷോർട്ട് ഹാൻഡും പഠിക്കണം.''

''കോളേജിൽ ചേരണം.''

ഓരോരുത്തരുടേയും പ്രതികരണം.

കോളേജിൽ ചേരണം എന്ന് അച്ഛനോട് നേരിട്ട് പറയാൻ ഭയം. ചെറിയമ്മയോട് എന്തുപറഞ്ഞാലും അവർ മൂളി കേൾക്കും. മറുപടി ഒന്നും കിട്ടില്ല. അവസാനം അച്ഛമ്മയെതന്നെ ശരണം പ്രാപിച്ചു. അന്നുച്ചയ്ക്ക് അച്ചമ്മയും അച്ഛനും ചെറിയമ്മയുംകൂടി എന്റെ കോളേജ് പഠിത്തത്തെപ്പറ്റി ആലോചനയുണ്ടായി. എല്ലാം അകത്തിരുന്നു കേട്ടു. അച്ഛമ്മ അച്ചനോട് ''സുശീലയെ കോളേജിലയക്കണില്ല. പെണ്ണല്ലെ. ഇപ്പോത്തന്നെ വല്ലാണ്ട് വളർന്നേക്കണു. കല്യാണാലോചനകളൊന്നും വന്നില്ലെങ്കിൽ ട്രെയിനിംഗിന് അയയ്ക്കണംന്ന് പറേണ കേട്ടു. ഒരു കൊല്ലല്ലേ വേണ്ടൂ. അപ്പൂന്റെ സ്ഥിതി അതല്ലലോ. അവന് പഠിക്കണംന്നാ മോഹം. ആണല്ലെ. സ്വന്തം കാലിൽ നിക്കാറാവുന്നതുവരെ നോക്കണ്ടെ.''

''കുഞ്ഞിക്കാവെന്താ ഒന്നും മിണ്ടാത്തെ?'' അച്ഛൻ ചോദിച്ചു. അവർ എല്ലാം ആലോചിച്ചുറപ്പിച്ചിരുന്നു എന്നു തോന്നുന്നു.

''കുട്ടികൾ എട്ടാവാനാണ് പോണത്. ഒരാളെ മാത്രം കോളേജിൽ പഠിപ്പിച്ചാൽ പോരാ. എല്ലാരേം കോളേജിൽ പഠിപ്പിക്കാൻ പറ്റ്വോ. അപ്പു ഏതെങ്കിലും ഒരു കടയിൽ ചെന്നിരിക്കട്ടെ. ആരൊക്കെ, എന്തൊക്കെ തട്ടിക്കുന്നു എന്നാർക്കറിയാം''

അച്ഛമ്മ പിന്നേയും വാദിച്ചു.

''അപ്പു മാത്രല്ലെ ഇപ്പോ കോളേജില് പോവാറായത്. മറ്റുള്ളോര് വളരട്ടെ. എന്നീട്ടാലോചിച്ചാൽ പോരെ. എല്ലാർക്കും പഠിക്കണംന്ന മോഹോണ്ടവില്യ. മോഹള്ളോരെ പഠിപ്പിക്യാ. അവന് മോഹംണ്ട്. നെന്റെ ഇഷ്ടം പോലെ ചെയ്യ്.''

''കുഞ്ഞിക്കാവ് പറേണതാ ശരി. ഒരാളെതന്നെ പഠിപ്പിച്ചാൽ പോരാ. അവൻ അടുത്തുള്ള കടയിൽ ചെന്നിരിക്കട്ടെ. ആരൊക്കെ എന്തൊക്കെ തട്ടിക്കുന്നു എന്നാർക്കറിയാം.''

അച്ഛന്റെ തീരുമാനമായിരുന്നു.

പ്രതീക്ഷകളൊക്കെ തകരുകയാണോ? മനസ്സിനും ദേഹത്തിനും ഒരുതരം മരവിപ്പ്. സ്വതേവിഷാദാത്മകനാണ്. കോളേജിൽ ചേരാൻ കഴിയില്ലെന്നായപ്പോൾ എല്ലാറ്റിനോടും എല്ലാവരോടും ദേഷ്യമാണ് ആദ്യം തോന്നിയത്. ആരെ കണ്ടാലും മിണ്ടില്ല. സുശീല വേണ്ട, ഏലിക്കുട്ടി വേണ്ട, സുഭദ്രവേണ്ട, ആരും വേണ്ട. ഏതെങ്കിലും പുസ്തകം എടുത്തു വായിക്കുവാൻ തോന്നുന്നില്ല. രാത്രി ഉറക്കം വരുന്നില്ല. മൂന്നുനാലു ദിവസം വിഷാദമൂകനായി നടന്നു. കൊച്ചാപ്പുമാപ്പിളയോട് സങ്കടം പറഞ്ഞു.

''തന്റെ അച്ഛനോട് ഞാനൊന്നു പറഞ്ഞു നോക്കട്ടെ. നിരാശപ്പെടാതിരിക്ക്.''

കൊച്ചാപ്പുമാപ്പിളയുടെ ശുപാർശയും അച്ഛൻ കേട്ടില്ല. അടുത്തുള്ള 'ബി' ഷാപ്പിലെ ജോലിക്കാരനായ ശങ്കുണ്ണിനായർ ഒരു ദിവസം രാവിലെ കടയുടെ താക്കോൽ വാങ്ങി പോകുമ്പോൾ ചോദിച്ചു.

''അപ്പു വരണ്ല്യെ? അച്ഛൻ പറഞ്ഞു അപ്പൂനേം കൂടെ കൊണ്ടുവരാൻ''

''കൊറച്ചു ദിവസം കഴിയട്ടെ. എന്നിട്ട് വരാം.''

എന്നിലെ പ്രൊഫസർ മരിക്കുന്നു എന്നു തോന്നി തുടങ്ങി. അവസാനം കൊച്ചാപ്പുമാപ്പിള തന്നെയാണ് ഉപദേശിച്ചത്.

''ചെറ്യേമ്മല്യെ? പോയികാണ്. ഫീസുമാത്രം തന്നാൽ മതീന്ന് പറഞ്ഞുനോക്ക്. അവരോട് ആലോചിച്ചില്ല്യാന്നു വേണ്ട.''

അതൊരു നല്ല ആശയമാണെന്നു തോന്നി. ചെറിയമ്മയെ എങ്ങനെപോയി കാണും. സ്കൂൾ പൂട്ടുന്ന സമയത്ത് ചെറിയമ്മ ഇവിടെ വന്ന് കൂട്ടിക്കൊണ്ടുപോയി ആറേഴുദിവസം ചെറിയമ്മയുടെ കൂടെ താമസിപ്പിക്കാറാണ് പതിവ്. ബസ്സിലോ തീവണ്ടിയിലോ തനിയെ പോണം. വീട് അറിയാം. അച്ഛൻ അറിഞ്ഞാൽ ദേഷ്യപ്പെടും. കൊച്ചാപ്പുമാപ്പിള അതിനും ഉപായം പറഞ്ഞു തന്നു.

''മൂന്നാലു ദിവസം അടുത്തുള്ള കടയിൽ ചെന്നിരിക്ക്. അതിനിടയ്ക്ക് ഒരൂസം ചെറ്യേമ്മടെ അടുത്തുപോ. അന്നന്നെ മടങ്ങി വരാനുള്ള ദൂരല്ലെയുള്ളു. ആരും അറീല്യ.''

നല്ല കുട്ടിയായി അഭിനയിച്ച് പിറ്റേദിവസം മുതൽ ശങ്കുണ്ണിനായരുടെ കൂടെ കടയിൽപോയി. കാലത്ത് ഏഴുമണിക്ക് പോയാൽ രാത്രി ഒമ്പതുമണിക്ക് കടയടച്ചാലെ വീട്ടിലെത്തു. മൂന്നുദിവസം മുടങ്ങാതെ പോയി. നാലാംദിവസം ശങ്കുണ്ണിനായരോട് പറഞ്ഞ് ചെറിയമ്മയുടെ അടുത്തെത്തി. വിവരം പറഞ്ഞു.

''കോളേജിൽ പഠിപ്പിക്കാനൊന്നും സാധിക്കില്യ. നാലുകൊല്ലം വേണ്ടേ? അതൊക്കെ ബുദ്ധിമുട്ടാവും. ഇവ്ടെ തങ്കവും പത്താംക്ലാസ് പാസ്സായിരിക്യാ. ആ കുട്ട്യെ ട്രെയിനിംഗിനയക്യാ. വേണെങ്കി നീയും ട്രെയിനിംഗിന് ചേർന്നു പഠിച്ചോ. ഒരു കൊല്ലല്ലേ വേണ്ടൂ. അതിനുള്ള ഫീസ് ഞാൻ തരാം. പാസായാൽ ഇവ്ടെ സ്കൂളിൽ നെണക്കും തങ്കത്തിനും ജോലിക്ക് ശ്രമിക്കാം. അതാ നല്ലത്.

''എനിക്ക് മാഷാവണ്ടാ. ബോംബെലുള്ള അമ്മാമന്റെ മേൽവി ലാസം തര്വോ? ബോംബെല് ചെന്ന് എന്തെങ്കിലും ജോലി ചെയ്ത് കഴിഞ്ഞോളാം. നിങ്ങളാരേം ബുദ്ധിമുട്ടിക്കാൻ നാട്ടിൽ നിൽക്കണ്ല്യ.''

അമ്മാമന്റെ മേൽവിലാസം വാങ്ങി തിരിയെ പോന്നു. അച്ഛൻ അറിയാതെ അമ്മാമന് കത്തെഴുതി. ''പത്താംക്ലാസ് പാസായി. തുടർന്ന് പഠിക്കണമെന്നുണ്ട്. അച്ഛനും ചെറിയമ്മക്കും സാധിക്കില്ലെന്നു പറഞ്ഞു. ഒന്നുകിൽ ബോംബെയിൽ ജോലി വേണം. അല്ലെങ്കിൽ പഠിക്കണം.''

ഗോപാലനും ഗോവിന്ദൻകുട്ടിയും കോളേജിൽ ചേർന്നു. സുഭദ്രയും അമ്മിണിയും സ്കൂളിൽ പോകുന്നുണ്ട്. സുശീലയും ഏലിക്കുട്ടിയും ഞാനും ഒറ്റപ്പെട്ടതുപോലെ തോന്നി. കടയിൽ

ചെന്നിരിക്കാൻ അച്ഛൻ പറഞ്ഞെങ്കിലും അതുമിതും പറഞ്ഞ് ഒഴിഞ്ഞുമാറി. ഏലിക്കുട്ടിയും സുശീലയും പുസ്തകങ്ങളും ഒന്നും വേണ്ട. മനസ്സാകെ മൂടിക്കെട്ടിയപോലെ. അമ്മാമന്റെ കത്തുവന്നതിനു ശേഷമാണ് അച്ഛനോട് വിവരം പറഞ്ഞത്.

''ജോലിക്ക് പോവാൻ ആഗ്രഹമുണ്ടെങ്കിൽ അതിന് ഉത്സാഹിക്കാം. തുടർന്ന് പഠിക്കണമെന്നുണ്ടെങ്കിൽ ഇവിടെ വന്നതിനുശേഷം തീരുമാനിക്കാം.'' ഇതായിരുന്നു അമ്മാമന്റെ മറുപടി. അച്ഛനെ കത്ത് കാണിച്ചപ്പോൾ ആദ്യം ദേഷ്യപ്പെട്ടെങ്കിലും ''പഠിക്കാൻ പറ്റ്യേങ്കിൽ പഠിച്ചോ'' എന്നാണ് പറഞ്ഞത്. ബോംബെയ്ക്ക് പോവാനുള്ള ഏർപ്പാടുകളെല്ലാം ചെയ്തുതന്നതിനു പുറമെ നൂറു റുപ്പികയും തന്നു. കൊച്ചാപ്പു മാപ്പിളയോടു വിവരം പറഞ്ഞു.

''നന്നായി വരുംകുട്ടി! എന്തെങ്കിലും പഠിച്ച് വലിയവനാവ്. അല്ലെങ്കി ജോല് ചെയ്ത് സമ്പാദിക്ക്. ഇടയ്ക്കൊക്കെ നാട്ടില് വരണം. ആരേം മറക്കണ്ട.''

ഏലിക്കുട്ടി എല്ലാം മറന്ന് കളിയാക്കാൻ ധൈര്യം കാണിച്ചു.

''ന്റെ കുട്ട്യോളെ നല്ലോണം പഠിപ്പിക്കണംട്ടോ പ്രൊഫസർ സാറെ.''

''അമരപുരവീഥിയിൽ ദേവാംഗനകളൊ
അമൃതപുളനങ്ങളിൽ പന്താടിടേണ്ടനീ.''

ഈ വരികൾ എഴുതിയ കവിതാ ശകലം ഏലിക്കുട്ടിക്ക് കൊടുത്തു. അവൾ അതുവായിച്ച് ലജ്ജാവതിയായി നിന്നു. അവളുടെ മനസ്സിൽ എന്തൊക്കെയോ വികാരങ്ങൾ അലതല്ലുന്നുണ്ടെന്നു തോന്നി.

സുശീലയുടെ അടുത്തെത്തി ഒരുതുണ്ടു കടലാസ് അവൾക്കും കൊടുത്തു.

''ഓമലേ ഭൂലോകശിൽപിതൻ കല്പനാ
സാമർത്ഥ്യം മാത്രമോ നിന്റെ രൂപം.''

അവൾ ഏതോ സ്വപ്നലോകത്തിലാണെന്നു തോന്നി. പത്താം ക്ലാസ് കഴിഞ്ഞ് ഒരു കൊല്ലമായി ഇരിപ്പല്ലേ. അവളുടെ ഭാവി വരനെ സ്വപ്നം കണ്ടുതുടങ്ങിയോ?

അച്ഛമ്മയുടെ അടുത്തെത്തി. കണ്ണീരോടെ എന്റെ മൂർദ്ധാവിൽ ചുംബിച്ചു. അഞ്ചുറുപ്പികയും തന്നു. ഗോപാലനോടും ഗോവിന്ദ ൻകുട്ടിയോടും അമ്മിണിയോടും നേരത്തെതന്നെ പറഞ്ഞിരുന്നു. സുഭദ്ര

കരച്ചിലടക്കാൻ ശ്രമിക്കുന്നുണ്ട്. അവളുടെ അമ്മ എന്നെ കെട്ടിപിടിച്ചു തലോടി പറഞ്ഞു.

"മോൻ എഴുത്തയക്കണം. നെന്റെ അമ്മാമനെ എനിക്കറിയാം. കയ്യിൽ കാശുണ്ടാവും. പഠിക്കണം. പോയിവാ."

അവസാനം വീട്ടിൽവന്ന് പാറുകുട്ടിയമ്മയോടും യാത്ര പറഞ്ഞു. പിന്നെ ആരോടും ഒന്നു പറയണമെന്നു തോന്നിയില്ല. അലമാരിയിലുള്ള പുസ്തകങ്ങൾ കേടുവരാതെ സൂക്ഷിക്കാൻ അനുജത്തി മാലതിയെ ഏൽപ്പിച്ചു. സൈക്കിൾ കൃഷ്ണൻകുട്ടിക്ക് കൊടുത്തു. ഇവിടെ നിന്ന് കടന്നു കിട്ടിയാൽ മതി എന്നായിരുന്നു അപ്പോഴത്തെ ചിന്ത.

മൂന്ന്

വണ്ടി പൂനയിലെത്തി. ഇനിയങ്ങോട്ട് കരിയും പുകയുമില്ലാത്ത വണ്ടിയാണ്. സഹ്യഗിരിയുടെ തുരങ്കങ്ങളിൽ കൂടി ഇലക്ട്രിക് എൻജിൻ ഘടിപ്പിച്ച തീവണ്ടി കുതിച്ചു പായുന്നത് രസകരമായ കാഴ്ചയായിരുന്നു. യാത്രക്കാർ പെട്ടിയും കിടക്കയും ഭാണ്ഡങ്ങളും ഒതുക്കിവെച്ച് തുടങ്ങി. ചിലർ മുണ്ടുമാറ്റി പാന്റ് ഇടുന്നു. മുഖം കഴുകി പൗഡറിടുന്നു. എല്ലാവരും ഉത്സാഹത്തിലായി.

അമ്മാമന്റെ കത്തിൽ വിശദവിവരങ്ങളുണ്ട്. പരേൽ എന്ന സ്ഥലത്തുള്ള വെസ്റ്റേൺ ഇന്ത്യാ സ്പിന്നിംഗ് ആന്റ് വീവിംഗ് കമ്പനിയിലാണ് ജോലി. താമസം അതിനടുത്ത് മൂന്നുനില കെട്ടിടത്തിലാണ്. ദാദർ സ്റ്റേഷനിൽ നിന്ന് ഒരു കുതിരവണ്ടിക്കാരൻ അവിടെ എത്തിക്കും. കമ്പനിയുടെ മതിലും വീടിന്റെ മതിലും ഒന്നാണ്. വീടിന്റെ ഒന്നാമത്തെ നിലയിൽ പത്താം നമ്പർ മുറിയിലാണ് അമ്മാമൻ താമസിക്കുന്നത്. അമ്മാമനും മരുമകനും തമ്മിൽ കണ്ടാൽ തിരിച്ചറിയാൻ സാധിക്കുമോ ആവോ? എങ്കിലും ഞാൻ സ്റ്റേഷന്റെ പുറത്തേക്കുള്ള വഴിയിൽ കാത്തുനിൽക്കാം.

വണ്ടി കുതിച്ചുപാഞ്ഞ് കല്യാൺ സ്റ്റേഷനിലെത്തി. അടുത്തത് ദാദർസ്റ്റേഷനാണ്. അവിടെ മിക്കവരും ഇറങ്ങും. എന്തു വേഗതയാണ് വണ്ടിക്കിപ്പോൾ. അരമണിക്കൂറിനുള്ളിൽ ദാദറിലെത്തി. വണ്ടിയിൽ നിന്നിറങ്ങിയപ്പോൾ എന്തൊരു ബഹളം! ഇത്രയധികം ആൾക്കാർ ഈ വണ്ടിയിലുണ്ടായിരുന്നോ? മൂന്നുദിവസം നീണ്ടുനിന്ന യാത്രയിൽ ഇവരൊക്കെ സഹയാത്രികരായിരുന്നു എന്ന് വിശ്വസിക്കാനാവുന്നില്ല. ആരേയും കാര്യമായി ശ്രദ്ധിച്ചിരുന്നില്ല. ആരുടെ മുഖവും മനസ്സിൽ പതിഞ്ഞിട്ടുമില്ല.

യാത്രാക്ഷീണം വാട്ടിയ മുഖങ്ങളിൽ ആഹ്ലാദത്തിന്റെ ഉദയം. എനിക്കും നല്ല ക്ഷീണമുണ്ട്. പുതിയ മുഖങ്ങൾ, കോലാഹലങ്ങൾ, ആൾക്കാർ സംസാരിക്കുന്നതൊന്നും മനസ്സിലാവുന്നില്ല. സ്റ്റേഷനിലെ ബഹളം കുറഞ്ഞപ്പോൾ ഒരു പോർട്ടറെ വിളിച്ച് പെട്ടിയും കിടക്കയും എടുപ്പിച്ച് പുറത്തേക്ക് കടന്നു. ടിക്കറ്റ് ചെക്കറുടെ സമീപം അമ്മാമൻ നിന്നിരുന്നു.

''അപ്പുവല്ലേ?''

''അതെ.''

പോർട്ടർക്ക് വഴി കാണിച്ച് അമ്മാമൻ മുമ്പേ നടന്നു. കുതിരവണ്ടികൾ നിരനിരയായി കിടക്കുന്നു. ഒന്നിൽ കയറി. 'ചിഞ്ച് പൊക്ക്ളി. വെസ്റ്റേൺ ഇന്ത്യാ സ്പിന്നിംഗ് കമ്പനി' എന്ന് അമ്മാമൻ പറഞ്ഞു. പുറത്ത് കനത്ത മഴ പെയ്ത ലക്ഷ്ണമുണ്ട്. ആകാശം ഇരുണ്ടുകൂടിയിരിക്കുന്നു. മനസ്സുപോലെ മൂടിക്കെട്ടി നിൽക്കുന്ന അന്തരീക്ഷം. ഇരുപതു മിനിറ്റിനുള്ളിൽ വണ്ടി കമ്പനിയുടെ പഠിക്കൽ എത്തി. അടുത്തുതന്നെ കമ്പനിയുടെ വലതുഭാഗത്ത് ഒരു പഴഞ്ചൻ മൂന്നുനില കെട്ടിടവും കണ്ടു. കുതിരവണ്ടിക്കാരൻ പെട്ടിയും കിടക്കയും എടുത്ത് ഇരുണ്ട ഇടനാഴിയിൽ കൂടി കെട്ടിടത്തിന്റെ ഒന്നാംനിലയിൽ എത്തി. താക്കോലെടുത്ത് അമ്മാമൻ പത്താനമ്പർ മുറി തുറന്നു തന്നു. വണ്ടിക്കാരൻ പെട്ടിയും കിടക്കയും മുറിയുടെ ഒരു മൂലയിൽ വെച്ചു. അയാൾ എന്തോ അമ്മാമനോട് ചോദിച്ചു പോക്കറ്റിൽനിന്ന് മൂന്നുറുപ്പിക എടുത്ത് കൊടുക്കുന്നത് കണ്ടു. ഒറ്റമുറിയിലാണ് അമ്മാമന്റെ താമസം. മുറിയുടെ കിഴക്കേ അറ്റത്ത് അടുക്കളയായി ഉപയോഗിക്കുവാൻ വിധത്തിൽ പകുതി ഇഷ്ടികവെച്ച് വേർതിരിച്ചിട്ടുണ്ട്. പച്ചച്ചായം തേച്ച ചുമരുകൾ. ആറേഴുകൊല്ലമായിട്ടുണ്ടാവും ആ മുറി പെയിന്റ് ചെയ്തിട്ട്. ഗണപതിയുടെ ചിത്രമുള്ള ഒരു ചട്ടയില് ദിവസവും ഒരേട് കീറിക്കളയുന്ന വിധത്തിലുള്ള ചെറിയ കലണ്ടർ ചുമരിൽ തൂക്കിയിട്ടുണ്ട്. അതിനടുത്ത ഒരു ചെറിയ കണ്ണാടിയുണ്ട്. മൂട്ടയുടെ ശല്യമുണ്ടെന്ന് ആ ചുമരുകൾ കണ്ടാൽ അറിയാം. ഫർണിച്ചറൊന്നും ആ മുറിയിൽ കണ്ടില്ല. ഒരു കരിയടുപ്പ്, കുറേ ടിന്നുകൾ, വലിയ ഒരു തകരബക്കറ്റ്, കുറച്ച് അലുമിനിയ പാത്രങ്ങൾ, ഒരു മൺകൂജ, രണ്ടുമൂന്നു സ്റ്റീൽ ഗ്ലാസുകൾ ഇവയാണ് അവിടെ ഒറ്റനോട്ടത്തിൽ കണ്ടത്. മുറിയിൽ ഒരു ലൈറ്റെ ഉള്ളൂ.

കരിയും ചെളിയും പുരണ്ടമുഖവും തലമുടിയും മുറിക്കുള്ളിലെ ചൂടും കൂടിയായപ്പോൾ ആകെ വിയർത്തു. അമ്മാമനോട് ചോദിച്ചു.

''ഒന്നു കുളിക്കാനെന്താ വഴി?''

''ഇപ്പോ കുളിക്കണെങ്കിൽ താഴത്തെ നിലേല് പോണം. മുകളിൽ നേരം നോക്യേ വെള്ളം വരൂ. ഇടനാഴീലെ ഒരറ്റത്ത് രണ്ടു കക്കൂസുകളുണ്ട്. കുറച്ചുമുറി പൈപ്പുണ്ട്. ഇപ്പോ കുളിക്കണ്ട. വൈകീട്ടാവാം. പാന്റും ഷൂസും ഷർട്ടും അഴിച്ചപ്പോൾ തന്നെ കുറേ ആശ്വാസം തോന്നി. ഒരു മുണ്ടുടുത്ത് പെട്ടിയിന്മേൽ ഇരുന്നു.

''നീയ് വല്ലതും കഴിച്ചോ?''

''പൂനയിൽവെച്ച് പൂരിയും മസാലക്കറിയും ചായയും കഴിച്ചു.''

''ആ! ഇനി വൈകീട്ടാവാം. ഉച്ചയ്ക്ക് ഞാൻ ഇവിടെ കഴിക്കാറില്ല. എനിക്ക് രണ്ടുമണിക്ക് കമ്പനീലെത്തണം. വിശേഷങ്ങളൊക്കെ വന്നട്ട് പറയാം. വാതിൽ അകത്തു നിന്ന് കുറ്റിയിട്ടോ.'' അമ്മാമൻപോയി.

മുറി തുറന്ന് പുറത്ത് വന്ന് ഒരവലോകനം നടത്തി. വീടും പരിസരവും വളരെ വൃത്തികെട്ടതാണ്. ഒരുനിലയിൽ ഓരോ വശവും മുറികളായതുകൊണ്ട് ഇടനാഴിയിൽ നല്ല വെളിച്ചമില്ല. മുറിക്കുള്ളിൽ കാറ്റുകിട്ടാൻ ഒറ്റ ജനാലയാണുള്ളത്. ഉച്ചവരെ മുറിയിൽ നല്ല വെളിച്ചം കിട്ടും. ഉച്ചതിരിഞ്ഞാൽ മുറിയിലെ വെളിച്ചം കുറഞ്ഞു കുറഞ്ഞുവരും. ജനല തുറന്നാൽ കമ്പനിയുടെ ഓഫീസിന് മുന്നിലുള്ള പൂന്തോട്ടം കാണാം. മിൽ തൊഴിലാളികളാണ് ആ കെട്ടിടത്തിൽ താമസിക്കുന്നത്. ചിലർ കുടുംബസമേതം താമസിക്കുന്നു. ഈ മുറിയിൽ താമസിച്ച് കോളേജിൽ പഠിക്കുന്നതെങ്ങനെ? മനസ്സാകെ അസ്വസ്ഥമായി. ഇത്രയും വൃത്തികെട്ട ചുറ്റുപാടായിരിക്കുമെന്ന് ഒട്ടും പ്രതീക്ഷിച്ചതല്ല. തിരിച്ച് മുറിയിൽ വന്ന് വാതിൽ അടച്ച് കുറ്റിയിട്ട് കിടക്ക നിവർത്തി കിടന്നും പെട്ടെന്നുറങ്ങിപ്പോയി.

വാതിലിൽ മുട്ടുന്നതുകേട്ടാണ് ഉണർന്നത്. വാതിൽ തുറന്നപ്പോൾ അമ്മാമനാണ്. ആദ്യം പറഞ്ഞത് കാതിൽ കിടക്കുന്ന വില്ലുവെച്ച കടുക്കൻ അഴിച്ച് പെട്ടിയിൽ വെയ്ക്കാനാണ്. ഇവിടെ ആണുങ്ങളാരും കടുക്കൻ ഇടില്ലത്രെ. ആറുമണിക്ക് പൈപ്പിൽ വെള്ളംവരും. ബക്കറ്റും സോപ്പും തോർത്തും കൊണ്ടുപോയി പൈപ്പിന്റെ ചുവട്ടിൽനിന്നു കുളിക്കണം.

അമ്മാമൻ എല്ലാം കാണിച്ചു തന്നു. ലൈഫ്ബോയ്സോപ്പാണ് തന്നത് അച്ഛന്റെ വീട്ടിൽ ലക്സ്, വിനോളിയ, റക്സോണ തുടങ്ങിയ നല്ല വാസന സോപ്പുകൾ തേച്ചുകുളിച്ചുശീലിച്ചതുകൊണ്ട് ലൈഫ്ബോയ് സോപ്പിന്റെ മണം ഇഷ്ടപ്പെട്ടില്ല. പൈപ്പിന്റെ ചോട്ടിൽ നിന്നു കുളിക്കുമ്പോൾ ഇടനാഴിയിൽ കൂടി അങ്ങോട്ടും ഇങ്ങോട്ടും പോവുന്ന ആണുങ്ങളും പെണ്ണുങ്ങലും കുളിക്കുന്ന ആളെ ശ്രദ്ധിക്കുന്നു. നാണം തോന്നി. മനസ്സ് നാട്ടിലായിരുന്നു. വീട്ടുവളപ്പിലുള്ള കുളത്തിൽ അമ്മമ്മ കുളിപ്പിച്ചിരുന്നതും വലുതായപ്പോൾ പാറതോട്ടിൽ കൂട്ടുകാരുമൊത്ത് നീന്തികുളിച്ച ദിവസങ്ങളും ഓർത്തുപോയി. കുളികഴിഞ്ഞുവന്നപ്പോൾ ചപ്പാത്തിയും കറിയും അമ്മാമൻ ഉണ്ടാക്കിവെച്ചിരിക്കുന്നു. ഇരുന്നപ്പോൾ അമ്മാമൻ പറഞ്ഞു. ‘‘ആറേഴുമാസം ടൈപ്പിംഗ് പഠിച്ചാൽ വേഗം ജോലി കിട്ടും. പിന്നെ ഷോർട്ട്ഹാന്റുകൂടി പഠിച്ചാൽ ഉദ്യോഗത്തിൽ ശമ്പളകയറ്റവും കിട്ടും. നാലുകൊല്ലം പഠിച്ച് ബി.എ. ജയിച്ചാലും ഒരു ക്ലർക്കിന്റെ ജോലിയാ കിട്ടുന്നത്. കോളേജിൽ നാലുകൊല്ലത്തെ ഫീസും നെന്റെ ചെലവും കൂടാവുമ്പോൾ നല്ലൊരു സംഖ്യ വേണം. എന്നെക്കൊണ്ടാവുമോ എന്ന് സംശയമുണ്ട്. കമ്പനിയിലെ വീവിംഗ് മാസ്റ്ററോട് ആലോചിച്ചപ്പോൾ പറഞ്ഞത് ഏതെങ്കിലും ടെക്നിക്കൽ ഡിപ്ലോമക്ക് പഠിക്ക്യാണെങ്കിൽ മൂന്നുകൊല്ലം മതി. ഫീസും കുറവാണ്. ടെക്സ്റ്റൽ ടെക്നോളജി പഠിച്ച് ഡിപ്ലോമ കിട്ട്യാൽ ആറുമാസത്തെ അപ്രന്റിസ് കഴിഞ്ഞാൽ ഈ കമ്പനീല് സൂപ്പർവൈസറുടെ ജോലി കൊടുക്കാം എന്നും പറഞ്ഞു. അതിനെപ്പറ്റിയുള്ള വിവരങ്ങളടങ്ങിയ പുസ്തകം അദ്ദേഹം തന്നത് ഇവിടെയുണ്ട്. എനിക്ക് അതുനോക്യാലൊന്നും മനസ്സിലാവില്ല. അതൊക്കെ വായിച്ചുനോക്കി എന്താവേണ്ടേ എന്ന് തീരുമാനിച്ചോ.’’

അമ്മാമന് ഇവിടെ നല്ല ജോലിയായിരിക്കും, എന്നെ എം.എ വരെ പഠിപ്പിക്കും താമസിക്കാൻ നല്ല സ്ഥലമുണ്ടായിരിക്കും എന്നു വിചാരിച്ചാണ് ബോംബെയ്ക്ക് വണ്ടി കയറിയത്. ടൈപ്പിംങ്ങും ഷോർട്ട്ഹാന്റും പഠിക്കാൻ ഇവിടെ വരണോ? എനിക്ക് പ്രൊഫസറാവാനുള്ള യോഗമില്ല. മനസ്സ് വീണ്ടും അസ്വസ്ഥമായി. ചപ്പാത്തിയും കറിയും തൊണ്ടയിൽനിന്ന് ഇറങ്ങുന്നില്ല. വീടിനെപ്പറ്റി അപ്പോഴും ഓർത്തു. ചോറ്, നല്ലകറികൾ, ഉപേപരി, പപ്പടം ഇതൊന്നും

അമ്മാമന് അറിയാത്തതാണോ ആവോ? നാട്ടിൽ അടുക്കളക്കാരിയുണ്ട്. വിവിധ വിഭവങ്ങൾ മാറിമാറി കഴിച്ചു ശീലിച്ചതാണ്. ചപ്പാത്തി ഒരുവിധം കടിച്ചിറക്കി. വെള്ളം കുടിച്ചു. അമ്മാമൻ പായയിലാണ് കിടക്കുന്നത്. ഞാൻ കിടക്ക് വിരിച്ച് കിടന്നപ്പോൾ അമ്മാമൻ പറഞ്ഞു.

''ഏഴുമണിക്ക് കമ്പനീലെത്തണം. അതിന് മുമ്പ് ചപ്പാത്തിയും കൂട്ടാനും ഉണ്ടാക്കി കഴിച്ചു പോവും. ഉച്ചയ്ക്ക് കമ്പനീലെ കാന്റീനിൽനിന്നാ കഴിക്കാറ്. ചായയും കാന്റീനിൽ കഴിയും. രാത്രി ഒന്നും കഴിക്കാറില്ല. ഉണ്ടാക്കാനുള്ള മടികൊണ്ടാണ്.''

ഇതൊന്തൊരു ജീവിതം എന്നു മനസ്സിൽ തോന്നി. വെളുപ്പാൻ കാലത്ത് വാതിലിൽ മുട്ടുകേട്ടു. അമ്മാമൻ എണീറ്റു ലൈറ്റിട്ടു. പാൽക്കാരൻ ഭയ്യൻ കൊണ്ടുവന്ന പാല് വാങ്ങിച്ചുവെച്ചു. ഇത്രനേരത്തെ ഉണർന്നപ്പോൾ വിഷമം തോന്നി. ഉറക്കം ശരിയായില്ല. മൂട്ടകളുടെ ശല്യ മുണ്ട്. വീട്ടിലെ കിടക്കയും സുഖമായ ഉറക്കവും നഷ്ടപ്പെട്ടിരിക്കുന്നു. ഇവിടെ ദിക്കുകൾപോലും പരിചയമായിട്ടില്ല. എഴുന്നേറ്റു കയ്യും കാലും കുടഞ്ഞു. അമ്മാമൻ ചായയുണ്ടാക്കുന്നു. ചായ കുടിച്ചുകൊണ്ടിരിക്കു മ്പോൾ അമ്മാമനോടു ചോദിച്ചു. ''പല്ലുതേയ്ക്കാൻ എന്താളളത്?''

''ഇന്ന് പേസ്റ്റ് എടുത്തു തേച്ചോ: വൈകീട്ട് ബ്രഷ് വാങ്ങിക്കാം.''

അമ്മാമനിൽ കണ്ട പരിഷ്ക്കാരം പല്ലുതേയ്ക്കാൻ ബ്രഷും പേസ്റ്റും ഉപയോഗിക്കുന്നു എന്നുള്ളതാണ്.

ജനല തുറന്നപ്പോൾ നേരിയ സൂര്യപ്രകാശം മുറിയ്ക്കുള്ളിലെത്തി. അത് കിഴക്കാണെന്നു മനസ്സിലായി. ചുമരിൽ തൂക്കിയിരിക്കുന്ന കലണ്ട റിൽ നിന്ന് ഒരേടു ചീന്തുന്നതിനിടയിൽ അമ്മാമൻ പറഞ്ഞു. ''ഉച്ചയ്ക്ക് ഞാൻ വരില്ല. ചപ്പാത്തിയും കറിയും ഇരിപ്പുണ്ട്. വെശക്കുമ്പോ എടുത്തു കഴിച്ചോ'.'

അമ്മാമൻ പോയപ്പോൾ ഇൻസ്റ്റിറ്റ്യൂട്ടിലെ പ്രോസപക്സ് ശ്രദ്ധ യോടെ വായിച്ചു. പല കോഴ്സുകളാണ്. അമ്മാമന്റെ ധനസ്ഥിതിയെപ്പറ്റി ഒരറിവുമില്ല. സുഭദ്രയുടെ അമ്മ പറഞ്ഞതിനു നേരേ വിപരീതമാണ് ഇവിടുത്തെ സ്ഥിതി എന്നൂഹിക്കാം. കാര്യമായി ഒന്നും ഇല്ലെന്ന് ഇവി ടത്തെ ജീവിതരീതി കണ്ടാൽ അറിയാം. മാത്തമാറ്റിക്സും ഫിസിക്സും ഐച്ഛിക വിഷയങ്ങളായി പഠിച്ചവർക്ക് പ്രത്യേക കോഴ്സുകൾ കണ്ടു. അതിലൊന്ന് ടെലിക്കമ്മ്യൂണിക്കേഷൻ ഡിപ്ലോമയ്ക്കുള്ളതാണ്. ടെക്സ്ടൈൽ ടെക്നോളജി വേണ്ട. മില്ലിൽ ജോലിയും വേണ്ട. ആ പരി

സരത്ത് ജീവിക്കാൻ വയ്യ. ആരോടും അഭിപ്രായം ചോദിക്കാനില്ല. ഇതുവരെയുള്ള അനുഭവവും അതായിരുന്നുവല്ലോ. സ്വയം തീരുമാനത്തിൽ എത്തണം. ആശകൾ വീണ്ടും നിരാശകളായിത്തീരുകയാണോ? ഒരു പ്രൊഫസർ രമിക്കുന്നു എന്നു മനസ്സിൽ തോന്നി.

‘‘നാമൊന്നു ചിത്ത തളിരിങ്കൽ നിനച്ചിടുന്നു.

കൈവന്നിടുന്നു വിപരീത ഫലം നിതാന്തം’’ എന്നു സമാധാനിച്ചു.

വാതിൽ തുറന്നു പുറത്തു കടന്നു. എതിരെയുള്ള മുറിയുടെ വാതിൽ തുറന്നു കിടക്കുന്നു. രണ്ടുപേർ മുറിയ്ക്കകത്തുണ്ട്. മുണ്ടാണ് വേഷം. മലയാളികളാണെന്നു തോന്നി. ഞാൻ സംശയിച്ചു നിലക്കുന്നതു കണ്ടപ്പോൾ ഒരാൾ മുറിയിലേക്കു വിളിച്ചു. അവർക്ക് എന്നെ മനസ്സിലായിരിക്കണം. അമ്മാമൻ വിവരം പറഞ്ഞിരിക്കാം. എല്ലാ മുറികളും ഒരേ വലിപ്പമാണ്. ആ മുറിയിൽ അഞ്ചു പെട്ടികളും അഞ്ചു പായകളും കണ്ടു. ചുമരിന്മേൽ ഒരു പലക തറച്ചിട്ടുണ്ട്. അതിന്മേൽ സോപ്പു ചീപ്പു കണ്ണാടി വസ്തുക്കളും ഒരറ്റത്ത് കുറച്ചു പുസ്തകങ്ങളും കണ്ടു. എടുത്തു നോക്കിയപ്പോൾ മംഗളോദയത്തിൽനിന്ന് പ്രസിദ്ധീകരിച്ച ‘തുള്ളൽക്കഥകൾ’ മൂന്നുഭാഗങ്ങളും പിന്നെ ചില വടക്കൻ പാട്ടുകളുമാണ് കണ്ടത്. ഓ! ഇതൊക്കെ പലതവണ വായിച്ച പുസ്തകങ്ങളാണ്. കുമാരൻ, അയ്യപ്പൻ, അന്തോണി, അച്യുതൻ നായർ, അപ്പുക്കുട്ടൻ അഞ്ചു പേരാണ് ആ മുറിയിൽ താമസിക്കുന്നത്. എല്ലാവരും നാലാംക്ലാസ്സിനപ്പുറം പഠിക്കാത്തവരാണ്. കമ്പനി തൊഴിലാളികളാണ്. പല ഷിഫ്റ്റുകളിലായതുകൊണ്ട് എല്ലാവരും ഒരുമിച്ചുണ്ടാവുന്നത് ചുരുക്കമാണ്. അമ്മാമന് എന്നും പകൽ ഷിഫ്റ്റാണ്.

വൈകീട്ട് അമ്മാമൻ കമ്പനിയിൽ നിന്നുവന്ന് കുളികഴിഞ്ഞ് ചപ്പാത്തി ഉണ്ടാക്കാനിരിക്കുമ്പോൾ പറഞ്ഞു.

‘‘എനിക്ക് ടൈപ്പിംങ്ങും ഷോർട്ടുഹാൻഡും പഠിക്കണ്ട. കോളേജിൽ പഠിപ്പിക്കാൻ വിഷമമാണെങ്കിൽ ഇൻസ്റ്റിറ്റ്യൂട്ടിൽ ടെലിക്കമ്മ്യൂണിക്കേഷൻ ഡിപ്ലോമക്ക് പഠിച്ചാൽ മതി. മൂന്നു കൊല്ലത്തെ കോഴ്സാണ്. കോളേജിലെ ഫീസിനേക്കാൾ കുറവാണ്. കൊല്ലത്തിൽ രണ്ടു തവണയായി ഫീസടയ്ക്കണം. നാട്ടിലെപോലെ മാസംതോറും ഫീസു കൊടുക്കേണ്ട.’’

‘‘നെന്റെ ഇഷ്ടംപോലെ ചെയ്തോ. എനിക്ക് ഇതിനെപ്പറ്റിയൊന്നും പിടില്യ. വ്യാഴാഴ്ച എനിക്ക് മുടക്കാണ്. ഇൻസ്റ്റിറ്റ്യൂട്ടിൽ പോവാം.’’

വായിക്കാൻ ഒന്നുമില്ല. ബോറുതോന്നി. അടുത്ത മുറിയിൽ ചെന്ന് തുള്ളൽക്കഥകൾ എടുത്തുകൊണ്ടു വന്നു കുറച്ചു വായിച്ചു. ശ്രദ്ധ നിൽക്കുന്നില്ല. എന്നിലുള്ള പ്രൊഫസർ കുറേശ്ശയായി മരിച്ചുകൊണ്ടിരിക്കുന്നു എന്ന ചിന്ത മനസ്സിനെ അലട്ടുന്നുണ്ട്. ടെക്നിക്കൽ ജോലിയും പ്രൊഫസറുടെ ജോലിയും തമ്മിൽ എന്തുബന്ധമുണ്ടാവാനാണ്. ചുമരിന്മേലുള്ള കലണ്ടർ ശ്രദ്ധിച്ചപ്പോൾ ഇംഗ്ലീഷു മാസവും തിയ്യതിയുമാണെന്നും. ഇവിടെ മലയാളമാസവും തിയ്യതിയും ആരുടേയും ശ്രദ്ധയിൽ ഇല്ലെന്ന കാര്യവും മനസ്സിലായി. അതുമായി പൊരുത്തപ്പെടാൻ കുറച്ചു ദിവസനമെടുത്തു. ക്രമേണ മലയാളമാസവും തിയ്യതികളും വിസ്മൃതിയിലായി.

കുളികഴിഞ്ഞ് വേഷം മാറി സർട്ടിഫിക്കറ്റും പ്രോസ്പക്ടസും എടുത്ത് അമ്മാമനോടൊപ്പം പുറപ്പെട്ടു. റോഡിൽ എന്തൊരു തിരക്കാണ്. റെയിൽവെ സ്റ്റേഷനിലേക്ക് സഞ്ചിയും കുടയുമായി പോകുന്നവർ, ബസ്സുകാത്തു നിൽക്കുന്നവർ, ട്രാമിൽ കയറാൻ വന്നവർ. ഭയം തോന്നി. ആൾക്കൂട്ടത്തിൽപെട്ട് വഴി തെറ്റിയാലോ? അമ്മാമനോടൊട്ടിപ്പിടിച്ചു നിന്നു. ട്രാമിൽ കയറി. ഒരണ കൊടുത്താൽ മാട്ടുംഗ മുതൽ കൊളാബ വരെ അതിൽ യാത്ര ചെയ്യാമെന്നാണ് പറഞ്ഞത്. അരമണിക്കൂർ ട്രാമിൽ സഞ്ചരിച്ചപ്പോൾ ഇറങ്ങി കുറച്ചു നടന്നു. വഴി മുറിച്ചു കടക്കുമ്പോൾ പേടി തോന്നും. എത്രയെത്ര കാറുകൾ, ബസ്സുകൾ, ഇൻസ്റ്റിറ്റ്യൂട്ടിൽ ചെന്ന് പ്രിൻസിപ്പാളെ കണ്ടു. ടെലിക്കമ്മ്യൂണിക്കേഷൻ കോഴ്സിന് സീറ്റുണ്ട്. സർട്ടിഫിക്കറ്റ് വാങ്ങിച്ചു നോക്കി. ഫോറങ്ങളെല്ലാം പൂരിപ്പിച്ചു കൊടുത്തു. ടേം ഫീസും ലൈബ്രറി ഫീസും കൗണ്ടറിൽ കൊടുത്ത് രശീതി വാങ്ങി വീണ്ടും പ്രിൻസിപ്പാളിന്റെ മുറിയിലെത്തി. ഒരാഴ്ച കൂടിയുണ്ട് ക്ലാസ്സു തുടങ്ങുവാൻ. ലൈബ്രറി കണ്ടു. ടെക്നിക്കൽ പുസ്തകങ്ങൾ ആദ്യമായി കാണുകയാണ്. നിരനിരയായി ഷെൽഫുകളിൽ തടിച്ച പുസ്തകങ്ങൾ കണ്ടപ്പോൾ ആദ്യം ഭയമാണ് തോന്നിയത്. ഇതിലേതെങ്കിലും വായിച്ചാൽ എനിക്കു മനസ്സിലാവുമോ എന്ന പേടി തോന്നി. പുതിയ ടെക്നിക്കൽ മാസികകളും അവിടെ കണ്ടു. ഉച്ചയ്ക്ക് ഹോട്ടലിൽ നിന്ന് ഭക്ഷണം കഴിച്ചു. മലയാളി ഹോട്ടലാണ്. ഇലയിൽ ചോറുവിളമ്പി, വിഭവങ്ങോടുകൂടിയ ഊണ്, ചാർജ് ഒരാൾക്ക് ഒന്നര രൂപ. മൂന്നു നാലു ദിവസം ചപ്പാത്തി തിന്നതിന്റെ മടുപ്പ് തൽക്കാലത്തേക്കു മറന്നു.

അമ്മാമനിൽ നിന്നാണ് നാട്ടിലുണ്ടായിരുന്ന വീടിനെപ്പറിയും തറവാട്ടംഗങ്ങളെപ്പറ്റിയും കുറേശ്ശയായി അറിഞ്ഞത്. അമ്മമ്മ അഞ്ച് ആൺമക്കളെ പ്രസവിച്ചു. ആദ്യത്തെ സന്താനമാണ് കൃഷ്ണമാമ. രണ്ടാമത്തേത് കേശവൻ. കേശവനു താഴെയുണ്ടായ രണ്ട് ആൺകുട്ടികൾ ചെറുപ്പത്തിൽ മരിച്ചു. അഞ്ചാമത്തേത് ഉണ്ണി. വല്യമ്മാമൻ തറവാട്ടിൽ കാരണവരാണ്. വല്യമ്മാമന് ഒരനുജനുണ്ട്. സംബന്ധവീട്ടിലായിരുന്നു താമസം. തുളസിത്തറയ്ക്കു പിന്നിലുള്ള പറമ്പ്– കടപ്പിലാവും നെല്ലിയും നില്ക്കുന്ന പറമ്പ്– ചെറിയമ്മാമനു കൊടുത്തു. വല്യമ്മാമൻ പാർവത്യക്കാരനായിരുന്നു. നാട്ടിൽ പ്രമാണിയും. വല്യമ്മാമന്റെ ചെറുപ്പ കാലത്ത് ഒരു ഭാഗം നടന്നിട്ടുണ്ട്. എനിക്ക് നല്ല ഓർമ്മയില്ല. വല്യമ്മാമന്റെ അമ്മാമനായിരുന്നു അന്ന് കാരണവർ. വനം വകുപ്പിൽ ഉദ്യോഗസ്ഥനായിരുന്നു. കളപ്പുരയും പറമ്പും കാവും ഉള്ള വടക്കേഭാഗം ഒരു താവഴിക്കു കൊടുത്തു. ഇപ്പോൾ കേശവനു കൊടുത്ത പറമ്പിന്റെ തെക്കുഭാഗത്തു കാണുന്ന വീടും പറമ്പും മറ്റൊരു താവഴിക്ക് കിട്ടി. അങ്ങിനെ അന്ന് താവഴി മൂന്നായി. ആ ! അതൊക്കെ പണ്ടത്തെ കാര്യങ്ങൾ. അച്ഛൻ വന്നാൽ പടിപ്പുരമാളികയിലാണ് സദാസമയവും. പഴയമട്ടുകാരനാണ്. മക്കളെ പഠിപ്പിക്കണംന്ന മോഹണ്ടായില്യ. വല്യമ്മാമന് ഒറ്റമകളാണ്. ഇംഗ്ലീഷു സ്കൂളിൽ ചേർത്തു പഠിപ്പിച്ചു. ഏഴാം ക്ലാസ്സു വരെ പഠിപ്പിച്ചു. അപ്പോഴയ്ക്കും കല്യാണാലോചനകളായി. മരുമക്കൾ മൂന്നുപേരും ആശാന്റെ കളരിയിൽ നിലത്തെഴുത്തും എഞ്ചു വടിയും മാത്രം പഠിച്ചു. കൃഷിപ്പണിയ്ക്കിറങ്ങട്ടെ എന്നായിരുന്നു പിന്നത്തെ കല്പന. ഭാഗം കഴിഞ്ഞുപോയ മറ്റു താവഴികളിൽ പെൺസന്താനങ്ങളില്ലാത്ത ദുഃഖമുണ്ടായിരുന്നു അമ്മാമന്. അച്ഛൻ പരിഹാരം നിർദ്ദേശിച്ചു. അമ്മ നാല്പത്തിയൊന്നു ദിവസം ചേന്നംകുളങ്ങര ഭഗവതീ ക്ഷേത്രത്തിൽ ഭജനയ്ക്കിരിക്കട്ടെ. തറവാട്ടിൽ ചേന്നംകുളങ്ങര ഭഗവതിയെ കുടിയിരുത്തി കൊല്ലംതോറും അത്താഴപ്പറ കഴിക്കണം. എല്ലാം മുറ പോലെ നടന്നു. അമ്മ പിന്നെ പ്രസവിച്ചത് പെൺകുട്ടിയായിരുന്നു. വീട്ടിൽ എല്ലാവർക്കും സന്തോമായി. കുട്ടിക്ക് ജാനകി എന്നു പേരിട്ടു. മൂന്നുകൊല്ലത്തിനുള്ളിൽ അമ്മ വീണ്ടും പ്രസവിച്ചു. അവളാണ് മീനാക്ഷി. അമ്മ പിന്നെ പ്രസവിച്ചില്ല. തറവാട് നിലനിൽക്കാൽ രണ്ട് പെൺസന്താനങ്ങളായില്ലെ. ജാനൂന് ഏഴെട്ടുവയസ്സ് പ്രായമുള്ളപ്പോൾ ആസ്തമാരോഗം പിടിപ്പെട്ടു. അച്ഛന്റെ ചികിത്സകൊണ്ട് ആശ്വാസം

കണ്ടിരുന്നെങ്കിലും സുഖക്കേട് വിട്ടുമാറിയില്ല. അവൾ നാലാംക്ലാസ്സു വരെ പഠിച്ചു. മീനാക്ഷി നാലാം ക്ലാസ്സ് കഴിഞ്ഞപ്പോൾ പഠിക്കണമെന്ന് വാശി പിടിച്ചു.

''അമ്മാമന്റെ മോളെ പഠിപ്പിച്ചില്ലേ? എനിക്കും പഠിക്കണം.''

അവളുടെ വാശി ജയിച്ചു. പെൺകുട്ടികളെ അധികം പഠിപ്പിക്കുന്നത് അക്കാലത്ത് ഒരാവശ്യമായി കരുതിയിരുന്നില്ല. ഇതിനിടയിൽ ജാനൂന്റെ കല്യാണം കഴിഞ്ഞു. പതിനെട്ടു വയസ്സാണ് അവൾക്കന്നു പ്രായം ഒരു കൊല്ലം കഴിഞ്ഞപ്പോൾ അവൾ പ്രസവിച്ചു. ആ കുട്ടിയാണ് നീയ്. നെനക്ക് ഒരു വയസ്സും പതിനേഴുദിവസവുമായപ്പോൾ ജാനു മരിച്ചു. സുഖക്കേട് വളരെ കൂടുതലായപ്പോൾ അവളെ ആസ്പത്രിയിൽ കൊണ്ടുപോയി. നെന്റെ അച്ഛമ്മക്ക് അന്ന് ആസ്പ്ത്രിയിൽ ജോലിയുണ്ട്. ഡോക്ടർമാർ മാറിമാറി പരിശോധിച്ചു, ചികിത്സിച്ചു. ഒരാഴ്ച കഴിഞ്ഞപ്പോൾ നെന്റെ അച്ഛമ്മയുടെ മടിയിൽ കിടന്ന് അവൾ കണ്ണടച്ചു. അതോടെ തറവാടിന്റെ ഐശ്വര്യംതന്നെ പോയി എന്നു തോന്നുന്നു. പിന്നീടുണ്ടായ കാര്യങ്ങൾ അത്തരത്തിലായിരുന്നു.

മീനാക്ഷി ഏഴാംക്ലാസ്സ് ജയിച്ചപ്പോൾ പിന്നേം പഠിക്കണംന്ന വാശിയായി. അച്ഛനോടു വഴക്കിട്ടു. അമ്മാമനോടു വഴക്കിട്ടു. നെന്റെ രണ്ടാമത്തെ അച്ഛൻപെങ്ങളില്യേ അവളായിരുന്നു മീനാക്ഷിടെ കൂട്ടുകാരി. കല്യാണി പത്താംക്ലാസ്സിൽ പഠിക്കയാണെന്ന്. അവൾ മീനാക്ഷിയെ പഠിക്കാൻ ഉത്സാഹിപ്പിച്ചു. അമ്മാമന്റെ മുഖത്തുനോക്കി ഞങ്ങളാരും സംസാരിക്കാറില്ല. ഭയം തന്നെ കാരണം. മീനാക്ഷിക്ക് ആ പേടി ഒന്നുണ്ടായിരുന്നില്ല. അവൾ ഒരാൾക്കും കടുകിട വിട്ടുകൊടുക്കില്ല. ആണുങ്ങൾ സംസാരിക്കുന്നിടത്ത് പെണ്ണുങ്ങൾ വന്ന് സംഭാഷണങ്ങളിൽ ഇടപെടാറുണ്ടായിരുന്നില്ല. അമ്മ തന്നെ അമ്മാമനോട് എന്തെങ്കിലും പറയാനുണ്ടെങ്കിൽ വാതിൽ മറഞ്ഞുനിന്നേ സംസാരിക്കാറുള്ളൂ. മീനാക്ഷി ഇത്തരം ചടങ്ങുകളൊന്നും നോക്കിയില്ല. വീട്ടിൽ ബഹളമായി. അച്ഛന്റെ കയ്യിൽ നിന്ന് ഒന്നും കിട്ടില്ലെന്നറിഞ്ഞപ്പോൾ അമ്മായിയോട് വഴക്കടിച്ചു. അമ്മാമന്റെ മേശയിൽ നിന്ന് ആവശ്യമുള്ള രൂപയെടുത്ത് അവൾ സ്കൂളിൽ പോയിചേർന്നു. അമ്മാമന്റെ മുഖത്തുനോക്കി സംസാരിക്കാൻ ഞങ്ങളാരും ധൈര്യപ്പെട്ടിട്ടില്ല. മീനാക്ഷി ധിക്കാരം കാണിച്ച് അമ്മാമന്റെ മേശയിൽ നിന്ന് പണം എടുത്തു. അവൾ ആരേയും വകവെയ്ക്കാതെ തന്നിഷ്ടപ്രകാരം നടന്നു. അമ്മാമന് പെൻഷ്യനായിക്കഴി

ഞ്ഞിരുന്നു. ഒരു ദിവസം ഫീസു ചോദിച്ചപ്പോൾ അമ്മാമൻ കൊടുത്തില്ല. മീനാക്ഷി എന്താ ചെയ്തതെന്നോ? അമ്മാമനും അമ്മായിയും മുകളിൽ. അവൾ കോണിവാതലടച്ചു തഴുതിട്ടുപൂട്ടി താക്കോലും കൊണ്ടൊരു പോക്ക്. അമ്മാമനും അമ്മായിയും താഴേയ്ക്കിറങ്ങാൻ പറ്റില്ല. അമ്മ വേവലാതിപ്പെട്ട് കരച്ചിൽ തുടങ്ങി. ഞങ്ങളാരും വീട്ടിലുണ്ടായിരുന്നില്ല. ഉച്ചയ്ക്ക് ഊണു കഴിക്കാൻ വന്നപ്പോഴാ വവിരം അറിഞ്ഞത്. കോണിവാതിൽ എങ്ങനെ തുറക്കും? ആശാരിയെ കൊണ്ടുവന്നു പൊളിച്ചുനീക്കണം. ആർക്കും ഒന്നും ചെയ്യാൻ കഴിഞ്ഞില്ല. പതിവുപോലെ സ്കൂൾ വിട്ട് അവൾ വന്നപ്പോൾ ഉണ്ണി അവളെ ഒരൊറ്റയടി.

''എടുക്കെടീ താക്കോല്.''

അവൾ കരഞ്ഞില്ല. താക്കോലെടുത്തു എറിഞ്ഞു കൊടുത്തു. പിന്നെയാണ് കോണിവാതിൽ തുറന്നത്. അതിനുശേഷം അമ്മാമൻ അവൾക്ക് കൃത്യമായി ഫീസുകൊടുത്തു. അമ്മാമന്റെ മകളുടെ കല്യാണം കഴിഞ്ഞ് ഒരു കുട്ടിയായി. വീട്ടിലെ ആവശ്യത്തിനുള്ള നെല്ല് അറയിലായാൽ ബാക്കി നെല്ലും നാളികേരവും അമ്മായിയുടെ വീട്ടിലെത്തും. അമ്മാമനോടു ചോദിക്കാൻ ആർക്കും ധൈര്യമില്ല. ഒരു ദിവസം അവൾ അതിനും ഒരുങ്ങി. നെല്ല് കൊടുത്തയക്കുന്നത് നിറുത്തണം എന്ന് അവൾ പറഞ്ഞു.

''കൃഷി ചെയ്യുന്നത് നിങ്ങൾക്കൊന്നും അവകാശപ്പെട്ട നിലത്തിലല്ല. ഞാൻ വാങ്ങിച്ച നെല്ലാണ്. മരുമക്കൾക്ക് തിന്നാൻ തരുന്ന നെല്ല് എന്റെ സ്വകാര്യസ്വത്താ.''

ആ വഴക്ക് കഴിഞ്ഞതിനുശേഷം വീട്ടിൽ അടുപ്പ് രണ്ടായി. കുതിര കെട്ടിനും, ദേശപ്പാനയ്ക്കും, അത്താഴപ്പറയ്ക്കും ചിലവുകളുണ്ട്. ഇതൊക്കെ എങ്ങനെ നടക്കും എന്നൊന്നും ആരും ആലോചിച്ചില്ല. നാട്ടുകാരെ വിളിച്ചുവരുത്തി അമ്മാമൻ ഭാഗത്തിന്റെ കാര്യങ്ങൾ ആലോചിച്ചു തുടങ്ങി. പിന്നെ ശണ്ഠയായി, വഴക്കായി, ഭാഗമായി, ഓരോരുത്തരും ഓരോ വഴിക്കു പോയി.

''ഉണ്ണിമാമേടെ കാലിൽ എന്താ സുഖക്കേട്?''

''അതും മീനാക്ഷി കൊടുത്തതാ. അതുമിതും പറഞ്ഞ് വഴക്കടിക്കുന്നതിനിടയിൽ അവളുടെ കയ്യിലുണ്ടായരുന്ന കത്തി ഊക്കോടെ വലിച്ചെറിഞ്ഞു. അത് ഉണ്ണീടെ കാലിന്റെ ഞെരിയാണിയിലാണ് കൊണ്ടത്. അച്ഛന്റെ ചികത്സകൊണ്ടൊന്നും മുറിവ് ഉണങ്ങിയില്ല. വേറെ വൈദ്യ

ന്മാരും ചികത്സിച്ചു. അവസാനം മുറിപഴുത്തു ഞെരിയാണി ഇല്ലാതായി. മുറിവിന് കുറച്ചുദിവസം ഉണക്കം കാണും. വീണ്ടും പഴുപ്പു തുടങ്ങും. അവൻ ആ കാലും വെച്ചു കഴിയുന്നു. ഭാഗത്തിന്റെ തിരക്കിൽ മീനാക്ഷിടെ കല്യാണത്തെപ്പറ്റി ആരും ആലോചിച്ചില്ല– നെന്റെ ഒരച്ഛൻ പെങ്ങൾക്ക് കല്യാണം കഴിയാതെ വയറ്റിലുണ്ടായി. മീനാക്ഷി അങ്ങനെ വിഡ്ഢിത്തൊന്നും കാട്ടീല്യ. അവൾക്ക് നെന്റെ അച്ഛമ്മ ആസ്പത്രയിൽ ജോലിയാക്കി കൊടുത്തു. വീടും പുറത്തെപറമ്പും അമ്മക്കും മീനാക്ഷിക്കും നെണക്കുമായി ഭാഗിച്ചു. ചെറിയമ്മാമനും എനിക്കും കേശവനും ഉണ്ണിക്കും വളപ്പ് വീതിച്ചു. തറവാട്ടിലെ കാരണവർ എന്ന നിലക്ക് അമ്മാമന് ആകെയുള്ള ഭൂസ്വത്തിന്റെ പകുതിക്ക് അവകാശമുണ്ടെന്നാണ് നാട്ടുകാർ തീർച്ചയാക്കിയത്. ഇതിനും പുറമെ ചൂരങ്ങാട്ടു വളപ്പും അതിനുതാഴെയുള്ള നിലവും അമ്മാമന്റെ സ്വകാര്യ സ്വത്തായതുകൊണ്ട് അതും അമ്മാമന്റേതായി. അവരവർക്ക് കിട്ടിയത് ഓരോരുത്തരും വിറ്റ് കാശാക്കി. മീനാക്ഷി വീട് വിൽക്കുംന്ന് വിചാരിച്ചില്ല. അമ്മടെ കാലം കഴിയാൻ അവൾ കാത്തിരിക്കയായിരുന്നെന്നു തോന്നുന്നു. ഇനി വിൽക്കാനുള്ളത് നെണക്കുള്ള പുറത്തെ പറമ്പാണ്. ഒരു തറവാട് നശിച്ചു. വീട് വാങ്ങിയവർ അത്താഴപ്പറ കഴിക്കുന്നുണ്ടല്ലൊ. അതു തന്നെ സുകൃതം. കാരണവന്മാരുടെ പീഠം അവൾ എന്തു ചെയ്തു ആവോ?''

''ഉരല്, ഒലക്ക, കൂന്താണി, അമ്മി കൊണ്ടുപോവാൻ പ്രയാസമുള്ളതെല്ലാം ചെറിയമ്മ അച്ഛന്റെ വീട്ടിൽ കൊണ്ടുവന്നിടുകയുണ്ടായി. അക്കൂട്ടത്തിൽ കാരണവന്മാരുടെ പീഠവും കണ്ടു. ഞാൻ ആരോടും പറഞ്ഞില്ല. വിറക് കീറുന്നവർ അതും വെട്ടിക്കീറിയിരിക്കാം.''

''നീയ് മീനാക്ഷീടെ ഭർത്താവിന്റെ വീട്ടിൽ പോയിട്ടുണ്ടോ?''

''ഉവ്വ്, മൂന്നുനാലു തവണ പോയിട്ടുണ്ട്. വലിയ വീടാണ്. ഒരുപാട് ആൾക്കാരുണ്ട് ആ വീട്ടിൽ. സ്കൂൾ പൂട്ടുമ്പോൾ ചെറിയമ്മ വന്നു കൊണ്ടു പോവും. ഒരാഴ്ച കഴിഞ്ഞാൽ തിരിയെ പോരും''.

''അവൾ ഇനി പ്രസവിക്കുന്നത് തോന്നണില്ല. ആറേഴു കൊല്ലായില്ലേ കല്യാണം കഴിഞ്ഞിട്ട്, നീയായിരിക്കും നമ്മുടെ തറവാട്ടിലെ അവസാനത്തെ സന്തതി.''

''അമ്മാമൻ എന്നാ നാടുവിട്ടത്?''

‘‘ഭാഗത്തിന്റെ ആലോചന തുടങ്ങീപ്പോ കൃഷിപ്പണി അമാന്തത്തിലായി. ആദ്യം കോയമ്പത്തൂരിലെത്തി. നെയ്ത്തു കമ്പനിയിൽ ആറേഴു കൊല്ലം ജോലി ചെയ്തു. മീനാക്ഷിക്ക് മേൽവിലാസം കൊടുത്തിരുന്നു. അച്ഛൻ മരിച്ചപ്പോൾ നാട്ടിൽ വന്നു. നീയന്ന് ചെറ്യേകുട്ട്യാണ്. അവസാനം വന്നത് അമ്മ മരിച്ചപ്പോഴാണ്. അതിനുശേഷാണ് ജോലി ചെയ്ത പരിചയം ഉള്ളതോണ്ട് ഇവടെ വേഗം ജോലികിട്ടി.’’

ക്ലാസ്സു തുടങ്ങി. രാവിലെ ഒമ്പതുമണി മുതൽ പന്ത്രണ്ടുവരെയാണ് ക്ലാസ്സ്. എട്ടുമണിക്ക് രണ്ട് ചപ്പാത്തിയും ചായയും കഴിച്ച് വീട്ടിൽ നിന്നിറങ്ങും. ചിഞ്ച്പൊക്കളി നാക്കയിലേക്ക് നടക്കും. ട്രാമിൽ കയറി ഇൻസ്റ്റിറ്റ്യൂട്ടിലെത്തും. നഗരത്തിലെ തിക്കും തിരക്കും ബഹളവും വ്യാപാരകേന്ദ്രങ്ങളിലെ ഉറക്കെയുള്ള സംസാരവും ബസ്സുകളുടെയും ട്രാമുകളുടെയും കാറുകളുടെയും ഘോഷയാത്രകൾ കണ്ട് അമ്പരന്നു നിൽക്കും ധാരമുറിയാത്ത വാഹനപ്രവാഹം മുറിച്ചുകടക്കുമ്പോൾ ഉള്ള് കിടുങ്ങും, മറ്റൊരാളെ തൊടാതെ ഫുട്ടുപാത്തിൽക്കൂടി നടക്കാൻ വിഷമം. ആരെയും തിരിച്ചറിയാൻ വയ്യാത്തത്ര തിരക്കാണ്. എവിടെയും, ആകെ ഒരാരവും. വിവിധ ഭാഷകളുടെ കലമ്പൽ, ചിലപ്പോൾ ആലോചിക്കും. ഞാനിപ്പോൾ ഇന്റർമിഡിയറ്റിന് പഠിച്ചുകൊണ്ടിരിക്കേണ്ടതല്ലെ. അപ്പോൾ ഈ വൻനഗരവും ഇവിടത്തെ ജനത്തിരക്കും വൃത്തികെട്ട ചുറ്റുപാടും അപരിചിതമാകുമായിരുന്നില്ലേ.

പത്തൊമ്പത് പേരാണ് ടെലിക്കമ്മ്യൂണിക്കേഷൻസിന് പഠിക്കുന്നത്. ആരുമായും ആദ്യം അടുക്കാൻ പോയില്ല. എന്നോട് അടുക്കാൻ മുൻകൈ എടുത്ത വിദ്യാർത്ഥിയാണ് റാവുജിഭായ് പട്ടേൽ. അയാൾ ഇന്റർമിഡിയറ്റ് തോറ്റവനാണ്. അമ്മയില്ല. അച്ഛൻ രണ്ടാമത് വിവാഹം കഴിച്ചതിൽ രണ്ടുമക്കളുണ്ട്. തോറ്റപ്പോൾ അച്ഛൻ പഠിപ്പിക്കില്ലെന്നു പറഞ്ഞു. അമ്മയുടെ വീട്ടുകാരാണ് ഫീസു കൊടുക്കുന്നത്. അമ്മാമന്മാരിൽ ചിലർ ലണ്ടനിൽ ബിസിനസ്സുകാരാണ്. എന്നെക്കുറിച്ചുള്ള വിവരങ്ങളൊന്നും പട്ടേലിനോടു പറഞ്ഞില്ല. പട്ടേലാണ് മറ്റൊരു വിദ്യാർത്ഥിയായ ആചാര്യയെ പരിചയപ്പെടുത്തിയത്. അയാൾ മാംഗളൂർക്കരനാണ്. മലയാളം തപ്പിപിടിച്ച് സംസാരിക്കും. എപ്പോഴും എന്തിനും പരിഭ്രമമാണയാൾക്ക്. ധൃതിപിടിച്ച മട്ട്, ഒരു വെറിയൻ. ഒന്നിലും ശ്രദ്ധിക്കാത്ത പ്രകൃതം. ഒരു തന്റേടമില്ലായ്മ. വൃത്തിയായി വേഷം ധരിക്കാൻ കൂടി ശ്രദ്ധിക്കില്ല. ഇടയ്ക്കിടെ സിഗരറ്റു വലിക്കണം. പട്ടേലിനും എനിക്കും ആ

സ്വഭാവമില്ല. നാട്ടിൽ മൂന്നുനാലുദിവസം പുകയില ഷാപ്പിൽപോയി ഇരുന്നപ്പോൾ, 'സിസേഴ്സ് സിഗരറ്റുകൾക്ക് ധാരാളം ചിലവുണ്ടെന്ന് മനസ്സിലാക്കി അതൊന്നു രുചിച്ചുനോക്കാൻ തോന്നിയില്ല. കന്നടക്കാർ നടത്തുന്ന ഒരു ലോഡ്ജിലാണ് ആചാര്യ താമസിക്കുന്നത്. ഇൻസ്റ്റിറ്റ്യൂട്ടിന് അടുത്താണ് ആ ലോഡ്ജ്. ഞാൻ ഉച്ചയ്ക്ക് കാന്റീനിൽ നിന്ന് ഭക്ഷണം കഴിക്കും. ആചാര്യയും പട്ടേലും മിക്കപ്പോഴും പുറത്തുപോയി കഴിക്കും. അദ്ധ്യാപകർ നിർദ്ദേശിച്ച പുസ്തകങ്ങൾ ലൈബ്രേറിയനോടു ചോദിച്ചു വാങ്ങും. അചാര്യ വായനയിലൊന്നും വിശ്വസിക്കാത്തവനാണെന്നു തോന്നി. രണ്ടുമണിക്ക് വീട്ടിൽ തിരിച്ചെത്തിയാൽ ആറുമണി വരെ പഠിക്കാനുള്ളതൊക്കെ പഠിക്കും. ക്ലാസ്സിൽ നല്ലപോലെ ശ്രദ്ധിക്കും. തോൽക്കാൻ ഇഷ്ടമല്ല. എങ്ങനെയെങ്കിലും മൂന്നുകൊല്ലം കഴിയണ്ടെ.

പതുക്കെപതുക്കെ താമസിക്കുന്ന കെട്ടിടത്തിലെ മറ്റു താമസക്കാരുമായി പരിചയമായി. മിക്കവരും മിൽ തൊഴിലാളുകളാണ്. വിദ്യാഭ്യാസമില്ലാത്ത സ്ത്രീകളാണധികവും ആ കെട്ടിടത്തിന്റെ താമസം. പ്രാകൃത മറാഠി ഭാഷയിലാണ് അവരുടെ സംസാരം. ചിലരുടെ കുട്ടികൾ മുൻസിപ്പാലിറ്റിവക മറാഠിമീഡിയം സ്കൂളിൽ പഠിക്കുന്നുണ്ട്. നാല്പത്തിരണ്ടു കുടുംബങ്ങൾ താമസിക്കുന്ന ആ കെട്ടിടത്തിൽ ഒരു വീട്ടിലെ ഒരാൾക്കുമാത്രമാണ് ഇംഗ്ലീഷ് വിദ്യാഭ്യാസമുള്ളത്. പത്താംക്ലാസ്സു പാസ്സായ കുൽക്കർണി സിവിരിയിലുള്ള ഓർഡിനൻസ് ഡിപ്പോയിൽ ക്ലാർക്കാണ്. ഭാര്യയും ഒരു മകളുമുണ്ട്. പഴയ മറാഠി വസ്ത്രധാരണ രീതിതന്നെയാണ് കുൽക്കണയുടെ ഭാര്യയുടേതും. മകൾ സുമം ഇംഗ്ലീഷ് മീഡിയം സ്കൂളിൽ ഏഴാം ക്ലാസ്സിൽപഠിക്കുന്നു. താഴത്തെ നിലയിൽ താമസിക്കുന്ന കുൽക്കണ്ണിയുടെ മുറി അവർ വൃത്തിയായി സൂക്ഷിക്കുന്നുണ്ട്. കാലത്തും ഉച്ചയ്ക്കും ആ ഇടനാഴിയിൽക്കൂടി ഞാൻ ഒന്നാംനിലയിലേക്ക് പോവുമ്പോൾ കുൽക്കർണി പിടിച്ചുനിറുത്തി കുശലാന്വേഷണം തുടങ്ങും. സുമം കണക്കിൽ മോശമാണ്. അവൾക്ക് ഒരു മണിക്കൂർ ട്യൂഷൻ കൊടുക്കണം. സമയമുള്ളപ്പോൾ മതി. അഭ്യർത്ഥനയുമായി ഒരു ദിവസം കുൽക്കർണി എത്തി. അമ്മാമനോടു ചോദിച്ചപ്പോൾ സമയമുണ്ടെങ്കിൽ തുടങ്ങിക്കോ എന്നാണ് പറഞ്ഞത്. പന്ത്രണ്ടോ പതിമൂന്നോ വയസ്സുള്ള ബാലിക. ട്യൂഷൻ അവസാനിക്കുന്ന സമയം വരെ അവളുടെ അമ്മ അവിടവിടെ ചുറ്റിപ്പറ്റി നടക്കും.

വല്ല പ്രേമാഭ്യർത്ഥയും നടത്തുന്നുണ്ടോ എന്നു പരിശോധിക്കുകയായ രിക്കാം അവരുടെ ഉദ്ദേശ്യം. എങ്കിലും അവരുടെ പെരുമാറ്റം സൗഹൃദ പൂർണ്ണമായിരുന്നു. പോരാൻ നേരത്ത് നല്ല ചായ റെഡി. മറ്റൊരു മെച്ചവും കൂടിയുണ്ടായി. മുകളിൽ വെള്ളം വരാത്തസമയത്ത് കുളി ക്കാനോ പല്ലുതേയ്ക്കാനോ താഴത്തെ നിലയിൽ എത്തിയാൽ സുമ ത്തിന്റെ അമ്മ മറ്റുള്ളവരോട് പൈപ്പിന്നടുത്തു നിന്ന് മാറാൻ പറയും. 'എൻജീനിയറിംങ്ങിന് പഠിക്കുന്ന കുട്ട്യാ' കെട്ടിടത്തിലെ അന്തേവാസിക ളുടെയിടയിൽ എന്റെ സ്ഥാനം കുറച്ചൊന്നുയർന്നു.

നാട്ടിൽ നിന്ന് കത്തൊന്നുമില്ല. ബോംബേയിൽ എത്തിയ വിവര ത്തിന് അച്ഛന് കത്തയച്ചിരുന്നു. മറുപടി ഒന്നും വന്നില്ല. ഇൻസ്റ്റിറ്റ്യൂട്ടിൽ പോയിത്തുടങ്ങിയപ്പോൾ ഗോപാലന് വിശദമായി എഴുതി. ഗോപാലനും ഗോവിന്ദൻകുട്ടിയും കോളേജിൽ ചേർന്നു. അവർ ചരിത്രവും, ലഭിക്കും ഐച്ഛിക വിഷയങ്ങളായി പഠിക്കുന്നു. എളുപ്പത്തിൽ പാസാവാൻ അതാ ണത്രെ പറ്റിയ വിഷയം. തോറ്റാൽ ആനുകൂല്യങ്ങളൊന്നും കിട്ടുകയില്ല ല്ലോ. അമ്മിണിയും സുഭദ്രയും ഇപ്പോൾ ഏഴാംക്ലാസ്സിലാണ്. പാറത്തോ ട്ടിൽ കുളിക്കാൻ പോവാറില്ല. കോളേജ് വിട്ടുവന്നാൽ ധാരാളം പഠിക്കാ നുണ്ടത്രെ. ചെറിയമ്മയും എന്നെ മറന്നു എന്നു തോന്നുന്നു. വന്ന വിവ രത്തിന് കത്ത് എഴഉതിയിരുന്നെങ്കിലും ഞാൻ എന്തുചെയ്യുന്നു എന്നറി യാൻ വേണ്ടിയെങ്കിലും ഒരു മറുപടി എഴുതിയില്ല.

കരിയടുപ്പ് കത്തിക്കാൻ ശീലിച്ചു. ചപ്പാത്തിപരത്താനും കനലിൽ തൂട്ടെടുക്കാനും പഠിച്ചു. ആട്ട കുഴച്ചുപതം വരുത്താൻ കഴിയുന്നില്ല. അത് അമ്മാമന്റെ പണിയായി. പരിപ്പ്, ഉരുളക്കിഴങ്ങ്, വലിയ ഉള്ളി എന്നിവകൊണ്ടുള്ള കറിയാണ് മിക്കദിവസവും. ചിലപ്പോൾ കെട്ടിട ത്തിനു താഴെയുള്ള ഹോട്ടലിൽ നിന്ന് കറികൾ വാങ്ങിക്കും. ഡ്രസ്സു കൾക്കുമാത്രം ക്ഷാമമില്ല. മില്ലിലെ സ്റ്റോറിൽനിന്ന് മുണ്ടും, ഷർട്ടുപീസു കൾ, സൂട്ടിന്റെ തുണികൾ തുടങ്ങിയവ ജോലിക്കാർക്ക് സഹായ വിലയ്ക്ക് കിട്ടും. മറ്റൊന്നുമില്ലെങ്കിലും ഡ്രസ്സുകൾ തുന്നിച്ചുതരുന്നതിൽ അമ്മാമൻ ശ്രദ്ധിച്ചിരുന്നു.

പട്ടേലിന് ബോംബെ മുഴുവൻ അറിയാം. ജനിച്ചതും പഠിച്ചതും ഇവി ടെയല്ലേ? എനിക്കും ആചാര്യക്കും പരിചയമില്ലല്ലോ. ചിഞ്ച്പൊക്ക്ളിയി ലുള്ള ആ ഗുഹയിൽ ചെന്നിരുന്ന് എന്തു ചെയ്യാനാണ്? ഒറ്റക്കുള്ള തപ സ്സ്. വായിക്കുവാൻ ഒരു പുസ്തകംപോലുമില്ല. വിദ്യാഭ്യാസമില്ലാത്ത

മറാഠി പെണ്ണുങ്ങൾ ചന്തികൾ ഉന്തിനില്ക്കുന്ന വിധത്തിൽ ആഭാസകരമായി ചേലചുറ്റിയവരുടെ കലപില ശബ്ദം കേൾക്കാനോ? ബോംബെ ചുറ്റികാണണം. ട്രാമിൽ യാത്രചെയ്യാൻ ഒരണയല്ലേ വേണ്ടൂ. കൊളാബ മുതൽ മാട്ടുംഗവരെ ഒരണ. തിരിച്ച് ചിഞ്ച്പൊക്ക്ളി വരെ ഒരണ, മൂന്നു പേരും കാന്റീനിൽ നിന്ന് ഭക്ഷണം കഴിച്ച് ബോംബെ കാണാനിറങ്ങും. ചൗപ്പാത്തി, മറൈൻഡ്രൈവ്വ്, കൊളാബ, ബല്ലാർഡ് എസ്റ്റേറ്റ്, വിക്ടോറിയ ഗാർഡൻ, ബൈക്കള ഈ സ്ഥലങ്ങളൊക്കെ ആചാര്യയൊന്നിച്ച് പട്ടേലിന്റെ സഹായത്തോടെ ഓരോന്നോരോന്നായി കണ്ടു. ബല്ലാർഡ് എസ്റ്റേറ്റിലെ കെട്ടിടങ്ങൾ എത്ര മനോഹരമാണ്. ഏഴുനിലകളിൽ ഒരേ വലുപ്പത്തിൽ പണിതവ. ചില കെട്ടിടങ്ങൾക്ക് ഭൂമിയ്ക്കടിയിലും ഒരു നിലയുണ്ട്. ആ കെട്ടിടങ്ങളിൽ ജോലി ചെയ്യുന്നവർ എത്ര ഭാഗ്യവാന്മാർ എന്നു മനസ്സിൽ തോന്നി. വി.ടി. സ്റ്റേഷനിലും ചർച്ച്ഗെയ്റ്റ് സ്റ്റേഷനിലും സദാസമയവും എന്തു തിരക്കാണ്? ഒരു ലോക്കൽവണ്ടി ഫ്ളാറ്റുഫോറത്തിൽ വന്നുനിന്നാൽ ഓരോ കംപാർട്ടുമെണ്ടിൽ നിന്ന് പുരുഷാരം ഇരുഭാഗത്തേക്കും ഒഴുകി പ്ലാറ്റുഫോറം കരകവിയുന്ന കാഴ്ച അമ്പരിപ്പിക്കും. ഇൻഡിക്കേറ്റർ നോക്കി വണ്ടി കയറുന്നതെങ്ങനെ എന്ന് പട്ടേൽ വിവിരിച്ചു തന്നു. വി.ടി.യിൽ നിന്ന് ചിഞ്ച്പൊക്ക്ളി സ്റ്റേഷനിലേക്ക് യാത്രചെയ്യണമെങ്കിൽ കുർളക്കോ, താനക്കോ പോകുന്ന വണ്ടിയിൽ കയറണം. ചില വണ്ടികൾ ചിഞ്ച്പൊക്ക്ളി സ്റ്റേഷനിൽ നിറുത്തുകയില്ല.

പുറപ്പെടുന്ന വണ്ടി 'എല്ലാ സ്റ്റേഷേനുകളിൽ നിൽക്കും' എന്ന് ഇൻഡിക്കേറ്ററിൽ കണ്ടാൽ അതിൽ കയറാം. 'ചില സ്റ്റേഷേനുകളിൽ നില്കുകയില്ല' എന്നതിനു താഴെ കാണുന്ന സ്റ്റേഷനുകളിൽ വണ്ടി നിറുത്തുകയില്ല. ഇൻഡിക്കേറ്റർ നോക്കി കയറിയില്ലെങ്കിൽ എത്തേണ്ടിടത്ത് എത്തി എന്നുവരില്ല.

അമ്മാമൻ രാത്രി ഭക്ഷണമൊന്നും കഴിക്കുന്നില്ല. എന്താണ് അമ്മാമൻ ഒന്നും കഴിക്കാത്തത്? കുറച്ചുദിവസം കഴിഞ്ഞപ്പോൾ മനസ്സിലായി, കമ്പനി വിട്ടാൽ നേരേ പോവുന്നത് ചാരായം കുടിക്കാനാണെന്ന്. ഏഴുമണിയോടെ മുറിയിൽ എത്തിയാൽ പായ നിവർത്തി ഒരൊറ്റ കിടപ്പാണ്. പാൽക്കാരൻ പയ്യന്റെ വിളി കേൾക്കുമ്പോഴാണ് പിന്നെ ഉണരുന്നത്.

മലയാള പുസ്തകങ്ങൾ വായിക്കണമെന്നുണ്ട്. എന്റെ മനസ്സിലുള്ള പ്രൊഫസറെ മരിക്കാൻ അനുവദിച്ചുകൂടാ... ഒരു ഉപായം തോന്നി. എതി

രെയുള്ള മുറിയിൽ അത്യാവശ്യം വായിക്കുന്ന രണ്ടു പേരുണ്ട്. പുസ്തകങ്ങൾ കേരളത്തിൽ നിന്ന് വി.പി. ആയി വരുത്തുന്നതെങ്ങിനെയെന്ന് അവർക്കറിഞ്ഞൂ കൂടാ. അമ്മാമൻ മാസംതോറും തരുന്ന പണത്തിൽ നിന്ന് നാലഞ്ചുറുപ്പികയെങ്കിലും മിച്ചം വെയ്ക്കും. അഞ്ചു മലയാളികൾ മാസം ഒരു രൂപ വീതം എടുക്കുകയാണെങ്കിൽ ഞാൻ എടുക്കുന്ന സംഖ്യയും കൂടിയായാൽ മാസം പത്തുരൂപയ്ക്ക് ഒരുമാസം പുസ്തകങ്ങൾ വരുത്താം. പല പുസ്തകശാലകളിൽ നിന്നും കാറ്റ്ലേഗുകൾ വരുത്തി. പൊറ്റെക്കാട്ട്, തകഴി, വർക്കി, വെട്ടൂർ, ഉറൂബ്, ചങ്ങമ്പുഴ എന്നീ സാഹിത്യകാരന്മാരുടെ പുതിയ പുതിയ പുസ്തകങ്ങളോടൊപ്പം ചില പഴയ നോവലുകളും മാസംതോറും എത്തിതുടങ്ങി. പ്രാഥമിക വിദ്യാഭ്യാസം ലഭിച്ച അഞ്ചുപേരെ നല്ല പുസ്തക വായനക്കാരാക്കിതീർത്തു. തുടർച്ചയായി പത്രം വായന അന്നുമില്ല. ആ കെട്ടിടത്തിൽ ആരും പത്രം വരുത്തുന്നില്ല. ഇൻസ്റ്റിറ്റ്യൂട്ടിലെ ലൈബ്രറിയിൽ 'ബോംബെ ക്രോണിക്കിൾ' പത്രം കാണാറുണ്ട്. അത് വായിച്ചു തുടങ്ങി. 'Frankly Speaking' എന്ന കോളം മുടങ്ങാതെ വായിക്കും. ടെക്നിക്കൽ പുസ്തകങ്ങളുമായി പരിചയമായി. പ്രാചീന കവികളെപ്പറ്റിയും, കേരളവർമ്മ, ചന്തുമോനോൻ, സി.വി. രാമൻപിള്ള എന്നീ പ്രമുഖരെയും കുറിച്ചു പഠനം നടത്തണമെന്ന് ആഗ്രഹിച്ച എനിക്ക്, ടെലിഫോൺ, ടെലിപ്രിന്റർ, റെക്ടിഫയർ എന്നിവയുടെ സാങ്കേതിക വിദ്യകളെയും, യന്ത്രോപകരണങ്ങൾ സ്ഥാപിക്കേണ്ട വിധത്തേയും, പ്രവർത്തനക്ഷമമാക്കി വെക്കേണ്ടതെങ്ങിനെയെന്നും പഠിക്കേണ്ടി വരുമെന്ന് വിചാരിച്ചുവോ? പഠിക്കാനുള്ളതെല്ലാം വായിച്ചു ഹൃദിസ്ഥമാക്കി. ക്ലാസ്സിൽ നല്ലപോലെ ശ്രദ്ധിച്ചു. പുതിയ ടെലിക്കമ്മ്യൂണിക്കേഷൻ പ്രസിദ്ധീകരണങ്ങൾ ലൈബ്രറിയിൽ ഇരുന്നു വായിച്ചു. ക്രാംഗാർ മൈതാനത്തോ, ചൗപ്പാത്തിയിലോ, ശിവാജി പാർക്കിലോ, രാഷ്ട്രീയ നേതാക്കന്മാരുടെ പ്രസംഗങ്ങൾ പതിവുണ്ട്. രാഷ്ട്രീയമായ അറിവുകൾ ആ പ്രസംഗത്തിൽ കൂടി ഗ്രഹിച്ചവ മാതാരമായിരുന്നു. എനിക്കും കൂട്ടുകാർക്കും അതിലൊന്നും താല്പര്യം തോന്നിയില്ലെന്നത് പരമാർത്ഥമാണ്. അങ്ങനെയാണ് വളർന്നത് എന്നു മാത്രം. എങ്ങനെയെങ്കിലും പഠിപ്പൊന്നു അവസാനിച്ചു കിട്ടണമെന്നായിരുന്നു എപ്പോഴും വിചാരം. ഇടയ്ക്കൊക്കെ ആലോചിക്കും. മുത്തച്ഛൻ കൊച്ചു മകന്റെ ജാതകം എഴുതിയിട്ടുണ്ടാവില്ലെ. അതൊന്നു അറിയാൻ

എന്താവഴി? അമ്മമ്മ മരിച്ചതിൽ പിന്നെ മനസ്സിന് ഇണങ്ങാത്ത ചുറ്റുപാടുകളിൽ വളരേണ്ടിവന്നത് എന്തുകൊണ്ടാണ്?

അമ്മാമൻ ഇതിനിടെ ഒരു മലയാളി കുടുംബവുമായി പരിചയപ്പെടുത്തി. പരേൽ സ്റ്റേഷനടുത്തുള്ള പോലീസ് ക്വാർട്ടേഴ്സിലാണ് ആ കുടുംബം താമസിക്കുന്നത്. അമ്മാമന്റെ മുറിപോലെതന്നെ ഒരു കൊച്ചു മുറി. അടുക്കള, കുളിമുറി, കിടപ്പറ, തളം ഇതൊക്കെയായി ആ മുറി ഉപയോഗിക്കുന്നു. ആ ക്വാർട്ടേഴ്സ് പെയ്ന്റ് ചെയ്തിട്ടു പത്തു കൊല്ലമെങ്കിലും കഴിഞ്ഞിരിക്കണം. ബോംബയിലുള്ള താമസ സ്ഥലങ്ങൾ ഇത്തരത്തിൽ വൃത്തികെട്ടവയാണെ എന്നു തോന്നാറുണ്ട്. പോലീസിൽ ഡ്രൈവറാണ് ശങ്കരൻ നായർ. ഭാര്യയും രണ്ടു ചെറിയ കുട്ടികളും ഉണ്ട്. മൂത്തകുട്ടിക്ക് ഏഴുവയസ്സുണ്ടാകും. മറാഠി സ്കൂളിൽ പഠിക്കുന്നു. ആ കുട്ടിയെ മലയാളം പഠിപ്പിക്കണം. ഒന്നും രണ്ടും ക്ലാസ്സുകളിലെ മലയാള പാഠപുസ്തകങ്ങൾ നാട്ടിൽനിന്ന് ശങ്കരൻ നായർ കൊണ്ടുവന്നിട്ടുണ്ട്. അമ്മാമനെ തൃപ്തിപ്പെടുത്തേണ്ടേ? അതുകൊണ്ടു സമ്മതിച്ചു. ചിഞ്ച്പൊക്ക്ളിയിൽ നിന്ന് പോലീസ് ക്വാർട്ടേഴ്സിലേക്ക് നടന്നെത്താം. ദിവസവും കുറച്ചു സമയം അവിടെ ചെന്ന് കുട്ടികളെ മലയാളം എഴുതുവാനും വായിക്കുവാനും പഠിപ്പിക്കും. ചായയും പലഹാരവും നിത്യവും ഉണ്ടാവും. ആറേഴു മാസത്തിനുള്ളിൽ ആ കുട്ടികളെ മലയാളം പഠിപ്പിച്ചു. പിന്നെ പോയില്ല. എനിക്കു പഠിക്കുവാൻ ധാരാളമുണ്ട്.

ഒന്നാം വർഷം കഴിഞ്ഞ് ഇൻസ്റ്റിറ്റ്യൂട്ട് പൂട്ടിയപ്പോൾ നാട്ടിലേക്ക് പോവണമെന്ന് ആഗ്രഹം തോന്നിയെങ്കിലും ചെല്ലുവാൻ ആരും ആവശ്യപ്പെട്ടിട്ടില്ലല്ലോ എന്ന നിരാശയും തോന്നി. അമ്മാമൻ ചോദിച്ചതുമില്ല. പണച്ചിലവില്ലേ പോയിവരാൻ. ആചാര്യ അയാളുടെ നാട്ടിലേക്കുപോയി. പട്ടേലിനോടൊപ്പം ബോംബെ കാണാനാണ് ഞാൻ സമയം ചിലവഴിച്ചത്. കെട്ടിടത്തിലുള്ള മറ്റു കുടുംബാംഗങ്ങൾക്കൊക്കെ ഇപ്പോൾ എന്നോടു മതിപ്പുണ്ട്. എൻജിനീയറിംങ്ങിന് പഠിക്കുന്ന ആളല്ലെ? കണ്ടാൽ എല്ലാവരും സലാം ചെയ്യുന്നു. 'റാം റാം സാബ്' എന്നു പറയുന്നു. സുമത്തിനും അവളുടെ അമ്മക്കും ഇതിൽ നല്ലൊരു പങ്കുണ്ടെന്നു തോന്നി. കണക്കിൽ വളരെ മോശമായിരുന്ന സുമം നല്ലമാർക്കോടെ പാസ്സായി. അവൾ എട്ടാം ക്ലാസ്സിലായി. മാറിടം പൊങ്ങിതുടങ്ങിയിരിക്കുന്നു. അവളുടെ അച്ഛന്റെ നിറമാണവൾക്ക്. പാവാടയും ബ്ളൗസുമാണ് ഇപ്പോൾ വേഷം. കാലുകളിൽ പാദസരങ്ങൾ അണിഞ്ഞിട്ടുണ്ട്. എത്ര

പെട്ടെന്നാണ് പെൺകുട്ടികൾ വളരുന്നത്. അമ്മിണിയും സുഭദ്രയും ഇതുപോലെ വളർന്നിട്ടുണ്ടാവില്ലെ. എല്ലാവരെയും കാണണമെന്ന് ആശയുണ്ടെങ്കിലും തരപ്പെട്ടില്ലെന്നറിയാം. കുൽക്കർണി വീണ്ടും അഭ്യർത്ഥിച്ചു. ആൾജിബ്‌രയും, ജ്യോമട്രിയും ഒന്നും അവൾക്കറിയില്ല. ഈ കൊല്ലം കൂടി പറഞ്ഞുകൊടുക്കണം. സുമം പഠിക്കുവാൻ മിടുക്കിയാണ്. അതുകൊണ്ടു സമ്മതിച്ചു.

തിയറിയും പ്രാക്ടിക്കലുമായി രണ്ടാമത്തെയും മൂന്നാമത്തെയും കൊല്ലം ധാരാളം പഠിക്കുവാനുണ്ടായിരുന്നു. ബോംബയിലെ മൂന്നുകൊല്ലത്തെ വിദ്യാർത്ഥി ജീവിതം കെട്ടിക്കിടക്കുന്ന വെള്ളം പോലെയായിരുന്നു. ഒഴുക്കുണ്ടായില്ല. ചലനമുണ്ടായില്ല. പഠിത്തം കഴിഞ്ഞു. ജീവിതത്തിന്റെ ഒരു ഘട്ടം പിന്നിട്ടു കഴിഞ്ഞു. ഇനിയെന്ത്?

നാല്

മൂന്നുകൊല്ലത്തിനുശേഷം നാട്ടിലേക്ക് വണ്ടികയറുകയാണ്. എന്തൊക്കെയായരിക്കും നാട്ടിലും വീട്ടിലും വന്നിരിക്കാവുന്ന മാറ്റങ്ങൾ? മൂന്നുകൊല്ലമായി സുഭദ്രയെയും അമ്മിണിയെയും സുശീലയെയും ഏലിക്കുട്ടിയെയും മറ്റു കൂട്ടുകാരെയും കണ്ടിട്ട്. കൃഷ്ണൻകുട്ടിയും മാലതിയും ഏതു ക്ലാസ്സിലാണവോ പഠിക്കുന്നത്? അവരൊക്കെ വളർന്നിട്ടുണ്ടാവില്ലെ. ചെറിയമ്മ പ്രസവിച്ച കിടക്കുകയായിരിക്കാം. സുശീല ഒത്തൊരു പെണ്ണായിരിക്കും ഇപ്പോൾ. ഗോപാലനും ഗോവിന്ദൻകുട്ടിക്കും ഒരു കൊല്ലം കൂടി പഠിക്കണമല്ലോ ഡിഗ്രി കിട്ടുവാൻ. എനിക്ക് അതിനിടക്ക് ഉദ്യോഗം കിട്ടാതിരിക്കില്ല. നാട്ടിൽ എനിക്ക് എല്ലാവരും അവരവരുടെതായ താല്പര്യങ്ങളാണ് വലുത്. എന്റെ ഇതുവരെയുള്ള ജീവിതത്തിൽ ഒരമ്മയിൽ നിന്നോ ഒരച്ഛനിൽനിന്നോ ലഭിയ്ക്കേണ്ട സ്നേഹവും വാത്സല്യവും കിട്ടിയില്ല. ഇനി അതുണ്ടാവാനും പ്രയാസമാണ്. അച്ഛന്റെ വീട്ടിലുള്ളവരാരും എതിർത്തു സംസാരിക്കുകയോ, ശകാരിക്കുകയോ, ദേഷ്യപ്പെടുകയോ ഉണ്ടായിട്ടില്ല. ആരും ലാളിച്ചില്ല, സ്നേഹിച്ചില്ല.

നാട്ടിലേക്ക് പോവാൻ വേണ്ടതൊക്കെ അമ്മാമൻ തന്നു. പുതിയ നിക്കറുകൾ, ഷർട്ടുകൾ, ഡബ്ബിൾ മുണ്ടുകൾ എല്ലാം മില്ലിലെ സ്റ്റോറിൽ നിന്നെടുത്തു. അച്ഛമ്മയ്ക്ക് പച്ചനിറമുള്ള ഒരു കമ്പളിപുതപ്പും, പാറുക്കുട്ടിയമ്മക്ക് നാലു മുണ്ടുകളും വാങ്ങി. ഒരു റിസ്റ്റു വാച്ച് വേണമെന്നുണ്ടായിരുന്നു. അമ്മാമനോട് ചോദിക്കാൻ മടിതോന്നി. എനിക്കുവേണ്ടി മൂന്നു കൊല്ലത്തിനുള്ളിൽ എത്ര പണം ചിലവാക്കി! വേണ്ട, ചോദിക്കണ്ട്, സ്വന്തമായി വാങ്ങാൻ സാധിക്കുമ്പോൾ മതി.

യാത്രയ്ക്കാൻ വി.ടി. സ്റ്റേഷനിലേക്ക് അമ്മാമനും, അച്യുതൻ നായരും, അയ്യപ്പനും വന്നിരുന്നു. വണ്ടി പുറപ്പെടുന്നതിനുമുമ്പ് കുൽക്കർണിയും എത്തി. ഒരു ചെറിയ പൊതി കയ്യിൽ തന്നു. അഴിച്ചു നോക്കിയപ്പോൾ റിസ്റ്റുവാച്ചാണ്. അമ്മാമന് കാണിച്ചുകൊടുത്തു. ആശിച്ചത് കിട്ടിയതിലുള്ള സന്തോഷം തോന്നിയെങ്കിലും ഒന്നും പുറത്തു കാ

ണിച്ചില്ല. സുമത്തിന് മൂന്നുകൊല്ലം ട്യൂഷൻ കൊടുത്തതിനുള്ള സമ്മാന മായിരിക്കാം. നാട്ടിൽ നിന്ന് വേഗം മടങ്ങിവരണം എന്നോർമ്മിപ്പിച്ച് കുൽക്കർണി അയാളുടെ ആഫീസിലേക്ക് പോയി.

നാട്ടിലെത്തി റെയിൽവെ സ്റ്റേഷനിൽ നിന്ന് റിക്ഷാവണ്ടിയിൽ കയറി വീട്ടിലെത്തിയപ്പോൾ അച്ഛൻ നടപ്പുരയിൽ ചാരുകസേലയിൽ കിടക്കുന്നു. കൊച്ചുണ്ണി നായർ പങ്ക വലിക്കുന്നുണ്ട്. മൂന്നുകൊല്ലത്തിനു ശേഷം അച്ഛനും മകനും തമ്മിൽ കാണുമ്പോൾ ഉണ്ടാകാവുന്ന വികാര ങ്ങളൊന്നും ഇരുവർക്കും തോന്നിയില്ല. അച്ഛൻ വളരെ ക്ഷീണിച്ചിട്ടുണ്ട്. ഷേവ് ചെയ്യാത്തതുകൊണ്ടാവാം കൂടുതൽ ക്ഷീണം തോന്നിക്കുന്നത്. നരകയറിത്തുടങ്ങിയ മുഖത്തെ ശ്മശ്രുക്കൾ, കൂടുതൽ വിഷാദഭാവം മുഖത്തിനു നൽകിയിരിക്കുന്നു. ആദ്യകാലത്ത് അച്ഛന്റെ മുഖത്തേക്കു നോക്കാൻ ഭയമായിരുന്നു. ഇപ്പോഴും ആ ഭയം വിട്ടുമാറിയിട്ടുണ്ടെന്നു പറയാനാവില്ല.

രണ്ടുപെട്ടികളും കിടക്കയും കൊച്ചുണ്ണിനായർ എടുത്ത് അകത്തു വെച്ചു.

''ഈ പെട്ടീലൊക്കെ എന്താ?'' കൊച്ചുണ്ണിനായരുടെ അന്വേഷണം.

''ഒന്നിൽ മുഴുവൻ പുസ്തകങ്ങളാ, മറ്റേതിൽ എന്റെ മുണ്ടും ഷർട്ടും.''

''പ്രൊഫസർ ആവാനുള്ള പഠിപ്പൊക്കെ കഴിഞ്ഞോ?'' അച്ഛന്റെ ചോദ്യം

പെട്ടെന്ന് അമ്പരന്നെങ്കിലും സാവാധാനം പറഞ്ഞു. ''പഠിച്ചത് അതൊന്നും അല്ല. ടെലിക്കമ്മ്യൂണിക്കേഷൻ ഡിപ്ലോമക്കാണ്.''

''അതു പഠിച്ചാൽ എന്തു ജോല്യാ കിട്ട്യാ?''

''കമ്പി ആഫീസിലൊ റെയിൽവെയിലോ ജോലിക്ക് ശ്രമിക്കാം.''

''അതിന് ബോംബേല് പോയി പഠിക്കണോ? ഇവിടെ എത്ര ആൾക്കാര് പോസ്റ്റാഫീസിലും റെയിൽവെ സ്റ്റേഷനിലും ജോലി ചെയ്യണു.''

സമാധാനം പറഞ്ഞില്ല. പോസ്റ്റോഫീസിലും റെയിൽവെയിലും ഉള്ള സാങ്കേതിക വിദ്യകളെപ്പറ്റി ഇവർക്കൊന്നും അറിയില്ലല്ലൊ.

''എന്തു ശമ്പളം കിട്ടും?'' കൊച്ചുണ്ണിനായരുടെ ചോദ്യം

''അതൊന്നും അറിഞ്ഞൂടാ.''

''ഉണ്ണീം ഭാര്യേം കാണാറുണ്ടോ?'' അച്ഛന്റെ ചോദ്യം വീണ്ടും.

‘‘ഇല്യ. അവര് ബോംബേലുണ്ടെന്നു ഞാനറിഞ്ഞോ?’’

‘‘പോയി കുളിച്ച് ഊണു കഴിക്ക്.’’

പാന്റും ഷർട്ടും ഷൂസുമൊക്കെ അഴിച്ചുവെച്ച് തോർത്തുമുണ്ടു ചുറ്റി കുളി മുറിയിൽ ചെന്നുകുളിച്ചപ്പോൾ ക്ഷീണമെല്ലാം പോയി. പാറുക്കുട്ടിയമ്മ വിളമ്പിതന്ന ചോറുണ്ടു. അമ്മാമൻ വാങ്ങി തന്ന ഡബ്ബിൾമുണ്ടുടുത്തു. പുതിയ ഷർട്ടെടുത്തിട്ടു. കയ്യിൽ റിസ്റ്റുവാച്ച് കെട്ടി. ചെരിപ്പിട്ടു. ചെറിയമ്മ അടിമുടി എന്നെ ഒന്നുനോക്കി. ആദ്യം സുഭദ്രയുടെ വീട്ടിലേക്കാണ് പോയത്. അച്ഛമ്മ അവിടെയുണ്ടായിരുന്നു. അച്ഛമ്മക്ക് പൊക്കം കുറഞ്ഞപോലെ തോന്നി. ക്ഷീണിച്ചിട്ടുണ്ട്. തലമുഴുവൻ നരച്ചിരിക്കുന്നു. മുഖത്ത് ചുളിവുകൾ വീണിട്ടുണ്ട്. മൂന്നുകൊല്ലം മുമ്പുകണ്ട സുഭദ്രയല്ല ഇപ്പോൾ. ചടച്ച് ഈർക്കിലിപോലിരുന്ന പെണ്ണ് നല്ല പൊക്കം വെച്ചിട്ടുണ്ടെങ്കിലും ദേഹത്തിന് പുഷ്ടി പോരാ, അച്ഛമ്മ എന്നെ തൊട്ടുതലോടി പറഞ്ഞു. ‘‘പൊക്കം വെച്ചിട്ടുണ്ട്. വണ്ണം പോരാ, അവടെ താമസോം ഭക്ഷണോം ഒക്കെ എങ്ങന്യാരുന്നു?’’

‘‘തന്നത്താൻ ചപ്പാത്തി ഉണ്ടാക്കി കഴിക്കും.’’

‘‘അമ്മമ്മക്ക് ചെവി പതുക്കെയാ കുറച്ചുറക്കെ പറേണം.’’ സുഭദ്ര പറഞ്ഞപ്പോൾ ഞാൻ വീണ്ടും ഉറക്കെ പറഞ്ഞു.’’

‘‘തന്നത്താൻ ചപ്പാത്തി ഉണ്ടാക്കി കഴിക്കും.’’

‘‘ഗുരുവായൂരപ്പാ! ചോറൊന്നും കഴിക്ക്യാറില്ലേ?’’

‘‘ചിലപ്പോ ഉണ്ണും.’’

‘‘കുറ്റല്ല ദേഹം ഇങ്ങന്യാത്, നീയ് ഉണ്ണ്യേം അമ്മൂനേം കാണാറുണ്ടോ?’’

‘‘ഉണ്ണ്യേട്ടന്റെ കല്യാണം കഴിഞ്ഞതും ബോംബക്കു പോയതും ഞാനറിഞ്ഞോ? എന്നെ അറീച്ചോ?’’

സുഭദ്രയാണ് മറുപടി പറഞ്ഞത്. ‘‘എല്ലാം ദ്യുതിയിലായിരുന്നു അപ്പുച്ചേട്ടാ. സുശീസേച്ചീടെ ഭർത്താവിന്റെ അനിയത്തിയെയാണ് ചേട്ടൻ കല്യാണം കഴിച്ചത്. അമ്മക്ക് ഇഷ്ടല്യാത്ത കല്യാണായിരുന്നു. ചേട്ടൻ അമ്മാമനോടു പറഞ്ഞു കല്യാണം നടത്തിതരണംന്ന്. അമ്പലത്തില് വെച്ച് മാല ഇട്ണ്ടായത്, അമ്മമ്മയും അമ്മാമനും സുശീലേച്ചീടെ ഭർത്താവും ഒഴിച്ച് മറ്റാരും പോയില്ല. എന്നെകൊണ്ട്വാൻ അമ്മ സമ്മതിച്ചില്ല. സദ്യൊന്നുണ്ടായില്ല.’’

‘‘സുശീലയുടെ ഭർത്താവിന് എന്താ ജോലി?’’

''പ്രത്യേകിച്ച് ജോലി ഒന്നൂല്യ. ഒരു പത്രത്തിന്റെ ആഴ്ചപ്പതിപ്പിന്റേം ഏജണ്ടാ.''

''ഉണ്ണ്യേട്ടൻ ബോംബേല് എവിടാ, താമസം?''

''സാന്റാക്രൂസ് എന്നാ മേൽവിലാസത്തില് കാണണത്. ഇപ്പോ കത്തൊാക്കെണ്ട്.''

മൂന്നുകൊല്ലം ബോംബയിൽ കഴിഞ്ഞിട്ടും എന്റെ യാത്രാപരിധി വി. ടി. മുതൽ മാട്ടുംഗവരെയായിരുന്നു. അതിനപ്പുറമുള്ള സ്ഥലങ്ങളൊന്നും കണ്ടിട്ടില്ല.

''ഉണ്ണ്യേട്ടന് ഇത്ര പെട്ടെന്ന് എങ്ങന്യാ ജോലി കിട്ടീത്?''

''അതൊന്നും എനിക്കറില്യാ. കോളേജിൽ പഠിച്ചിരുന്ന ഒരു കുട്ടീടെ അച്ഛൻ ബോംബേലുണ്ട്രെ. ആ മേൽവിലാസം വാങ്ങ്യാണ് പോയത്. ബോംബേലെത്ത്യാ അപ്പുച്ചേട്ടനെ കണ്ടുപിടിക്കണം എന്ന് ഞാൻ പറഞ്ഞതാ. ജോലി കിട്ടി മൂന്നാലുമാസം കഴിഞ്ഞ് ചേട്ടൻ ചേടത്ത്യേമ്മെ കൊണ്ടുവാൻ വന്നു. ചേടത്ത്യേമ്മ സുശീലേച്ചിടെ വീട്ടിലായിരുന്നു. ഇവിടെ വരാൻ അമ്മ സമ്മതിച്ചില്ല. അപ്പുചേട്ടനെ കണ്ടോ എന്നു ചോദിച്ചു. എവിട്യാ താമസിക്കണെ, എവിട്യാ പഠിക്കണെ ഇതൊന്നും അറിയാണ്ടെ എങ്ങന്യാ കാണുന്നത് എന്നാ ചോദിച്ചത്. ഇലക്ട്രിക്കൽ സാധനങ്ങൾ ഉണ്ടാക്കുന്ന ഒരു കമ്പനിയിൽ എക്കൗണ്ടന്റാണെന്നാ പറഞ്ഞത്, ശമ്പളം എത്രാ എന്നു ചോദിച്ചപ്പോ ഒന്നും പറഞ്ഞില്ല.''

സുഭദ്ര നാട്ടുകാര്യങ്ങൾ പറയുവാൻ തുടങ്ങി.

''നമ്മുടെ ഏലിക്കുട്ടി മഠത്തിൽ ചേർന്നു അപ്പുച്ചേട്ടാ. സുശീലേച്ചിം ഏലിക്കുട്ടീം ഒരുമിച്ചാണല്ലോ പത്താംക്ലാസ്സ് പാസ്സായത്. അപ്പുച്ചേട്ടൻ പോയി അഞ്ചാറുമാസം കഴിഞ്ഞപ്പോൾ അന്തോണി മാപ്പിള കിടപ്പിലായി. സുശീലേച്ചീടെ കല്യാണോം കഴിഞ്ഞു. അന്തോണി മാപ്പിള മരിച്ചു. അതീപിന്ന്യാ ഏലിക്കുട്ടി മഠത്തിൽ അവരാണ്. ഇപ്പോ മഠം വക കോൺവെന്റിൽ മൂന്നാംക്ലാസ്സിലെ ടീച്ചറാ.''

കന്യാസ്ത്രീ വേഷം ധരിച്ച ഏലിക്കുട്ടി ഒരു നിമിഷം മനസ്സിൽ മിന്നിമറഞ്ഞു. ഒന്നു കാണാനെന്താ വഴി. വരട്ടെ. സമയമുണ്ടല്ലോ.

''അമ്മിണിയോ?''

''അമ്മിണി ജയിച്ചാൽ കോളേജിൽ ചേർണ്ണ്ടത്രെ.''

''നീയ് കോളേജിൽ ചേർണില്ല്യേ?''

‘‘ജയിച്ചിട്ടു വേണ്ടേ? ജയിച്ചാലും കോളേജിലൊന്നും പോണ്ട എന്നാ അമ്മ പറേണത്.’’

‘‘പിന്നെ എന്തു ചെയ്യാനാ ഭാവം?’’

അവൾ ഉത്തരം പറഞ്ഞില്ല.

‘‘അപ്പുച്ചേട്ടൻ എന്നാ ഇനി ബോംബക്കുപോണേ?’’

‘‘ഒന്നും പറയാൻ പറ്റില്ല. പോവും എന്നുതന്നെ തീർച്ചല്യ.’’

‘‘അതെന്താ?’’

‘‘ജോലി എവിട്യാ കിട്ടാന്ന് ഇപ്പോ എങ്ങന്യാ പറയ്യാ?’’

‘‘ചേട്ടന് ഞാനെഴുതാം. അപ്പുച്ചേട്ടന് ജോല്യാക്കി കൊടുക്കാൻ.’’

‘‘എഴുതിക്കോ.’’

അവൾ തെല്ലൊരു ലജ്ജയോടെ പറഞ്ഞു ‘‘പോവുമ്പം എന്നേം കൊണ്ടോണം.’’

അവൾ പെട്ടെന്ന് അകത്തേക്കു പോയി. അവൾ ഒരു കാമുകിയായി വളർന്നുവോ എന്നു മനസ്സിൽ തോന്നി. ഉണ്ണ്യേട്ടന്റെ മേൽവിലാസവും കൊണ്ടാണ് അവൾ വന്നത്. അതും വാങ്ങി സുശീലയുടെ വീട്ടിലെത്തി. അവിടെ എല്ലാവരും ഉണ്ട്. സുശീല എന്തുമാത്രം വളർന്നിരിക്കുന്നു. സംസാരിക്കാൻ അവൾ ലജ്ജയോ മടിയോ കാണിച്ചില്ല. അവളുടെ ഭർത്താവ് വെളുത്തു തടിച്ച സുന്ദരനാണ്. പ്രായം കുറച്ചധികമാണെന്നു തോന്നി. പത്രം ഏജണ്ടായതുകൊണ്ട് ദിവസവും ജോലിക്ക് പോവണ്ട. വല്ലപ്പോഴും പോയാൽ മതി. വല്യ അച്ഛൻപെങ്ങൾ വിവരങ്ങളെല്ലാം ചോദിച്ചു. അമ്മാമനെപ്പറ്റിയും, എന്റെ പഠിപ്പിനെപ്പറ്റിയും വിശദമായി ചോദിച്ചറിഞ്ഞത് അവരാണ്.

‘‘അപ്പു വന്ന്വോടാ......?’’

ചെറ്യെ അച്ഛൻപങ്ങളുടെ വരവാണ്. കണ്ട ഉടനെ കെട്ടിപിടിച്ചു.

‘‘പഠിപ്പൊക്കെ കഴിഞ്ഞ്യോ മോനേ, എന്താ നീയ് കത്തൊന്നും അയക്കാത്തത്?’’

ഒന്നും പറഞ്ഞില്ല, ആർക്ക് കത്തയക്കുന്നു? ആര് മറുപടി എഴുതും?

‘‘നാളെ രാവിലെ വീട്ടിൽ വാ. കുറെ വർത്തമാനം പറയാന്ണ്ട്.’’

വീട്ടിൽ വന്ന ഉടനെ അമ്മാമന് കത്തെഴുതി. ഉണ്ണ്യേട്ടന്റെ മേൽവിലാസവും അതിൽ എഴുതി.

അമ്മിണിയെ കാണണമെന്നുണ്ട്. സ്കൂൾ പൂട്ടിയിരിക്കയല്ലെ. ഇന്നേ വരെ അവരുടെ വീട്ടിൽ പോയിട്ടില്ല. അച്ഛൻ അറിഞ്ഞാലോ? മൂന്നു

കൊല്ലം പുറംനാട്ടിൽ കഴിഞ്ഞിട്ടും എനിക്ക് ധൈര്യം കിട്ടിയിട്ടില്ല എന്നു തോന്നി. അച്ഛമ്മ ഇപ്പോൾ മിക്ക ദിവസവും സുഭദ്രയുടെ വീട്ടിലാണ്. പകൽ മുഴുവൻ അവിടെ ചെന്നിരിക്കാൻ മോഹം തോന്നി. ഉച്ചയ്ക്ക് മിക്കദിവസവും ഊണ് അവിടെയാക്കി. സുഭദ്ര എല്ലാം വിളമ്പിതരും. അവളുടെ അവകാശം പോലെ പെൺകുട്ടികളെ നല്ലപോലെ നോക്കികാണാനും സംസാരിക്കുവാനും ആഗ്രഹമുണ്ടെങ്കിലും അത് മറ്റുള്ളവരുടെ ദൃഷ്ടിയിൽ അനുചിതമാകുമെന്ന ചിന്തയുമുണ്ട്. ചെറുപ്പം ചഞ്ചലമായ മനസ്സ് സാമീപ്യത്തിനും സമ്പർക്കത്തിനും ഒത്തുകിട്ടിയത് സുഭദ്രയെയാണ്. മനഃപൂർവ്വം അകന്നുനിൽക്കാൻ ശ്രമിക്കുതോറും അങ്ങോട്ടുപോവാൻ തോന്നുന്നു. ബോംബയിൽ പോവുനന്തിനുമുമ്പ് സ്ത്രീകളെ ഒഴിഞ്ഞുമാറിയാണ് പെരുമാറിയിരുന്നത്. ഇപ്പോൾ പരിചയമുള്ള പെൺകുട്ടികളുടെയെല്ലാം സാമീപ്യം കൊതിക്കുന്നു. ഏലിക്കുട്ടി ഉണ്ടായിരുന്നെങ്കിൽ!

ചായ കുടിക്കുമ്പോഴും ഊണു കഴിക്കുമ്പോഴും സുഭദ്രയെ ഇടം കണ്ണിട്ടുനോക്കാൻ മോഹം. മനസ്സിൽ സുഭദ്രയുണ്ട്. അമ്മിണിയുണ്ട്. സുശീലയുണ്ട്. കന്യാസ്ത്രീയാവുന്നതിനുമുമ്പുള്ള ഏലിക്കുട്ടിയുണ്ട്. ബോംബയിലെ സുമം ഉണ്ട്. അച്ഛമ്മ ഗുരുവായൂർ ദർശനം കുറച്ചിരിക്കുന്നു. ഇത്തവണ അച്ഛമ്മയും ഞാനും സുഭദ്രയും മാത്രമേയുള്ളൂ. അച്ഛമ്മ സത്രത്തിൽ മുറി എടുത്തില്ല. കുളിച്ചു തൊഴഉത് വഴിപാടുകൾ കഴിച്ച് വീട്ടിലേക്ക് പോന്നു. മുറി എടുത്ത് ഒരു രാത്രി അവിടെ താമസിക്കും എന്നാണ് മനസ്സിൽ കരുതിയത്. പ്രായപൂർത്തിയെത്തിയ പേരക്കിടാങ്ങളെ ഒരു മുറിയിൽ കിടത്തേണ്ട എന്ന് അച്ഛമ്മ മനസ്സിൽ കണ്ടിരുന്നുവോ ആവോ? യാത്രാക്ഷീണംകൊണ്ട് വീട്ടിൽ വന്ന ഉടനെ അച്ഛമ്മ കിടന്നു. പാവാടയും ബ്ളൗസും ധരിക്കുമ്പോൾ സുഭദ്രയ്ക്ക് അധികം പൊക്കം തോന്നില്ല. ഏതായാലും അതൊന്നു തീർച്ചപ്പെടുത്തണമെന്ന് മനസ്സിലുണ്ട്. അവളെ പിടിച്ചു ചുമരിനോടുപ്പിച്ചു നിറുത്തി അവളോടൊപ്പം നിന്നു. ഇല്ല, എന്നേക്കാൾ പൊക്കം കുറവാണ് അവൾക്ക്. ചടച്ച ശരീരപ്രകൃതമായതുകൊണ്ടായിരിക്കാം കൂടുതൽ പൊക്കം തോന്നുന്നത്.

സുഭദ്രയുടെ വീട്ടിൽ മിക്ക സമയവും ചിലവഴിക്കുന്നത് ചെറിയമ്മക്ക് ഇഷ്ടപ്പെട്ടില്ലെന്നു തോന്നുന്നു. ചെറിയമ്മ പ്രസവിച്ചു കിടക്കുകയാണ്. അവരുടെ ഒമ്പതാമത്തെ കുട്ടിയെ കുട്ടിക്ക് മൂന്നുനാലുമാസം പ്രായ

മായട്ടുണ്ടാവും. ഒരു ദിവസം ചെറിയമ്മ എന്നെ അകത്തേക്കു വിളിച്ചു. കുഞ്ഞിനെ എന്റെ മടിയിൽ വെച്ചുതന്ന് വീട്ടുകാര്യങ്ങളും നാട്ടുകാര്യങ്ങളും പറയാൻ തുടങ്ങി. എന്നോട് ഇതുവരെ കാണിക്കാത്ത അടുപ്പം കാട്ടി സംസാരം തുടങ്ങി.

''വണ്ടികൾ രണ്ടെണ്ണം കേടുവന്നു. അങ്ങന്യാ കേടുവരാതിരിക്ക്യാ. നോക്കാനാളുവേണ്ടേ? ശമ്പളക്കാര് തോന്ന്യാപോലെ ചെയ്യും. കിട്ട്യേപണത്തിന്റെ പകുത്യേ തരൂ. ഇപ്പോ അങ്ങനാണത്രെ. പങ്കുകച്ചോടം പോലെ. വണ്ടീം പോത്തുകളും നമ്മടെ അതിന് ചെലവൊന്നൂല്യേ. കിട്ട്യേ പകുതിയിൽ നിന്ന് പോത്തുകൾക്കുള്ള തീറ്റക്കൂലി കൊടുക്കണം. ശങ്കുണ്ണിനായര് ഇരിക്കണ പുകലഷാപ്പ് കഴിഞ്ഞ രണ്ടുകൊല്ലായി നഷ്ടത്തിലാ. കിസ്തു് അടയ്ക്കാൻ തന്നെ വിഷമാ. അച്ഛനാണെങ്കിൽ ഇപ്പോ ഒന്നിലും ശ്രദ്ധല്യ. പെട്ടെന്ന് വയസ്സനെപോലെയായി. ഉണ്ണീടെ അമ്മ മിക്ക ദിവസവും വരും. മോന്റെ കല്യാണത്തിന് അമ്മ എതിരായിരുന്നു. കല്യാണം നടത്തികൊടുത്തത് അച്ഛനാ. സുഭദ്രടെ അമ്മടെ സ്വഭാവം നെണക്കൊന്നും അറീല്യ. ഉണ്ണീടെ അച്ഛനും സുഭദ്രേടെ അച്ഛനും വേറംവേറ്, ജോലി കിട്ടീപ്പോ ഉണ്ണീടെ അച്ഛനെ അവർ വല വീശി പിടിച്ചതാണത്രെ. മൂത്ത പെങ്ങള് കല്യാണം കഴിയാതെ നിക്കണ്ണ്ടെന്ന് അവർ ആലോചിച്ചില്ല. തൻകാര്യം നോക്കാൻ എന്തു ധൃതിയായിരുന്നു. അതോണ്ട് വല്യ അച്ഛൻപെങ്ങളടെ കല്യാണം കഴ്യാൻ കുറെ വൈകി. അവര് വേറെ താമസമാക്കിയതിനു ശേഷമാണ് വല്യ അച്ഛൻപെങ്ങളടെ കഴിഞ്ഞത്. ഉണ്ണീടെ അച്ഛന്റെ കാശുകൊണ്ടാ ആ വീട് പണിതത്. ഉണ്ണിക്ക് നാലഞ്ചു വയസ്സുള്ളപ്പോ അച്ഛനെന്നു പറയുന്ന ആള് പെണങ്ങിപോയി. പിന്നെ വന്നിട്ടില്ല. രണ്ടാമത് വന്നുകൂടിയ ആളാ സുഭദ്രേടെ അച്ഛൻ. അവൾക്ക് രണ്ടുവയസ്സുള്ളപ്പോ അയാളെ അടിച്ചിറക്കി എന്നാ നാട്ടുകാര് പറേണത്. എന്നെ ഇവടെ കൊണ്ടോന്നപ്പോ എല്ലാവരും ഒരുമിച്ചായിരുന്നു താമസം. ഒരു കൊല്ലം അവരുടെ ആട്ടും തുപ്പും സഹിച്ചു. കൃഷ്ണൻകുട്ട്യേ പ്രസവിക്കാറായപ്പോഴാണ് ഈ വീടിന്റെ പണി കഴിഞ്ഞ് താമസം മാറ്റീത്. കടകളിലെ പണോം വണ്ടിപ്പണീടെ പണോം അലമാരിയിൽ വെക്കും. കാശ് കൊറവു കണ്ടു തുടങ്ങി. ഞാൻ എടുത്ത് എന്റെ വീട്ടിലുള്ളോർക്ക് കൊടുക്കാണെന്നു അവർ പറഞ്ഞുണ്ടാക്കി. അവസാനം അച്ഛന് കാര്യം മനസ്സിലായി. നീയെന്താ സുഭദ്രയുമായി അടുപ്പോണ്ടോ?''

''എന്തടുപ്പം?''

''നെന്റെ പ്രായം അതാ, സുഭദ്ര നല്ല കുട്ട്യാ, അമ്മടെ സ്വഭാവൊന്നും കിട്ടിട്ടില്യാന്നു തോന്നുന്നു. അവര് നെന്നെ കുടുക്കും. കുറച്ച് കഴിഞ്ഞ് സുഭദ്രയോട് വലിച്ചെറിയാൻ പറയും. തല്ലി ഇറക്കാനും അവർ മടിക്കില്ല. പെട്ടെന്ന് അടുക്കും. അതുപോലെ പെട്ടെന്ന് അകലേം ചെയ്യും. അങ്ങനെയുള്ള സ്വഭാവമാ.''

''സുഭദ്ര അത് കേക്കണമെന്നില്ലല്ലോ.''

''അപ്പോ നെണക്ക് സുഭദ്രയോട് ഇഷ്ടാണെന്ന് പറയ്.''

''അങ്ങനൊന്നൂല്യ. സമയം പോവാൻ അവടെ പോണൂന്നു മാത്രം. വേറെ എവിടേം പോവാൻ അച്ഛൻ ഇതുവരെ സമ്മതിച്ചിട്ടില്ലല്ലോ'.'

''ഒരു കാര്യം കൂടീണ്ട്. ഈ വീട് അച്ഛൻ പണീച്ചതാം. പറമ്പ് എല്ലാവർക്കും കൂട്യാ. അച്ഛന് പെട്ടെന്ന് എന്തെങ്കിലും സംഭവിച്ചാൽ ആദ്യം ലഹളക്ക് വരുന്നത് സുഭദ്രയുടെ അമ്മയായിരിക്കും. നീയ് സുഭദ്രേ കല്യാണം കഴിച്ചാൽ അവർക്ക് അധികാരം കാണിക്കാൻ കുറേക്കൂടി ധൈര്യം തോന്നും. എല്ലാം ആലോചിച്ച് ചെയ്താമതി.''

മനസ്സിൽ സുഭദ്രയുണ്ടോ? ഉവ്വ്. മറ്റു പല പെൺകുട്ടികളും ഇല്ലേ? ഉവ്വ്.

''എന്തായാലും ഒരു ജോലികിട്ടീട്ടു വേണ്ടേ കല്യാണത്തെപ്പറ്റി ആലോചിക്കാൻ. എനിക്ക് അതിനുള്ള പ്രായമൊന്നും ആയില്യലോ. എന്തുജോലി, എവിടെ, എന്നൊക്കെ ആർക്കറിയാം?''

ചെറിയ അച്ഛൻപെങ്ങളെപ്പറ്റി ചില അപഖ്യാതികൾ ബോംബയ്ക്കു പോവുന്നതിനു മുമ്പ് കേട്ടിട്ടുണ്ട്. അന്നൊന്നും അതിന്റെ മുഴുവൻ അർത്ഥവും മനസ്സിലായിരുന്നില്ല. വല്യ അച്ഛൻപെങ്ങൾക്കും അച്ഛനും സുഭദ്രയുടെ അമ്മയോട് ഉള്ളുകൊണ്ട് രസമില്ലെന്നും അറിയാൻ കഴിഞ്ഞിട്ടുണ്ട്. എന്നാൽ സുഭദ്രയോട് ആർക്കും വിരോധമില്ല.

ചെറിയമ്മയുടെ അടുത്തുനിന്നെണീറ്റ് ഊണു കഴിച്ച് നേരെപോയത് സുഭദ്രയുടെ വീട്ടിലേക്കാണ്. അച്ഛമ്മ ഇരുന്നു ഭാഗവതം വായിക്കുന്നുണ്ട്. സുഭദ്രയ്ക്ക് വായിക്കാൻ ഒരു പുസ്തകം കൊടുത്തിരുന്നു. അച്ഛമ്മ ഭാഗവതം വായനയിൽ മുഴുകിയിരിക്കുകയാണെന്നു കണ്ടപ്പോൾ സുഭദ്രയുടെ മുറിയിലെത്തി. കട്ടിലിൽ കമിഴ്ന്നു കിടന്ന് കണങ്കാലുകൾ മേല്പോട്ടാക്കി രസം പിടിച്ച് വായിക്കുകയാണ് അവൾ. എന്നെ കണ്ടപ്പോൾ പെട്ടെന്ന് കട്ടിലിൽ നിന്ന് എഴുന്നേറ്റു നിന്നു. ഞാൻ കൈനീട്ടി.

പിടിവിട്ട് അവളുടെ മുടിയിൽ പതുക്കെ തലോടി. അവൾക്ക് തടുക്കുവാൻ ആഗ്രഹമില്ലെങ്കിലും പെണ്ണിന്റെ സ്വതസിദ്ധമായ നാണത്തോടെ മൊഴിഞ്ഞു, ''കുറച്ചൂടി ക്ഷമ കാണിക്കണം.''

അവളെ അരികിലേക്ക് ചേർത്തണച്ച് ശിരസ്സിൽ ആവേശത്തോടെ ചുംബിച്ചു. പെട്ടെന്ന് മുറിയിൽ നിന്നുപോന്ന് അച്ഛമ്മയുടെ അടുത്തു വന്നിരുന്നു. കുട്ടിക്കാലത്ത് സുഭദ്രയെ നുള്ളുകയും മാന്തുകയും ചെവിക്കു പിടിക്കുകയും ചെയ്തിട്ടുണ്ടെങ്കിലും വളറ്ന്ന സുഭദ്രയെ തൊട്ടുതലോടുന്നത് ആദ്യമായാണ്. മൂന്നുകൊല്ലം ബോംബയിൽ കഴിഞ്ഞെങ്കിലും ചീത്തവഴിക്കൊന്നും തിരിഞ്ഞില്ല. അമ്മാമന്റെ കണ്ണ് എന്റെ മേൽ ഉണ്ടായിരുന്നില്ലെങ്കിലും ഒരു 'സൽസ്വഭാവി'യായിട്ടാണ് ജീവിച്ചത് പട്ടേലിനും സ്വഭാവദൂഷ്യങ്ങൾ ഉണ്ടായിരുന്നില്ല. കൈ മണത്തുനോക്കി. കാച്ചിയ വെളിച്ചെണ്ണയുടെ വാസന. എങ്ങനെ അവളുടെ മുഖത്ത് ഇനി നോക്കും? അവൾ അച്ഛൻപെങ്ങളോടു പറഞ്ഞാലോ? മനസ്സ് പരിഭ്രമത്തിലായി. ചായകുടിക്കാൻ നിന്നില്ല. വേണ്ടിയിരുന്നില്ല എന്ന തോന്നൽ. കുറ്റബോധം തോന്നിയെങ്കിലും അകമേ സന്തോഷവും ഇല്ലാതിരുന്നില്ല. സ്വയം സമാധാനിച്ചു. ഓ! അച്ഛന്റെ മരുമകളല്ലേ? എന്റെ മുറപ്പെണ്ണല്ലേ? അച്ഛമ്മയും അച്ഛൻ പെങ്ങളും എപ്പോഴും ഓർമ്മപ്പെടുത്തുന്നതാണ്. അവൾ ഭയപ്പെട്ടതായി തോന്നിയില്ല. എന്നോടു വെറുപ്പുതോന്നുമോ? നിയന്ത്രണം വിട്ടത് നന്നായില്ല.

പിറ്റെദിവസം സുഭദ്രയുടെ വീട്ടിൽ പോയില്ല. മനസ്സ് ഇപ്പോഴും സ്വസ്ഥമായിട്ടില്ല. വൈകുന്നേരം അച്ഛൻപെങ്ങൾ വന്നു.

''നീയ് എവിട്യാരുന്നു, പകലൊന്നും നെന്നെ കണ്ടില്ലെന്നാ അമ്മ പറഞ്ഞത്.''

''ഇവിടെണ്ടായിരുന്നു, വായിക്കാൻ നല്ലൊരു പുസ്തകം കിട്ടി. അതും വായിച്ചിരുന്നു.''

''ഉണ്ണീടെ കത്തുണ്ട്.''

''എന്താ വിശേഷം'?'

''അതൊക്കെ പറയാം. നാളെ രാവിലെ വീട്ടിൽ വാ.''

രാവിലെ കുളികഴിഞ്ഞ് സുഭദ്രയുടെ വീട്ടിലെത്തി. അച്ഛമ്മയുണ്ട്. ഇഡ്ഢലിയും ചട്ട്ണിയുമുള്ള പ്ലെയിറ്റുകൾ സുഭദ്ര ഓരോരുത്തരുടെയും മുന്നിൽ നിരത്തി അവളും ഇരുന്നു.

അച്ഛൻ പെങ്ങൾ പറഞ്ഞു. ''നെന്റെ അമ്മാമൻ ഉണ്ണീടെ വീട്ടിൽ ചെന്നിരുന്നൂത്രെ. നെന്റെ പഠിപ്പിനെപ്പറ്റി അവനോടു പറഞ്ഞു. ജോലിക്കൊന്നും വിഷമോണ്ടാവില്ല എന്നാ അവൻ എഴുതീക്കണെ. പോസ്റ്റ് ആൻഡ് ടെലിഗ്രാഫിലോ, റെയിൽവെയിലോ, സിവിൽ അവിയേഷനിലോ, എയർലൈൻ കമ്പനിലോ ഉദ്യോഗം കിട്ടാൻ പ്രയസണ്ടാവില്ലാത്രെ. എവിട്യായാലും ഒരു കൊല്ലം അപ്രന്റിസായി ജോലി നോക്കേണ്ടിവരും എന്നും എഴുതീട്ടുണ്ട്.''

''പാസ്സായിട്ടുവേണ്ടേ ജോലിക്ക് ശ്രമിക്കാൻ. ഒന്നൊന്നര മാസത്തിനുള്ളിൽ റിസൾട്ടു് അറിയാം.''

''ഉണ്ണിക്ക് എഴുത്ത് എഴുതിവെച്ചിട്ടുണ്ട്. നെണക്ക് എന്തെങ്കിലും എഴുതണങ്കിൽ എഴുതീക്കോ, നാളെ പോസ്റ്റ് ചെയ്യാം.''

അച്ഛൻപെങ്ങൾ ജോലിക്കു പോയപ്പോൾ സുഭദ്രയുടെ മുമ്പിലെത്തി. അവളുടെ ചുണ്ടിൽ കള്ളപ്പുഞ്ചിരിയുണ്ടോ? അതോ എനിക്കു തോന്നുതാണോ? ഒന്നും സംഭവിച്ചിട്ടില്ലാത്തതുപോലെയാണ് അവളുടെ പെരുമാറ്റം.

''നീയ് ഉണ്ണിക്ക് എഴുത്തെഴുത്. ഇനി ബോംബേല് ചെന്നാൽ അവന്റെ കൂടെ താമസിച്ചാമതി. അമ്മുള്ളതോണ്ട് ഭക്ഷണത്തിന്റെ കാര്യത്തിൽ വിഷമണ്ടാവില്യ. ജോലികിട്ടി ഒരു കൊല്ലം കഴിഞ്ഞാൽ നാട്ടിൽ വരണം. എന്നിട്ടുവേണം സുഭദ്രേ നെന്റെ കൂടെ പറഞ്ഞയക്കാൻ.''

അച്ഛമ്മയുടെ വാക്കുകൾ കേട്ട സുഭദ്ര ആകെ പൂത്തുനിൽക്കുന്നതുപോലെ തോന്നി. അവൾ നാണം അഭിനയിച്ചു. വലിയ സുന്ദരിയല്ലെങ്കിലും യൗവനത്തിന്റെ ആകർഷകത്വം അവളിൽ തുളുമ്പി നിൽക്കുന്നു. അച്ഛൻപെങ്ങൾ എന്നെ സ്വന്തമാക്കാൻ തീരുമാനിച്ചിരിക്കയാണ്. വഴങ്ങേണ്ടിവരുമോ? അച്ഛമ്മയോടു കടപ്പാടുണ്ട്. അവർ എന്നെ അത്രമാത്രം സ്നേഹിക്കുന്നുണ്ട്. അച്ഛൻപെങ്ങളോ? ചെറിയമ്മ പറഞ്ഞതരത്തിലുള്ള സ്വാർത്ഥത അവരുടെ മനസ്സിലുണ്ടോ? ചെറുപ്പം മുതൽ കേട്ടുതഴമ്പിച്ചത് സുഭദ്രയുടെ മനസ്സിൽ പതിഞ്ഞിരിക്കാം. ഞാൻ അവൾക്കുള്ളതാണെന്ന് വിശ്വസിക്കുന്നുണ്ടാവാം.

അച്ഛൻപെങ്ങൾ ഉണ്ണ്യേട്ടന് എഴുതിവെച്ച കത്തിന്റെ അടിഭാഗത്ത് എന്റെ പരീക്ഷാനമ്പർ എഴുതി. ജൂലായ് മാസത്തിലോ ആഗസ്റ്റിലോ റിസൾട്ട് വന്ന ഉടനെ അറിയിക്കണ്ണെന്നും എഴുതി.

സ്കൂളുകളും കോളേജുകളും തുറന്നു. സുഭദ്രയുടെ സർട്ടിഫിക്കറ്റു ബുക്ക് വാങ്ങിനോക്കി. നാല്പത്തഞ്ചു ശതമാനം മാർക്കാണുള്ളത്. കോളേജിൽ അഡ്മിഷൻ കിട്ടാൻ പ്രയാസമാണ്. ടീച്ചേഴ്സ് ട്രെയിനിംങ്ങിനു ചേരാൻ അവളുടെ അമ്മ നിർബന്ധിക്കുന്നുണ്ട്. ഒരുകൊല്ലം വെറുതെ വീട്ടിൽ ഇരിക്കേണ്ടല്ലോ.

വീട്ടിൽ വെറുതെയിരുന്നാൽ ബോറടിയാണ്. സൈക്കിളെടുത്ത് കാലത്തും വൈകുന്നേരവും കറങ്ങും. പ്രായമായ ഏതു പെൺകുട്ടിയെ കണ്ടാലും മനസ്സിൽ രണ്ടുവരി കവിത ഉടനെ തോന്നും. മൂന്നുകൊല്ലം മുമ്പ് പാവാടയും ബ്ളൗസും അണിഞ്ഞ് സ്കൂളിൽ പോയിരുന്ന പെൺകുട്ടികൾ വലുതായിരിക്കുന്നു. മുറിപ്പാവാടയും ബ്ളൗസുമായി പുതിയ കുട്ടികൾ നിരത്തിലൂടെ നീങ്ങുന്നു. വഴിക്ക് കോളേജിൽ പോവുന്ന അമ്മിണിയെ കണ്ടു. സൈക്കിളിൽ നിന്നിറങ്ങി. പാവാടയും ബ്ളൗസും തന്നെയാണ് വേഷം. കുറച്ചുകൂടി പൊക്കം വെച്ചിരിക്കുന്നു. കൊഴുപ്പുള്ള ശരീരം. പനങ്കുലപോലത്തെ തലമുടി. മൂന്നുകൊല്ലത്തിനുള്ളിൽ അവളുടെ തലമുടി എത്ര സമൃദ്ധമായി വളർന്നിരിക്കുന്നു. കുളി കഴിഞ്ഞ് തുമ്പ് കെട്ടിയിട്ടിരിക്കുകയാണ്. യൗവനത്തുടിപ്പ് അവളിൽ മുറ്റി നിർക്കുന്നു. സുഭദ്രക്ക് കുറച്ചുകൂടി തലമുടിയും പൊക്കകുറവും പുഷ്ടിയും ഉണ്ടായിരുന്നെങ്കിൽ എന്ന് മനസ്സിൽ തോന്നി. അമ്മിണിയും സുശീലയും എത്രവേഗമാണ് വളർന്നത്? സുഭദ്രക്കുമാത്രം എന്തേ പ്രായത്തിനൊത്ത് വളരാൻ കഴിയാത്തത്. നീണ്ടുമെലിഞ്ഞ മുഖമാണെങ്കിലും അവളും സുന്ദരിയാണ്.

ദീർഘമായ പ്രവാസത്തിനുശേഷം ഇപ്പോൾ അപരിചിതരെന്ന പോലെ അമ്മിണി ലജ്ജ പ്രകടിപ്പിച്ചു.

''കോളേജിൽ കൊണ്ടാക്കാം. കേറിക്കോളൂ.''

''വേണ്ട. കുട്ട്യോളൊന്നൂല്ല നമ്മള്.''

''പിന്നെ മുതുക്കിയും മുതുക്കനുമായോ?''

മുഗദ്ധപ്രസന്നമായ ഒരു പുഞ്ചിരി അവളുടെ തുടുത്ത മുഖത്തു കണ്ടു.

''സുഭദ്ര എന്തേ കോളേജില് ചേരാത്തത്?''

''അവൾക്ക് പഠിക്കാൻ മോഹല്യ. ട്രെയിനിംങ്ങിന് ചേരണൂന്ന് പറേണ കേട്ടു. അവളുടെ അമ്മ ഉന്തിത്തള്ളി പറഞ്ഞയക്ക്യാ.''

''ഏലിക്കുട്ടി പ്രൈമറിക്ലാസ്സിലെ ടീച്ചറാണ്. കോൺവന്റ് വക കോളേജിലാ ഞാൻ ചേർന്നത്. ഏലിക്കുട്ടിയെ ചിലപ്പോ കാണാറുണ്ട്. അവളുടെ പ്രൊഫസർ എത്തിയിട്ടുണ്ടെന്ന് ഇനി കാണുമ്പോൾ പറയാം.''

''ആ പ്രൊഫസർ മരിച്ചു എന്ന് ഏലിക്കുട്ടിയോടു പറയണം. എനിക്ക് ഏലിക്കുട്ടിയെ ഒന്നു കാണാൻ പറ്റ്വോ.''

''കോളേജിലെനടുത്തല്ല കോൺവന്റു വക പ്രൈമറി സ്കൂൾ. അവൾ താമസിക്കുന്ന മഠത്തിൽ തന്നെയാണ് പ്രൈമറി ക്ലാസ്സുകൾ. കാണാൻ പറ്റ്വോ എന്നറീല്ല. ഞാൻ ചോദിക്കാം.''

''ഗോപാലനും ഗോവിന്ദൻകുട്ടിയും എവിടെ? ''

''ഗോവിന്ദൻകുട്ടി ഇന്ററിന് തോറ്റപ്പോൾ പഠിത്തം നിറുത്തി. ജോലിക്ക് ശ്രമിക്കുന്നുണ്ട്. ചേട്ടന് ഒരു കൊല്ലം കൂടി പഠിക്കണം ഡിഗ്രി കിട്ടാൻ.''

''ഗോപാലനെ കാണണമെന്നുണ്ട്.''

''പ്രൊഫസറാവാൻ പറ്റില്ല അല്ലെ. എൻജിനീയറിംങ്ങ് ഡിപ്ലോമയ്ക്കാ പഠിക്കണന്നറിഞ്ഞു. ചേട്ടന് അയക്കാറുള്ള കത്തുകളെല്ലാം ഞാനും വായിക്കാറുണ്ട്. എന്നാ ഇനി ബോംബക്ക് പോണേ?''

''റിസൾട്ട് അറിഞ്ഞിട്ടു വേണ്ടേ പോണോ വേണ്ടേ എന്നു തീരുമാനിക്കാൻ.''

''ഇപ്പോ പുസ്തക വായനൊന്നൂല്ല്യേ.''

''വായന വളരെ ചുരുങ്ങി. അമ്മിണി വായിക്കാറില്ലേ?''

''സ്കൂൾ ലൈബ്രറിയിൽ നിന്നെടുക്കണ പുസ്തകങ്ങൾ വായിക്കും. ചേട്ടൻ കൊണ്ടുവരുന്നത് ഇംഗ്ലീഷ് പുസ്തകങ്ങളാ. അതൊന്നും വായിച്ചാൽ എനിക്ക് മനസ്സിലാവില്ല.''

പിറ്റെ ദിവസം ഒമ്പതുമണിയാവാൻ കാത്തിരുന്നു. അമ്മിണിയെ കാണണം. അവളുടെ സാമീപ്യത്തിന് മനസ്സ് കൊതിക്കുന്നു. പുതിയ ഡബ്ബിൾ മുണ്ടെടുത്തു ചുറ്റി. ഇളം മഞ്ഞനിറത്തിലുള്ള ബുഷ്ഷർട്ടു ധരിച്ചു. വാച്ച് എടുത്തുകെട്ടി. ചെരിപ്പിട്ടു. 'പഞ്ചുമേനോനും കുഞ്ചിയമ്മയും' രണ്ടു ഭാഗങ്ങൾ എടുത്തു. ആ പുസ്തകങ്ങൾ വായിച്ച് അമ്മിണി ചിരിക്കുന്നത് ഭാവനയിൽ കണ്ടു. സൈക്കിൾ എടുത്തു പോകാൻ നേരത്ത് പതിവിലല്ാതെ ചെറിയമ്മ ചോദിച്ചു.

''എവിടയ്ക്കാ?''

‘‘വെറുതെ, പുറത്തേക്ക്.’’

‘‘സൈക്കിള് കൃഷ്ണൻകുട്ടിക്കു വേണം.’’

ഒന്നും പറഞ്ഞില്ല. വേഗം നടന്നു. ഓട്ടുകമ്പനിയുടെ അടുത്തെത്തിയപ്പോഴയ്ക്കും അമ്മിണി പാടത്തു നിന്ന് റോഡിലേക്ക് കയറുന്നു. വേഗം നടന്ന് ഒപ്പമെത്തി, കാണുതോറും മാദകമായൊരു ലഹരിതലയിലടിക്കുന്നു. പുസ്തകങ്ങൾ കൊടുത്തു,

‘‘വായിച്ച് കഥ പറഞ്ഞുതരണം.’’

‘‘സൈക്കിളെവിടെ?’’

‘‘കൃഷ്ണൻകുട്ടിക്ക് വേണംന്നു പറഞ്ഞു.’’

‘‘നന്നായി, ഇനി അതിൽ കേറാൻ പറയില്ലല്ലോ.’’

‘‘എന്താ! കേറാൻ പേടീണ്ടൊ?’’

‘‘പേടീണ്ട്. എന്നേം വെച്ച് ഇപ്പോ സൈക്കി ചവിട്ടാനൊന്നും പറ്റില്ല. രണ്ടുപേരും കൂടി ഉരുണ്ടു പെരുണ്ടു വീഴും.’’

‘‘എനിക്ക് അങ്ങനെ ഒന്ന് വീഴണംന്നുണ്ട്.’’

‘‘ഇന്നലെ ഏലിക്കുട്ട്യേ കണ്ടു. പ്രൊഫസർ വന്ന വിവരം പറഞ്ഞു. മഠത്തിൽ ചെന്നുകാണാൻ പറ്റില്ല. ക്ലാസ്സിൽ ചെന്ന് കാണണമെങ്കിൽ ഹെഡ്മിസ്റ്ററസ്സിന്റെ സമ്മതം വേണം. അതൊക്കെ ബുദ്ധിമുട്ടാണത്രെ. മാസത്തിലൊരിക്കൽ അവൾ വീട്ടിൽ ചെല്ലാറുണ്ട്. അപ്പോ സുശീലയോടു പറഞ്ഞയക്കാം എന്നാ പറഞ്ഞത്’.’

സംസാരത്തിനിടയിലും ഞാൻ അമ്മിണിയെ അംഗപ്രത്യംഗം ഒളിഞ്ഞുനോക്കുകയായിരുന്നു.

‘‘ആ തലമുടി പിന്നിയിട്ടൂടെ?’’

‘‘ഇങ്ങന്യായാൽ എന്താ കൊറവ്?’’

‘‘പിന്നീട്ടാലാണ് ഭംഗി എന്നുതോന്നി.’’

‘‘പെൺകുട്ട്യോളുടെ ഭംഗി നോക്കിതുടങ്ങ്യോ?’’

‘‘അത് എന്നേ തുടങ്ങി.’’

‘‘ബോംബല് പഠിക്ക്യാരിന്നോ അതോ പെൺകുട്ട്യോളുടെ ഭംഗി നോക്കി നടക്കായ്രുന്നോ?’’

‘‘ഏയ്. പഠിപ്പിലാണ് ശ്രദ്ധിച്ചത്. വീട് വിട്ടാൽ ഇൻസ്റ്റിറ്റ്യൂട്ട്. ക്ലാസ്സ് കഴിഞ്ഞാൽ വീട്. ഇനി ചെന്നിട്ട് ഒന്നു വിലസണം.’’

നിയന്ത്രണാതീതമായ ഒരു വികാരം അമ്മിണിയെ കാണുമ്പോൾ എന്നിൽ ഉണ്ടാവുന്നുണ്ടോ? പണ്ടൊന്നും തോന്നാത്ത ഒരു പ്രത്യേക വികാരം– എന്താണത്?

അവൾ തലകുനിച്ചാണ് നടക്കുന്നത്. മുഖത്തു നോക്കുന്നില്ല. എന്നോടു സംസാരിക്കുമ്പോൾ ലജ്ജിക്കുന്നുണ്ടോ? കോളേജിൽ പഠിക്കുന്ന പെൺകുട്ടിയും പഠിപ്പിപ്പുകഴിഞ്ഞ ആൺകുട്ടിയും വഴിയിൽ കൂടി സംസാരിച്ചു നടക്കുന്നത് അപവാദത്തിന് കാരണമാവും എന്ന് അവൾ ഭയപ്പെടുന്നുണ്ടോ? നഗരത്തിലേക്ക് കടന്നാൽ ഇരുവരെയും അറിയുന്നവർ ചുരുങ്ങും. എങ്കിലും അവളുടെ സഹപാഠികൾ കണ്ടാലോ എന്ന ഭയമുണ്ടെന്ന് അവളുടെ മുഖം കണ്ടാലറിയാം.

അമ്മിണിയെ ദിവസവും കാണണമെന്ന മോഹം കൂടികൂടിവന്നു. കോളേജിൽ പോവുന്നതും കാത്ത് ഓട്ടുകമ്പനിയ്ക്കരികെ ചുറ്റിപ്പറ്റി നിൽക്കും. അവൾ പാടത്തുനിന്ന് റോഡിലേക്കു കയറിയാൽ വേഗം നടന്ന് ഒപ്പം എത്തും. ചിലപ്പോൾ കോളേജ് വിടുന്ന സമയം നോക്കി നഗരത്തിൽ എത്തും. വർഷക്കാലമാണെങ്കിലും പാടത്ത് വരമ്പിന്മേൽക്കൂടി അവളുടെ കൂടെ വർത്തമാനം പറഞ്ഞു നടക്കും. ബോംബയിൽ നിന്ന് വന്ന് അമ്മിണിയെ കണ്ടതു മുതൽ അവളുടെ മുഖവും അവളെക്കുറിച്ചുള്ള ചിന്തകളും എന്റെ ഹൃദയത്തിൽ പലപ്പോഴും പ്രത്യക്ഷപ്പെടുന്നു. അമ്മിണിയുടെ മുമ്പിൽ സുഭദ്ര നിഷ്പ്രഭയായിത്തീരുന്നുണ്ടോ? അറിയാതെതന്നെ അമ്മിണിയെ മനസ്സിൽ പ്രതിഷ്ഠിച്ചു.

വീട്ടിൽ വന്നപ്പോൾ അച്ഛമ്മയുണ്ട്.

‘‘നെന്നെ കാണാൻ വിഷമമായല്ലൊ. എവിട്യാരുന്നു. സുഭദ്രക്ക് പഠിക്കാനുള്ള ഒരു പുസ്തകം നെന്റെ കയ്യിലുണ്ടെന്നു പറേണ കേട്ടു.’’

വൈകുന്നേരം സുഭദ്രയുടെ വീട്ടിൽ പോയി. അച്ഛൻപെങ്ങളുണ്ട്. സുഭദ്ര പുതിയ ക്ലാസ്സിനെപ്പറ്റി സംസാരം തുടങ്ങി.

‘‘ഒരു ക്ലാസ്സിൽ അമ്പതുപേരുണ്ട്. പത്താംക്ലാസ്സ് പാസ്സായ പുതിയ ചെറുപ്പക്കാരും ചെറുപ്പക്കാരികളുംണ്ട്. കല്യാണം കഴിഞ്ഞ് കുട്ടികളുള്ള ടീച്ചർമാരും മാഷ്മാരുമുണ്ട്. ‘ചിന്തവിഷ്ടയായ സീത’ പഠിക്കാനുള്ളതാണ്. ആ പുസ്തകം വേണം.’’

സുഭദ്രയെ കാണുമ്പോൾ അമ്മിണി മനസ്സിൽ പൊന്തിവരും. അമ്മിണിയെ കാണുമ്പോൾ സുഭദ്രയാണ് മനസ്സിൽ. നീച മാർഗ്ഗത്തിലൂടെ മനസ്സ് സഞ്ചരിച്ച തുടങ്ങിയോ? ഞാൻ ഒരു സൌന്ദര്യാരാധതനാവുക

യാണോ? സുന്ദരയുവതികളെ കാണുമ്പോൾ മനസ്സിൽ എന്തൊക്കയോ തോന്നുന്നു. അവരോട് അടുക്കുവാൻ മോഹം, ആരോടെന്ന് നിശ്ചയമില്ലാത്ത പ്രേമ വികാരം. അതു തെറ്റാണോ? ശരിയാണോ? ഒന്നും പറയുവാൻ കഴിയുന്നില്ല. സുഭദ്രയെ ഒന്നു കെട്ടിപിടിച്ച് ചുണ്ടത്തു തന്നെ ഉമ്മ വെക്കണം.

ഉണ്ണ്യേട്ടന്റെ കത്ത് അച്ഛൻപെങ്ങൾക്ക് കിട്ടി. ഞാൻ പാസായിരിക്കുന്നു. ഫസ്റ്റ് ക്ലാസ്സുണ്ട്. സുഭദ്ര തുള്ളിച്ചാടി. ഞാൻ പാസ്സായതിൽ അതിരറ്റ് സന്തോഷിച്ചത് അവളാണ്.

ഇനിയെന്ത്? ജീവിതരംഗത്തേക്കിറങ്ങണം. പാസ്സായ വിവരം അച്ഛനോടു പറഞ്ഞു.

''എന്തിനാ അന്യനാട്ടിൽ പോയി കഷ്ടപ്പെടണെ. ഇവ്ടേള്ളതൊക്കെ നോക്കി നടന്നാൽ പോരേ? നെണക്ക് ഡ്രൈവിംങ്ങ് പഠിക്കണോ? അഞ്ചാറുമാസം പഠിച്ചാൽ മതി. ഈ റോഡുനന്നാക്കി ബസ്സ്റൂട്ടാക്കാൻ പോണൂത്രെ. അടുത്തുതന്നെ ബസ്സുകൾ ഈ വഴി ഓടിത്തുടങ്ങും. നമുക്കൊരു ബസ്സു വാങ്ങാം. കച്ചവടസ്ഥലങ്ങളെല്ലാം വിൽക്കാണ് നല്ലതെന്നു തോന്നണൂ. എനിക്ക് വയ്യാതായി. വണ്ടിപ്പണിയും നിറുത്തേണ്ടി വരും. ബസ്സ് ഓടിത്തുടങ്ങ്യാൽ ലോറിയും വരും. വെറകും തടീം ഇനി ലോറികളിലാ പട്ടണത്തിലെത്താൻ പോണത്. നീയ് നല്ലോണം ആലോചിച്ച് പൊറപ്പെട്ടാമതി.''

അച്ഛന് എന്റെ പഠിപ്പിനെപ്പറ്റി വിശദമായി ഒന്നും അറിവില്ലെന്നു തോന്നി. ഒരു ബസ്സിലെ ഡ്രൈവറാവാനാണോ ഞാൻ ഇതൊക്കെ പഠിച്ചത്?

ചെറിയമ്മയെ പോയി കണ്ടു. അവിടെ ഭാഗം കഴിഞ്ഞിരിക്കുന്നു. ഭാഗപ്രകാരം ചെറിയച്ഛന് കിട്ടിയ പറമ്പിൽ ചെറിയമ്മ ഒരു ഇരുനിലവീട് പണിയിച്ചിട്ടുണ്ട്. ഗെയിറ്റിന്റെ ഇരുത്തൂണുകളിലും മണ്ണുകൊണ്ടുണ്ടാക്കി ചായം തേച്ച ഓരോ സിംഹകുട്ടിയുണ്ട്. 'മീനാക്ഷി മന്ദിരം' എന്നു മതിലിന്മേൽ ഭംഗിയായി എഴുതിവെച്ചിരിക്കുന്നു. വീടു വിറ്റപണം ഇവിടെ ചിലവാക്കിയിരിക്കാം. പാസ്സായ വിവരം പറഞ്ഞപ്പോൾ ചെറിയമ്മ പ്രത്യേക താല്പര്യമൊന്നും കാണിച്ചില്ല.

''ആവശ്യല്ലാത്തതൊക്കെല്ലെ പഠിച്ചത്. ഇനി ബോംബേല് ചെന്നിട്ടു വേണ്ടേ എന്തെങ്കിലും ജോലി അന്വേഷിക്കാൻ? തങ്കത്തിന് ട്രെയിനിംങ്ങ് കഴിഞ്ഞ ഉടനെ ജോലികിട്ടി. അഞ്ഞൂറുറുപ്പിക കൊടുത്താലെന്താ വീടി

നടുത്ത് ജോല്യായില്ലെ? നീയ് ട്രെയിനിംങ്ങ് കഴിച്ചിരുന്നെങ്കിൽ ഇവിടെ ജോലി കിട്ട്യേനെ. ഒരുമിച്ച് ഈ വീട്ടിൽ കഴിയാമായിരുന്നു. എനിക്ക് മക്കളില്ലല്ലോ. നെന്നെക്കൊണ്ട തങ്കത്തിനെ കല്യാണം കഴിപ്പിച്ച് ഒരുമിച്ച് കഴിയാം എന്നൊക്കെ ആശിച്ചു.''

''എനിക്ക് ബോംബക്കു പോണം. അവടെ നല്ല ജോലി കിട്ടുന്ന് വിശ്വാസംണ്ട്.''

''ശരി. പോയിവാ.''

''വണ്ടിക്കൂലിക്കും അവടെചെന്ന് ജോലി കിട്ടുന്നതുവരെ കഴിയാനും കുറച്ചു രൂപ വേണം.''

''എത്ര വേണം?''

''നാനൂറ് രൂപ വേണം. ''

''എന്താ നീയ് പറേണെ? നാനൂറ് രൂപയോ? എവിട്ന്നണ്ടാക്കാനാ? ഇവ്ടെ ഒന്നും ഇപ്പോ ഇരിപ്പില്ല. ഈ വീട് പണിയാൻ തന്നെ രൂപകൊറെയായി. ഭാഗപ്രകാരം കിട്ടീത് ഈ പറമ്പാ. നമ്മടെ വീട് വിറ്റ രൂപ ബാങ്കിലിട്ടിരുന്നു. അതുകൊണ്ട് ഒന്നും ആയില്ല. പിന്നെ തങ്കത്തിന് അഞ്ഞൂറു രൂപ കൊടുത്തു. പോവുന്നതിനുമുമ്പ് വാ. എന്തെങ്കിലും തരാം.''

വീട് വിറ്റ പണത്തിന് ഞാനും അവകാശിയാണ്. വേലിംകോലുമില്ലാതെ കിടക്കുന്ന മൊട്ടപറമ്പ് എനിക്കായി തിരിച്ചുവെച്ചു. എന്നൊക്കെ പറയണമെന്നുതോന്നി. ഒന്നും പറഞ്ഞില്ല. തങ്കത്തിനെ കണ്ടില്ല. വേണ്ട. കാണണ്ട്. മറ്റൊന്നിനെകൂടി സ്വപ്നം കാണണ്ട.

ഓണക്കാലമായി. എല്ലായിടത്തും ഉത്സാഹം. സുഭദ്രയുടെ അമ്മ ഒരു പാന്റിനുള്ള തുണി തന്നു. ആദ്യം കിട്ടിയ ഓണപ്പുടവ. അച്ഛൻ ഇതുവരെ ഓണപ്പുടവ തന്നിട്ടില്ല. ചെറിയമ്മ തന്നിട്ടില്ല. അമ്മാമൻമാർ തന്നിട്ടില്ല. രണ്ടോണ ദിവസം സുശീലയുടെ വീട്ടിലെ തളത്തിൽ കൈകൊട്ടിക്കളിയുണ്ടായിരുന്നു. അയൽപക്കത്തെ കുട്ടികളും തള്ളമാരും തരുണീമണികളും എത്തിയിട്ടുണ്ട്. കൂട്ടത്തിൽ അമ്മിണിയുമുണ്ട്. മുണ്ടും മേൽമുണ്ടുമാണ് വേഷം. നീണ്ടകാർകൂന്തൽ പിന്നിലൊതുക്കികെട്ടി മുല്ലമാല ചൂടിയിരിക്കുന്നു. വീതിയുള്ള പച്ചക്കരമുണ്ടു ചുറ്റി പച്ചനിറത്തിലുള്ള ബ്ളൗസും പച്ചക്കരയുള്ള മേൽമുണ്ടും. ഒറ്റക്ക് ഒരു നിമിഷം കിട്ടിയപ്പോൾ പറഞ്ഞു.

''തലമുടി പിന്നിയിടണ്ട. ഇതു തന്ന്യാം ഭംഗി.''

ഒന്നുമറിയാത്തതുപോലെ അവൾ ഒഴിഞ്ഞുമാറിപോയി.

സുശീലയുടെ വീട്ടിലെ തളത്തിൽ പത്തുപന്ത്രണ്ടു പേർക്ക് കളിക്കാൻ സൗകര്യമില്ല. അടുത്ത രണ്ടു ദിവസം അമ്മിണിയുടെ വീട്ടിലായിരുന്നു കളി. ഉച്ചയ്ക്ക് ഊണു കഴിഞ്ഞ് മോടിയായി വസ്ത്രം ധരിച്ചു. ചെറിയമ്മ എന്നെ ആകെയൊന്നുഴിഞ്ഞുനോക്കി. സുഭദ്രയുടെയും സുശീലയുടെയും കൂടെ അമ്മിണിയുടെ വീട്ടിലെത്തി. ആദ്യമായിട്ടാണ് ആ വീട്ടിൽ ചെല്ലുന്നത്. ഗോപാലനുണ്ട്. അവരുടെ അമ്മയെ കണ്ടു. അവർക്കൊന്നും എന്നെ കണ്ടുപരിചയമില്ലെങ്കിലും കേട്ടുപരിചയമുണ്ട്.

അവർ പറഞ്ഞു, 'ജാനൂനും എനിക്കും ഒരേപ്രായാ, നാലുകൊല്ലാം ഞങ്ങൾ ഒരുമിച്ചാ ആശാന്റെ പള്ളിക്കൂടത്തിൽ പോയിരുന്നത്. വെളുത്ത് കൊലുന്നനെയായിരുന്നു ജാനു. മോന് കണ്ട ഓർമ്മണ്ടാവില്യ അല്ലേ? എന്നെപോലെ വണ്ണോംണ്ടായിരുന്നില്ല. തലമുടി അഴിച്ചിട്ടാൽ അരയ്ക്ക് താഴെ കിടക്കും. ഗോപാലൻ വിവരൊക്കെ പറയാറുണ്ട്. അമ്മാമനെ കണ്ടിട്ട് ശ്ശികാലായി. നല്ല മനസ്സാ പഠിപ്പിക്കാൻ തോന്നിലോ. ഇനി ബോംബക്ക് പോണുണ്ടോ?''

''പോണംന്ന്ണ്ട്.''

അമ്മിണിയെ ശ്രദ്ധിച്ചു. വെള്ളക്കല്ലുവെച്ച കമ്മലാണ് ഇട്ടിരിക്കുന്നത്. ഇന്ന് മുണ്ടിനും ബ്ളൗസിനും വൈലറ്റ് കളറാണ്. അവൾക്ക് അത് നന്നായി ചേരുന്നു. ആരും കേൾക്കാതെ സുഭദ്രയോടു പറഞ്ഞു.

''അമ്മിണിയെ കാണാൻ നല്ല ഭംഗീണ്ട് ഇല്ല്യേ?''

അവൾ തുറിച്ചൊരു നോട്ടം നോക്കി.

ഗോപാലന്റെയും ഗോവിന്ദൻകുട്ടിയുടെയും കൂടെ കൂടി. നാലുമണിവറെ കൈകൊട്ടികളി കണ്ടു. അമ്മിണി നന്നായി പാടുന്നുണ്ട്. കളിക്കുന്നുണ്ട്.

''പാർത്ഥന്റെ വാർത്തകൾ കേട്ടുകൊൾക

ഒർത്താൽ മനോഹരമെന്നേവേണ്ടൂ......'' എന്ന പാട്ടും കുമ്മിയടിയും വളരെ ന്നനായി. മനസ്സ് ചാഞ്ചാടിതുടങ്ങി. അമ്മിണിയോ, സുഭദ്രയോ? സുഭദ്രയോ? അമ്മിണിയോ? രണ്ടുപേരും സുന്ദരികളാണ്. സ്ത്രീകളുടെ യൗവനമാണോ ഞാൻ കൊതിക്കുന്നത്? സൗന്ദര്യം കുറഞ്ഞ യൗവനം ഇടിഞ്ഞ സ്ത്രീകളോട് സംസാരിക്കാനോ അടുക്കാനോ മോഹം തോന്നുന്നില്ല. എന്റെ മനസ്സ് വികലമാവുകയാണോ? നോവലുകളും കഥകളും കവിതകളും പലതും വായിച്ചിട്ടുണ്ട്. സ്നേഹത്തിന് കണ്ണും

മൂക്കും ഒന്നുമില്ലെന്നറിയാം. ഞാൻ വിഡ്ഢിയാവരുത്. എന്റെ സെല ക്ഷൻ കുറ്റമറ്റതായിരിക്കണം.

സുശീല വീട്ടിൽ വന്നു പറഞ്ഞു, ''ഏലിക്കുട്ടി അവളുടെ വീട്ടിൽ വന്നിട്ട്ണ്ട്. നാലുമണിക്ക് മടങ്ങിപോവും.''

സുശീലയോടൊപ്പം ഏലിക്കുട്ടിയുടെ വീട്ടിൽ ചെന്നു. നുണക്കുഴി കൾ കാണെ അവൾ ചിരിച്ച് സ്വാഗതം ചെയ്തു.

''അമ്മിണി എല്ലാവിവരവും പറഞ്ഞു. പ്രൊഫസറാവാൻ പറ്റില്ല അല്ലെ? നിരാശപ്പെടെണ്ട. കർത്താവ് നിശ്ചയിക്കണതേ നടക്കൂ.''

തിളങ്ങുന്ന ചിരിയുടെ പരിശുദ്ധി ആ കന്യാസ്ത്രീയിൽ കണ്ടു. അവരുടെ കഴുത്തിൽ തൂണിക്കിടക്കുന്ന ക്രൂശിതരൂപവും കണ്ടു.

ഓണത്തിന്റെ ഒഴിവ് കഴിഞ്ഞു. സ്കൂളുകളും കോളേജുകളും തുറ ക്കുന്ന ദിവസം രാവിലെ സുഭദ്രയുടെ വീട്ടിലെത്തി. അച്ഛൻ പെങ്ങൾ ജോലിക്ക് പോവാൻ തയ്യാറായി നിൽക്കുന്നു. പൂട്ടും കടലയുമാണ് രാവിലെ. അപ്പൂന് കാപ്പികൊടുക്കാൻ പറഞ്ഞ് അച്ഛൻപെങ്ങൾ പോയി. സുഭദ്രയെ പുറത്തേക്കൊന്നും കാണുന്നില്ല. ട്രെയിനിംങ്ങ് സ്കൂളിലേക്ക് പോവാനുള്ള ഒരുക്കത്തിലായിരിക്കും എന്നു കരുതി അകത്തു കടന്നു. അവൾ കണ്ടഭാവം നടച്ചില്ല.

''പൂട്ടും കടലേം എനിക്കിഷ്ടാ''

''അമ്മിണി ഉണ്ടാക്കീതാരിക്കും ഇഷ്ടം.''

കാര്യം മനസ്സിലായി. അമ്മിണിയെ കാണാൻ ചന്തമുണ്ട് എന്നു പറ ഞ്ഞത് അവൾക്ക് രസിച്ചിട്ടില്ലെന്നു തോന്നുന്നു. ഇതുതന്നെ തക്കം എന്നു മനസ്സിൽ തോന്നി. മുല്ലപ്പൂമണമുള്ള മുടിയിൽ തലോടി നെറുക യിൽ ഉമ്മ വെച്ചു അവൾ മുഖം കുനിച്ചു.

''സുഭദ്ര..... ''

അവൾ മുഖം ഉയർത്തി, 'ഉം......?''

മറ്റൊന്നും പറയാനില്ല. അവളെ മാറോടണച്ച് ചുണ്ടിൽ തന്നെ ഉമ്മ വെച്ചു. അവൾ കരയുന്നുണ്ടോ?

''നെണക്ക് എന്തുപറ്റീ?''

''എനിക്കെന്തു പറ്റിയാലെന്താ?''

''പോയാലെന്താ പോയില്ലെങ്കിലെന്താ?''

''നീയെന്താ സ്വപ്നലോകത്തിലാണോ?''

''എനിക്ക് സ്വപ്നലോകോന്നും വേണ്ട. അപ്പുച്ചേട്ടൻ ഉള്ള ലോകം മതി.''

അവൾ മാറിൽ തല ചാച്ചു. വരിഞ്ഞു മുറുക്കിയപ്പോൾ കുതറിമാറി കൊഞ്ചലോടെ പറഞ്ഞു.

''വായിൽ വിരലിട്ടാൽ കടിക്കാത്ത കുട്ട്യാണെന്ന് നാട്ടുകാരും വീട്ടുകാരും പറേണുണ്ടല്ലൊ? നല്ല പാവം കുട്ടി. കണ്ടപെണ്ണുങ്ങളുടെ ചന്തം നോക്കി നടക്കാന് വല്ലോർക്കും അറിയ്യോ?''

''വിശക്കുന്നു. പൂട്ടും കടലേംതാ.''

അഞ്ച്

ബോംബയിൽ ചെല്ലുവാൻ പറഞ്ഞ് ഉണ്ണ്യേട്ടന്റെ കമ്പി കിട്ടി. പ്രത്യേകിച്ച് ഏർപ്പാടുകളൊന്നും ചെയ്യുവാനുണ്ടായിരുന്നില്ല. അമ്മിണിയോടു വിവരം പറഞ്ഞു. നോട്ടംകൊണ്ടു വിടവാങ്ങി. ചെറിയമ്മയെ പോയി കണ്ടു. നാല്പതുറുപ്പിക വെച്ചു നീട്ടിയപ്പോൾ വാങ്ങണോ വേണ്ടയോ എന്നു സംശയിച്ചു, എങ്കിലും വാങ്ങി. തൃപ്തിയില്ലാതെയാണ് അച്ഛൻ യാത്രാനുമതി തന്നത്. നൂറുറുപ്പികയും തന്നു. സുഭദ്രയുടെ അമ്മ ഉണ്ണ്യേട്ടനു വേണ്ടി ചക്കവരട്ടിയത്, കായ ഉപ്പേരി, നാരങ്ങാ അച്ചാർ തുടങ്ങി ചിലതെല്ലാം ഒരുക്കിവെച്ചിരുന്നു. ചെറിയമ്മയോട് ഇത്തവണ യാത്ര ചോദിച്ചപ്പോൾ അവർ പറഞ്ഞു. ''ഉണ്ണീടെ കൂടെയാ താമസിക്കാൻ പോണത് അല്ലെ. ബന്ധം ഒന്നൂടി ഒറപ്പിക്കാനാവും അവരുടെ മോഹം. പറഞ്ഞതെല്ലാം ഓർമ്മല്യേ.''

അച്ഛൻപെങ്ങളും സുഭദ്രയും എന്നെ യാത്രയയ്ക്കാൻ റെയിൽവെ സ്റ്റേഷനിൽ വന്നിരുന്നു. എന്നെ ആവശ്യമുള്ളവർ ഉണ്ടാവുന്നു എന്ന തോന്നലുണ്ടായി. ഇത്തവണ ആർക്കോണത്ത് ഇറങ്ങാതെ മദിരാശിയിൽ ചെന്ന് വണ്ടി മാറികേറിയതുകൊണ്ട് രണ്ടും മൂന്നും ദിവസങ്ങളിലെ യാത്ര ക്ലേശകരമായി തോന്നിയില്ല. ദാദർ സ്റ്റേഷനിൽ ഉണ്ണ്യേട്ടനും ഏടത്തിയമ്മയും സ്വീകരിക്കുവാൻ എത്തിയിരുന്നു. ഏടത്തിയമ്മ ഗർഭിണിയാണെണെന്നു തോന്നി. മൂന്നുകൊല്ലം മുമ്പ് ബോംബയിൽ വന്നപ്പോൾ സ്വീകരിച്ചത് ഉണങ്ങിവരണ്ട അമ്മാമനായിരുന്നു. കയ്യിൽ കാശുണ്ട്. ടാക്സിയിൽ കയറി സാന്റാക്രൂസിൽ ഉണ്ണ്യേട്ടന്റെ വീട്ടിൽ എത്തി. നല്ല ഫാളാറ്റ്, രണ്ടുകിടപ്പു മുറികൾ. ഒരു ചെറിയ അടുക്കള. ഉള്ളിൽ തന്നെ പൈപ്പും കുളിമുറിയും ഉണ്ട്. ചിഞ്ച്പൊക്കളിയിലെ താമസസ്ഥലവും ഈ ഫ്ളാറ്റും താരതമ്യപ്പെടുത്തുമ്പോൾ ഇത് സ്വർഗ്ഗമാണ്. ജീവിക്കണമെങ്കിൽ ഇവിടെ ജീവിക്കണം. സിറ്റിംങ്ങ് റൂമിന്റെ വാതിൽ തുറന്നാൽ വിമാനതാവളം കാണാം. വിമാനങ്ങൾ വന്നിറങ്ങുന്നതും പറന്നു

യരുന്നതും ആദ്യമായി കാണുകയാണ്. കുളിയും ഭക്ഷണവും കഴിഞ്ഞപ്പോൾ 'ടൈംസ് ഓഫ് ഇന്ത്യ' പത്രത്തിൽ വന്ന പരസ്യം ഉണ്ണ്യേട്ടൻ എടുത്തു തന്നു. നാളെതന്നെ ഇൻസ്റ്റിറ്റ്യൂട്ടിൽ പോയി സർട്ടിഫിക്കറ്റു വാങ്ങി അപക്ഷേ കോടുക്കണം. വിമാനതാവളത്തലാണ് ആഫീസ്, താമസസ്ഥലത്തു നിന്ന് പതിനഞ്ചു മിനിറ്റു നടന്നാൽ ആഫീസിൽ എത്താം. ടെലിക്കമ്മ്യൂണിക്കേഷൻ ഡിപ്ലോമയിൽ ഫസ്റ്റ് ക്ലാസ്സോ സെക്കന്റ് ക്ലാസ്സോ ഉള്ളവർ മാത്രമേ അപേക്ഷിക്കേണ്ടതുള്ളു എന്ന് പരസ്യത്തിൽ പ്രത്യേകം പറഞ്ഞിട്ടുണ്ട്. തെരഞ്ഞെടുത്താൽ ഒരു കൊല്ലം അപ്രന്റിസായി ജോലി നോക്കണം. സ്റ്റൈഫന്റ് കിട്ടും. ഒരു കൊല്ലം കഴിഞ്ഞ് ജോലിയിൽ നിയമിച്ചാൽ അഞ്ചുകൊല്ലത്തേക്ക് അവിടെനിന്ന് വിട്ടുപോകാൻ അനുവദിക്കുന്നതല്ല.

ഇൻസ്റ്റിറ്റ്യൂട്ടിൽ ചെന്ന് സർട്ടിഫിക്കറ്റു വാങ്ങി. പട്ടേലിന് ഫസ്റ്റ്ക്ലസ്സുണ്ട്. ആചാര്യക്ക് സെക്കന്റ് ക്ലാസ്സും. പട്ടേൽ സർട്ടിഫിക്കറ്റു വാങ്ങിപോയി എന്നാണറിഞ്ഞത്. ആചാര്യയെപ്പറ്റി ആർക്കും അറിഞ്ഞുകൂടാ. പിറ്റേദിവസം വിമാനതാവളത്തിലുള്ള ആഫീസിൽ ചെന്ന് അപ്രന്റിസിനുള്ള അപേക്ഷാഫോറങ്ങൾ പൂരിപ്പിച്ചു കൊടുത്തു. അന്ന് ഉച്ചതിരിഞ്ഞ് ചിഞ്ച്പൊക്ക്ളിയിൽ പോയി അമ്മാമനെ കണ്ടു. അമ്മാമൻ കൂറെകൂടി ക്ഷീണിച്ചിരിക്കുന്നു. ചെറിയമ്മ പുതിയ വീടുപണിത് താമസം മാറ്റിയതും മറ്റുവിവരങ്ങളും പറഞ്ഞു. മില്ലിലെ സ്റ്റോറിൽ പോയി രണ്ടുപാന്റിനും ഷർട്ടിനും തുണികൾ എടുത്തുതന്നു. അമ്മാമനു വേണ്ടി നാട്ടിൽനിന്ന് ഒന്നുംകൊണ്ടുവന്നില്ല. ആരും ഒന്നും തന്നയച്ചതുമില്ല. ചെറിയമ്മയ്ക്കെങ്കിലും എന്തെങ്കിലും തന്നയയ്ക്കാമിയിരുന്നു. സ്നേഹബന്ധങ്ങൾക്കൊന്നും എന്റെ വീട്ടുകാർ ഇതിനുമുമ്പും വില കല്പിച്ചിട്ടില്ലല്ലോ. മനസ്സിൽ ജാള്യത തോന്നി. കുൽക്കർണിയുടെ വീട്ടിൽ കയറി. അയാൾ ആഫീസുവിട്ടു വന്നിട്ടില്ല. മൂന്നുമാസംകൊണ്ട് സുമം എത്ര വലുതായിരിക്കുന്നു. കുറെനാൾ കാണാതിരുന്നതുകൊണ്ട് തോന്നുതാവാം. അവൾ ഓടി വന്നു. നല്ലപോലെ ഇംഗ്ലീഷ് സംസാരിച്ചു തുടങ്ങിയിരിക്കുന്നു. നാട്ടിലെ പെൺകുട്ടികളെപോലെ അവളുടെ മുഖത്ത് സങ്കോചമൊന്നും കണ്ടില്ല.

വൈകീട്ട് സാന്റാക്രൂസിലെ വീട്ടിലെത്തി. ഏടത്തിയമ്മയെ ശ്രദ്ധിച്ചത് അപ്പോഴാണ്. നല്ല നിറം. ഉയരം കുറവ്. ചുരുണ്ടമുടി. അത് പിന്നി ഇടുകയോ കെട്ടി വെയ്ക്കുകയോ പതിവില്ല. തലമുടി വിടർത്തിയിട്ടേ

നടക്കൂ. മുടിക്ക് നീളകുറവുള്ളതുകൊണ്ടായിരിക്കാം അശ്രദ്ധമായിട്ടാണ് സാരി ചുറ്റുന്നത്. എങ്കിലും അവർ സുന്ദരിയാണ്. മനസ്സിൽ രണ്ടുവരി കവിതതോന്നി.

''പ്രത്യുഷ: കാലത്തു നിൻമണിമച്ചിൽനി
ന്നത്യുച്ചം കേൾപ്പൂ വളകിലുക്കം''

ഉണ്ണ്യേട്ടന് കൽബാദേവിയിലാണ് ജോലി. കാലത്ത് എട്ടുമണിക്ക് വീട്ടിൽ നിന്നിറങ്ങും. ലോക്കൽ ട്രെയിനിലാണ് യാത്ര. ഓഫീസു വിട്ടു വരുന്നത് രാത്രി ഏഴര കഴിഞ്ഞാണ്. ഏടത്തിയമ്മയുമായി വളരെ വേഗം ഇണങ്ങി. ധാരാളം സംസാരിക്കുന്ന കൂട്ടത്തിലാണ് അവർ. ഉച്ചയ്ക്ക് ഊണുകഴിക്കുമ്പോഴാണ് സംസാരം അധികവും. പാചകപ്പണിയൊക്കെ വശമാക്കിയിരിക്കുന്നു. ചപ്പാത്തിയും പൂരിയും സാമ്പാറും അവിയലും ഒക്കെ ഉണ്ടാക്കും. അടുക്കളയിൽ കരിയടുപ്പും സ്റ്റവ്വും ഉണ്ട്. തുറന്ന പെരുമാറ്റമായതുകൊണ്ട് അവരോട് എന്തും സംസാരിക്കാമെന്നായി. ഉണ്ണ്യേട്ടൻ 'ടൈംസ് ഓഫ് ഇന്ത്യ' പത്രം വരുത്തുന്നുണ്ട്. ആദ്യമായി ട്ടാണ് ഈ പത്രം വായിക്കുന്നത്. ഇൻസ്റ്റിറ്റ്യൂട്ടിൽ പഠിക്കുമ്പോൾ 'ബോംബെ ക്രോണിക്ക'ിളായിരുന്നു വായിച്ചിരുന്നത്. ഏടത്തിയമ്മ പത്രം വായിക്കുന്നത് കാണാറില്ല.

''എന്താ പേപ്പർ വായിക്കാത്തെ?''

''എനിക്കൊന്നും മനസ്സിലാവില്ല അപ്പൂ! ആറാം ക്ലാസ്സിൽ പഠിക്കുമ്പോ പഠിത്തം നിറുത്തീതാ.''

''എന്തേ പഠിക്കാത്തെ?''

''യോഗണ്ടായില്യ. അമ്മ മരിച്ചപ്പോൾ പഠിപ്പിക്കാൻ ആരുംണ്ടായില്ല. പഠിപ്പില്ലാത്തതുകൊണ്ടുള്ള ദോഷോന്നും ഇല്ല്യാണ്ടിരുന്നാ മതി. അപ്പൂന്റ്റേച്ഛൻ ഉത്സാഹിച്ചതോണ്ടാ ഞാൻ ഇപ്പോ ഇവ്ടെ കഴീണ്. നാട്ടിൽ ഏടത്തിയമ്മയുടെ ദുർമ്മുഖം കണ്ട് കഴ്യേണ്ടതാർന്നു.''

സുശീലക്ക് കുറച്ചു തണ്ടുണ്ടെന്നറിയാം. ആ അഹങ്കാരം ഇവരോടും കാണിച്ചൂവോ ആവോ?.

അവർ കുറേശ്ശേയായി അവരുടെ ചരിത്രം പറഞ്ഞു. ''അമ്പലത്തിൽ ശാന്തിക്കാരനായിരുന്ന തുളുബ്രാഹ്മണനായിരുന്നു അച്ഛൻ. തങ്കനിറമായിരുന്നു അച്ഛന്. ആ നിറം ഞങ്ങൾക്കെല്ലാവർക്കും കിട്ടി. ഞങ്ങൾ മൂന്നുമക്കളായപ്പോ അമ്മക്ക് ക്ഷയരോഗമായി. നാട്ടുവൈദ്യം കുറൊക്കെ നോക്കി. ബാലന് ഏഴുവയസ്സായപ്പോ അമ്മ മരിച്ചു. അച്ഛൻ

ശാന്തി മതിയാക്കി സ്വന്തം നാട്ടിലേക്ക് പോയി. ചേട്ടൻ ഏഴാം ക്ലാസ്സു വരെ പഠിച്ചു. മക്കളെ പഠിപ്പിക്കണംന്നൊന്നും അച്ഛന് മോഹണ്ടായിര്ന്നില്ല. ചേട്ടൻ ഒരു പത്രത്തിന്റെ ഏജണ്ടായി. ഒരു വിവാഹ ദല്ലാളാണ് ചേട്ടന് കല്ല്യായണാലോചന കൊണ്ടന്നത്. ഉള്ളതെല്ലാം വിറ്റുപെറുക്കി കല്യാണം ഭംഗിയായി നടത്തി. എന്നേം ബാലനേം ചേട്ടൻ നിങ്ങടെ നാട്ടിലേക്ക് കൊണ്ടോന്നു. അക്കൊല്ലം പഠിക്കാൻ പറ്റീല്ല. പിറ്റെകൊല്ലം വീണ്ടും ആറാംക്ലാസ്സിൽ ചേർന്നു. തോറ്റപ്പോ സ്കൂളിൽ പോണ്ട എന്നാ ചേട്ടൻ പറഞ്ഞെ. ഏടത്തിയമ്മ സമ്മതിച്ചട്ട്ണ്ടാവില്ല. അടുക്കള പണീം തുണി നനയ്ക്കലും നിലംതൊടക്കലും എന്റെ പണിയായി. നെങ്ങടെ ഉണ്ണ്യേട്ടൻ എടയ്ക്കിടെ വരും. എനിതിനു പറേണു ഉണ്ണ്യേട്ടന് എന്നെ ഇഷ്ടായിന്നു തോന്നണൂ. എങ്ങനെയെങ്കിലും ആ വീട്ടീന്ന് പുറത്തു കടന്നാൽ മതീന്നായി ആഗ്രഹം. കല്യാണത്തിന് എല്ലാവരും എതിര്. വല്ലാത്തൊരു കാലായിരുന്നു അത്. അപ്പൂന്റെച്ഛൻ ഉണ്ണ്യേട്ടന്റെ അമ്മോട് പറഞ്ഞതൊന്നും അവർ കേട്ടില്ല. ബി.കോം. പാസ്സായ മോന് എന്നെക്കാൾ പഠിപ്പും സ്ഥിതീംള്ള പെണ്ണിനെ കിട്ടും. ഞങ്ങൾക്ക് രണ്ടുപേർക്കും ഒരേ പ്രായണത്രെ. പോരാത്തതിന് അവന് ഇരുപത്തിമൂന്നു വയസ്സേ ആയുള്ളൂ. മൂന്നാലു കൊല്ലം കഴിഞ്ഞേ കല്യാണം ആലോചിക്കൂ എന്നൊക്കെ അവർ പറഞ്ഞു. ഉണ്ണ്യേട്ടന് നല്ല ധൈര്യണ്ടായ്രുന്നു. അമ്മമ്മയും അമ്മാമനും ചേട്ടനും കൂടി കല്യാണം നടത്തിതന്നു. ചേട്ടന് ഭാരം ഒഴിഞ്ഞൂലോ എന്ന സമാധാനവും ഉണ്ടായ്ട്ടുണ്ടാവാം. ഇവിടെ വന്നപ്പോ ജോലി വേഗം കിട്ടി. കമ്പനിയിലെ മാനേജര് മലയാളിയാ. ഉണ്ണ്യേട്ടന് എക്കൌണ്ടന്റായി ജോലികിട്ടി. ഒരുവിധം സുഖായി കഴിയാനുള്ള ശമ്പളേംണ്ട്. ഉണ്ണ്യേട്ടൻ ആഴ്ചേലൊരു എഴുത്ത് അമ്മക്കെഴുതും. അമ്മ മോന് കത്തെഴുതും. എന്നെപ്പറ്റി ഒരു വരിപോലും അവര് എഴുതാറില്ല. അഞ്ചാറുമാസം കൂടി കഴിഞ്ഞാ പ്രസവായി. എന്നെ നോക്കാൻ ഇവടെ ആരാ? നാട്ടില് ചെന്നാ ആരാ? എല്ലാം വിധിപോലെ വരട്ടെ. ചേട്ടൻ ബാലനെ പഠിപ്പിച്ചാമത്യാരുന്നു.''

അവരുടെ തൊണ്ടയിടറിത്തുടങ്ങി.

അഞ്ചുമണിക്ക് ഏടത്തിയമ്മ ബാഗ് എടുത്ത് പച്ചക്കറികൾ വാങ്ങാൻ പോവുമ്പോൾ കൂടെ പോവും. വഴിക്ക് അവർ വാതോരാതെ സംസാരിക്കും.

''സുഭദ്ര ട്രെയിനിംങ്ങിന് ചേർന്നില്ലെ?''

''ഉവ്വ്.''

''അമ്മക്ക് അപ്പൂനെ വല്യ കാര്യാണല്ലെ?''

''അറീല്യ.''

''നൊണൊന്നും പറേണ്ട. ജോലികിട്ടി ഒരു കൊല്ലത്തിനകം സുഭദ്ര കല്യാണം കഴിച്ച് ഇവടെ കൊണ്ടരണം. അമ്മമ്മക്കും അതല്ലെ മോഹം. ഏന്റെ ഏടത്ത്യമ്മടെ തണ്ടൊന്നും സുഭദ്രക്കില്ല. പാവം കുട്ടി. സുഭദ്ര കൂടി ഇവിടെ വന്നാ പതുക്കെ പതുക്കെ അമ്മ് എന്നെ സ്വീകരിക്കും എന്നാ എനിക്ക് തോന്നണെ.''

''ജോലി കിട്ടി സ്ഥിരായിട്ടുവേണ്ടേ ഇതൊക്കെ ആലോചിക്കാൻ.''

''ജോലി കിട്ടാതിരിക്കില്ല. ഞാൻ ഗുരുവായൂരപ്പനോട് പ്രാർത്ഥിച്ചിട്ടുണ്ട്. സുഭദ്ര ഇവിടെ വരണം. പറയൂ. എന്താ മിണ്ടാത്തെ?''

''സുഭദ്ര ഇവടെ വരാൻ ഞാൻ തന്നെ അവളെ കല്യാണം കഴിക്കണംന്നൊന്നൂല്യ. ജോലി സ്ഥിരപ്പെടട്ടെ. കല്യാണാലോചന അതിനുശേഷം മതി. ഉണ്ണ്യേട്ടനെപോലെ 'സുഭദ്രഹരണം' നടത്താനൊന്നും എന്നെക്കൊണ്ടാവില്യ.''

''ഉണ്ണ്യേട്ടൻ പറയാറ്ണ്ട്. അപ്പു നാണം കുണുങ്ങ്യാണന്ന്. ആരായിട്ടും അടുക്കേം സംസാരിക്കേം ഇല്ലെന്ന്. സുഭദ്രോട് മിണ്ടാറുണ്ടോ?''

''അത്യാവശ്യം വേണ്ടിവരുമ്പോൾ.''

''സുഭദ്രക്ക് ഒരു കത്തയച്ചൂടെ? ആ കുട്ടിക്ക് എത്ര സന്തോഷാവും.''

''നന്നായി! അച്ഛനറിഞ്ഞാൽ കൊന്നുകളയും. മറ്റുള്ളോരറിഞ്ഞാൽ അത് പ്രേമലേഖനാണെന്ന് പറയും. വേണ്ട.''

''കീഴ്കൊമ്പനായി നടന്നാൽ പോരാ. കൊറച്ചൊക്കെ ധൈര്യം വേണം.''

ഉള്ളിൽ ചിരിവന്നു. പുറമേയ്ക്ക് കീഴ്കൊമ്പനാണെങ്കിലും അകത് കുറച്ചൊക്കെ വികൃതിയുണ്ട് എന്ന് ഈ ഏടത്തിയമ്മയുണ്ടോ അറിയുന്നു. സുഭദ്ര എന്നെ സ്നേഹിക്കുന്നുണ്ടോ? ഈ പ്രതീക്ഷയിൽ കഴിയുകയാണോ അവൾ? ആവോ? ആർക്കറിയാം?''

ദിവസങ്ങൾ നീങ്ങിക്കൊണ്ടിരിക്കുന്നു. പത്രത്തിലെ 'ആവശ്യമുണ്ട്' എന്ന കോളങ്ങളിൽ ദിവസവും ധാരാളം പരസ്യങ്ങൾ കാണാം. ടൈപ്പിസ്റ്റ് ക്ലാർക്ക്, സ്റ്റെനോഗ്രാഫർ, എക്കൌണ്ടന്റ് ഇവരെയൊക്കെ ആവശ്യമുള്ള കമ്പനികളുടെ പരസ്യങ്ങളുണ്ട്. പോസ്റ്റ് ആൻഡ് ടെലിഗ്രാഫ്, റെയിൽവെ തുടങ്ങിയ വലിയ സ്ഥാപനങ്ങളുടെ പരസ്യങ്ങൾവ

രുന്നതുവരെ എനിക്ക് കാത്തിരിക്കേണ്ടി വരുമോ? ചില ഞായറാഴ്ചക ളിൽ സിനിമകൾ കാണാനാണ് താല്പര്യം. ഇംഗ്ലീഷ് പടം കണ്ടാൽ ഒന്നും മനസ്സിലാവില്ലെന്നു പറയും. ഉണ്ണ്യേട്ടന്റെ തൊട്ടടുത്ത ഫ്ളാറ്റിൽ താമസിക്കുന്നത് ഒരു തമിഴ് ബ്രാഹ്മണ കുടുംബമാണ്. അമ്യാർക്ക് മല യാളം അറിയില്ല. രണ്ടു ചെറിയ കുട്ടികളുണ്ട്. അവരുടെ തമിഴുകേട്ട് ഏടത്തിയമ്മയും കുറേശ്ശ തമിഴു സംസാരിച്ചു തുടങ്ങി. തമിഴും മലയാ ളവും കലർത്തിയുള്ള ഏടത്തിയമ്മയുടെ സംഭാഷണം രസാവഹമാണ്. മണി അയ്യരെ കണ്ടാലറിയാം അറുപിശുക്കനാണെന്ന്. ഷൂസ് ഇടില്ല. ചെരിപ്പാണ് ഓഫീസിൽ പോവുമ്പോഴും ഇടുന്നത്. ഒരു പാന്റും ഷർട്ടും എടുത്താൽ ഒരാഴ്ച കഴിഞ്ഞേ അതു മാറ്റൂ. കാലത്ത് ഏഴുമണിക്കു പോവുമ്പോൾ കയ്യിൽ രണ്ടു മുഷിഞ്ഞ സഞ്ചികൾ കാണാം. ഒന്നിൽ ഉച്ചഭക്ഷണംപാത്രം. രാത്രി ഒമ്പതുമണി കഴിഞ്ഞു വരുമ്പോൾ മറ്റേ സഞ്ചിയിൽ പച്ചക്കറികൾ കാണാം. അയ്യർ വന്ന് വാതിലിൽ മുട്ടി 'ലക്ഷ്മീ' എന്നൊരു വിളിയുണ്ട്. അമ്യാര് പാതി ഉറക്കച്ചടവോടെ വന്നു വാതിൽ തുറന്ന് രണ്ടു സഞ്ചികളും വാങ്ങിക്കും. പിന്നെ രണ്ടുപേരും പുറത്തുവരില്ല. ഗ്രാൻഡ് റോഡിൽ ഒരു വലിയ കടയിൽ കണക്കെഴു ത്താണ് അയ്യർക്ക് ജോലി. ഞായറാഴ്ച മാത്രമാണ് അയ്യർ മറ്റുള്ളവരു മായി ബന്ധപ്പെടുന്നത്. വീട്ടുകാര്യങ്ങളും, നാട്ടുകാര്യങ്ങളും, രാഷ്ട്രീ യവും നല്ല ഇംഗ്ലീഷിൽ സംസാരിക്കും. മാധവവാരിയരുടേതാണ് മറ്റൊരു കുടുംബം. ശാരദവരസ്യാർക്ക് ഒരു കുട്ടിയുണ്ട്. നാലഞ്ചുവയ സ്സായ ജയന്തി കൊച്ചുമിടുക്കിയാണ്. പുരുഷന്മാരെല്ലാം രാവിലെ ജോലിക്കു പോയാൽ രാത്രിയിലാണ് വീടുകളിൽ തിരിച്ചെത്തുന്നത്. കാലത്തും വൈകുന്നേരവും ലോക്കൽ തീവണ്ടിയിലെ യാത്ര അവരെ തളർത്തുന്നു. വീടിന് അടുത്തുള്ള വിമാനതാവളത്തിൽ എനിക്ക് ജോലി കിട്ടിയാൽ ദിവസവും ഈ തീവണ്ടി യാത്ര വേണ്ടിവരില്ല. ഞായറാഴ്ചക ളിൽ എല്ലാവർക്കും ആഹ്ലാദമാണ്. ആണുങ്ങളൊക്കെ ശീട്ടുകളിയിൽ ഏർപ്പെടും. ചിലപ്പോൾ സ്വല്പം മദ്യപാനവും ഉണ്ടാവും. ഉണ്ണ്യേട്ടനും അയ്യരും ഒക്കെ ആ സെറ്റിൽ അംഗങ്ങളാണ്. ഞാൻ ഒരു പയ്യനാണെ നാനണ് എല്ലാവരുടേയും വിചാരം.

അപ്രൻറിസിന് അപേക്ഷ കൊടുത്ത കമ്പനിയിൽ നിന്ന് ഒരു കാർഡ് കിട്ടി. ഇൻറർവ്യൂവിന് വിളിച്ചിരിക്കുന്നു. സന്തോഷം തോന്നി.

എന്റെ കൂടെ പഠിച്ചിരുന്നവർ ആരെങ്കിലും അപേക്ഷിച്ചിട്ടുണ്ടാവില്ലേ? പട്ടേലും ആചാര്യയും ഉണ്ടായിരിക്കാം.

''ഇന്റർവ്യൂവിന് ടൈ കെട്ടിപോണം. അപ്പുന് ടൈ കെട്ടാൻ അറേിയോ? ഞാൻ പഠിപ്പിച്ചു തരാം.''

ഉണ്ണ്യേട്ടന്റെ ഒരു ടൈ എടുത്ത് ഏടത്തിയമ്മ എന്റെ കഴുത്തിൽ കെട്ടി. രണ്ടുദിവസം ടൈ കെട്ടൽ റിഹേഴ്സൽ നടന്നു. ആദ്യത്തെ ദിവസം ഒരു കുട്ടിയെപോലെ നിന്നുകൊടുത്തു. രണ്ടാമത്തെ ദിവസം ഏടത്തിയമ്മയുടെ ചുകന്ന ചുണ്ടിലാണ് കണ്ണ് ചെന്നുപെട്ടത്. മനസ്സ് തുടിക്കുന്നു. വേണ്ട; വേണ്ടാത്തതൊന്നും മനസ്സിൽ തോന്നല്ലെ എന്നു പ്രാർത്ഥിച്ചു.

നല്ല പാന്റ്, ഫുൾ ഷർട്ട്, ടൈ ഇതൊക്കെ ധരിച്ചപ്പോൾ ഹൈസ്കൂളിലെ ഹെഡ്മാസ്റ്ററുടെ രൂപമാണ് മനസ്സിൽ പൊന്തിവന്നത്. എന്നിലുള്ള പ്രൊഫസർ മരിച്ചുകൊണ്ടിരിക്കുകയാണ്. എന്നാണവോ മരണം. സർട്ടിഫിക്കറ്റുകൾ എടുത്ത് ഇന്റർവ്യൂവിനു ചെന്നു. വളരെ വലിയ ഓഫീസാണ്. എത്ര കെട്ടിടങ്ങളാണ് അവിടെ. അവിടെ കണ്ട വൃത്തിയും വെടിപ്പുമാണ് ആകർഷിച്ചത്. ഇന്റർവ്യൂവിന് വന്നവർക്ക് ഇരിക്കാൻ സോഫകൾ, അതിനുയോജിച്ച ടീപോയികൾ. ഞാനുൾപ്പടെ എട്ടുപേരാണ് എത്തിയിട്ടുള്ളത്. പട്ടേലിനെ കണ്ടില്ല. എത്ര ഒഴിവുകൾ ഉണ്ടെന്നും അറിയില്ല. എന്നെക്കാൾ പ്രായമായവരുണ്ട്. മിക്കവരും പോസ്റ്റ് ആൻഡ് ടെലിഗ്രാഫ്, റെയിൽവെ എന്നിവിടങ്ങളിൽ നിന്ന് വന്നവരാണ്. ഇപ്പോഴുള്ള ജോലി സ്ഥിരപ്പെടാത്തവരാണ് അവർ. ജോലി സ്ഥിരപ്പെട്ടുകിട്ടാൻ ചുരുങ്ങിയത് അഞ്ചുവർഷമെങ്കിലും വേണമത്രെ. ഓരോരുത്തരായി ഇന്റർവ്യൂവിന് പോയിതുടങ്ങി. ഇതിനിടയിൽ ആചാര്യ ഓടിക്കിതച്ചെത്തി. അയാൾ ഇന്നലെയാണ് നാട്ടിൽ നിന്ന് വന്നത്. റിസൾട്ട് അറിഞ്ഞ ഉടനെ വന്ന് സർട്ടിഫിക്കറ്റു വാങ്ങിപോയി. പരസ്യത്തിന്റെ കട്ടിംങ്ങ് ലോഡ്ജിലുള്ള ഒരാൾ അയച്ചുകൊടുത്തു. ഒരു സാധാരണ അപേക്ഷ അയച്ചു. വിളിക്കും എന്നു വിചാരിച്ചതല്ല. നാട്ടിലെ മേൽവിലാസത്തിൽ കമ്പികിട്ടിയത് മൂന്നാലു ദിവസം മുമ്പാണ്. ഉടനെ പുറപ്പെട്ടു.

എട്ടാമത്തേതായിരുന്നു എന്റെ ഊഴം. വിശാലമായ മുറിയിൽ വലിയ മേശക്കു നടുവിൽ രാവിലെ പറിച്ചെടുത്ത പുഷ്പങ്ങൾ ഫ്ളവർവേസിൽ അലങ്കരിച്ച വെച്ചിരുന്നു. മൂന്നുപേരാണ് മേശക്കു മുന്നിൽ ഇരിക്കുന്നത്. പ്രായമായവരാണെങ്കിലും നടുവിലിരിക്കുന്ന

ആളുടെ തലപത്തിപോലെ വെളുത്തിരിക്കുന്നു. ഇന്റർവ്യൂ എങ്ങനെ നേരകിടണമെന്ന് ഉണ്ണ്യേട്ടനും മാധവവാരിയരും സ്റ്റഡിക്ലാസ്സടുത്തിരുന്നെങ്കിലും മുറിയിൽ കടന്ന ഉടനെ മനസ്സ് തുടുകൊട്ടി തുടങ്ങി. ആദ്യം സർട്ടിഫിക്കറ്റുകളെല്ലാം വാങ്ങിനോക്കി. മൂന്നുപേരും മാറിമാറി ചോദ്യങ്ങൾ ചോദിച്ചു. സാങ്കേതികമായ ചോദ്യങ്ങൾ ചോദിച്ചത് നടുവിൽ ഇരിക്കുന്ന തല നരച്ച ആളായിരുന്നു. പരിഭ്രമം ഉണ്ടായിരുന്നെങ്കിലും തപ്പും തടവും ഇല്ലാതെ ഉത്തരം പറഞ്ഞു. പുറത്തുവന്ന ഉടനെ പിന്നത്തെ ഊഴം ആചാര്യയുടേതായിരുന്നു. ഒന്നും സംസാരിക്കുവാൻ കഴിഞ്ഞില്ല. ആചാര്യ പുറത്തു വരുന്നതുവരെ കാത്തിരിക്കേണമോ എന്ന് സംശയിച്ചെങ്കിലും വേണ്ടെന്നുവെച്ച് വേഗം വീട്ടിലേക്കുപോന്നു. ഏടത്തിയമ്മ കാത്തിരിക്കുകയാണ്. ഇന്റർവ്യൂവിന്റെ വിശദവിവരങ്ങൾ ചോദിച്ചറിഞ്ഞു. സ്വന്തം അച്ഛനോ ചെറിയമ്മയോ അമ്മാമൻമാരോ എന്നോടു ഇന്നേവരെ ഇത്രയും മനസ്സുതുറന്ന് സംസാരിച്ചിട്ടില്ല. കാര്യമാത്രമായ സംഭാഷണങ്ങളേ അവിടെ പതിവുള്ളൂ. ഏടത്തിയമ്മ എന്നിൽ എത്ര ശ്രദ്ധാലുവാണ്. മനസ്സിന് ഇണങ്ങിയ ഒരാളെങ്കിലും എനിക്കുണ്ട് എന്ന കൃതാർത്ഥതയുണ്ടായി.

മൂന്നാഴ്ച കഴിഞ്ഞപ്പോൾ കമ്പനിയിൽ നിന്ന് എഴുത്തുവന്നു. ചില ഫോറങ്ങളെല്ലാം അതിലുണ്ടായിരുന്നു. അതെല്ലാം പൂരിപ്പിച്ച് രണ്ട് പാസ്പോർട്ടുസൈസ് ഫോട്ടോ സഹിതം പത്താം തിയ്യതിക്കുമുമ്പായി അപ്രന്റിസിന് ചേരാനാണ് ഓർഡർ. എന്നേക്കാൾ ഉത്സാഹം ഏടത്തിയമ്മയ്ക്കായിരുന്നു. ഫോട്ടോ എടുക്കുവാൻ എല്ലാവരും കൂടിപോയി. പാസ്പോർട്ടുസൈസ് ഫോട്ടൊ എടുത്തതിനുശേഷം മൂവരും കൂടിയുള്ള ഒരു ഗ്രൂപ്പ് ഫോട്ടോ കൂടി എടുത്തു. ആദ്യമായാണ് ഫോട്ടോ എടുക്കുന്നത്. ഏടത്തിയമ്മക്കും അതേ അനുഭവം തന്നെയായിരുന്നു. വിവാഹത്തിനുശേഷം ഫോട്ടോ എടുത്തിരുന്നില്ല. ഒരാഴ്ച കഴിഞ്ഞപ്പോൾ ഉണ്ണ്യേട്ടൻ ഫോട്ടോകൊണ്ടുവന്നു. പാന്റും ഷുൾഷർട്ടും ടൈയും ധരിച്ച ഫുൾസൈസ് ഫോട്ടൊ കണ്ടപ്പോൾ നല്ല ഗമതോന്നി. പ്ലാറ്റുഫോറത്തിൽ കയറിനിന്ന് വിദ്യാർത്ഥികൾക്ക് ക്ലാസ്സെടുക്കുന്നത് ഒരു നിമിഷം മനസ്സിൽ മിന്നിമറഞ്ഞു. ഒരു കോപ്പി ഉണ്ണ്യേട്ടന്റെ അമ്മക്ക് അയച്ചു കൊടുത്തു.

എട്ടാംതിയ്യതി അപ്രന്റിസായി ചേർന്നു. ആചാര്യ പത്താംതിയ്യതിയാണ് ചേർന്നത്. വിവരത്തിന് അച്ഛന് കത്തെഴുതി. അമ്മാമനെ കണ്ട് വിവരം പറഞ്ഞു.

''എന്റെ ഭാഗം പറമ്പ് വിറ്റ് കിട്ടിയ പണം ബാങ്കിലിട്ടിരുന്നു. അതിന്റെ മുക്കാൽഭാഗവും തീർന്നു. നെനക്ക് ഉപകരിച്ചല്ലോ. അതുമതി. പിന്നെ എനിക്ക് ആർക്കോ കൊടുക്കാനുള്ളത്? ഇടയ്ക്കിടയ്ക്ക് വാ. രണ്ടു മൂന്നു കൊല്ലം കൂടി ഞാൻ ഉണ്ടാവും. വയ്യാതായി. നാട്ടില് പോയി മരിക്കണം.''

''നാട്ടില് അമ്മാമന് എന്താ ഉള്ളത്. പറമ്പു വിറ്റു. വീടില്ല.''

''മീനാക്ഷീടെ കൂടെ കൂടണംന്നാ ആശ. അവള് എന്നെ പുറം തള്ളോ''

സമാധാനം പറയാൻ പറ്റാത്ത ചോദ്യം. മടങ്ങി പോരുമ്പോൾ അമ്മാമന്റെ ഭാവിയെപ്പറ്റിയാണ് വണ്ടിയിലിരുന്ന് ചിന്തിച്ചത്. അധികം ആയുസ്സുണ്ടാവാൻ വഴിയില്ല. ചാരായം കുടിച്ചുകുടിച്ചു എല്ലുതോലുമായിരിക്കുന്നു. കയ്യിൽ കാശില്ലെങ്കിൽ ചെറിയമ്മ അമ്മാമനെ സ്വീകരിക്കുമോ? കോയമ്പത്തുരായിരിക്കുമ്പോൾ ഒരു തമിഴത്തി കൂട്ടുണ്ടായിരുന്നു എന്നും അതിൽ ഒരാൺകുട്ടിയുണ്ടായിരുന്നെന്നും ചെറിയമ്മ പറയുന്നതുകേട്ടിട്ടുണ്ട്. അമ്മാമന്റെ ഇനിയുള്ള ജീവിതം കഷ്ടപ്പാട് നിറഞ്ഞതാവാനാണ് സാദ്ധ്യത. ഭാര്യയും കുട്ടികളും ഉണ്ടായിരുന്നെങ്കിൽ എന്നെ ബോംബക്കു വരുത്തി പഠിപ്പിക്കുമായിരുന്നോ? പോലീസ് ക്വാർട്ടേഴ്സിലെ ശങ്കരൻനായരുടെ കുടുംബത്തെപോലെ അരിഷ്ടിച്ചു കഴിയുമ്പോൾ മരുമകനെ പഠിപ്പിക്കുവാൻ മനസ്സുണ്ടെങ്കിലും കഴിവുണ്ടാവില്ല. കഴിവുള്ളവർക്ക് മനസ്സുണ്ടായില്ലല്ലോ. എന്നെക്കൊണ്ട് എന്തു ചെയ്യാനാവും ഇപ്പോൾ?

അനവധി എത്ര വിസ്തീർണ്ണമുള്ള പറമ്പിൽ പല കെട്ടിടങ്ങളിലായിട്ടാണ് ഓഫീസുകളും വർക്കുഷോപ്പുകളും പ്രവർത്തിക്കുന്നത്. എൻജിനീയറിംങ്ങ്, ഓപ്പറേഷൻ, കമ്മ്യൂണിക്കേഷൻ, ട്രാഫിക് ഡിപ്പാർട്ടുമെണ്ടുകളിൽ ഇരുപത്തിനാലു മണിക്കൂറും ജോലിയുണ്ട്. എക്കൌണ്ട്, പേഴയണൽ, കമേഴസ്യൽ, സ്റ്റോഴ്സ് ഡിപ്പാർട്ടുമെണ്ടുകളിൽ ഷിഫ്റ്റ് ജോലിയില്ല. എൻജിൻ ടെസ്റ്റു ചെയ്യുന്നതിന്റെ ഇടതടവില്ലാത്ത ശബ്ദം ആദ്യമാദ്യം സൈ്വരം കെടുത്തിയിരുന്നു. പിന്നെ പിന്നെ അത് പരിചയമായി,

ഇന്റർവ്യൂവിന് ഉണ്ടായിരുന്ന തലനരച്ച ആളാണ് കമ്മ്യൂണിക്കേഷൻ മാനേജർ, അവിടെ ചെന്ന് റിപ്പോർട്ടു ചെയ്തു.

''ഒരു കൊല്ലംകൊണ്ട് എല്ലാം പഠിക്കണം. ചുമതലയുള്ള ജോലിയാണ്. ആറുമാസം ഫോർമാന്റെ അടുത്ത് പരിശീലിക്കൂ. അതിനുശേഷം ഏതു ഡിവിഷനിലേക്കാണെന്ന് തീരുമാനിക്കാം''

ഫോർമാനെ കണ്ടു. നാല്പത്തഞ്ചുകാരനായ പാഴ്സിയാണ് അദ്ദേഹം. വിവരങ്ങളെല്ലാം ചോദിച്ചറിഞ്ഞു. മലയാളയാണ് എന്നറിഞ്ഞപ്പോൾ. ''കമ്മ്യൂണിക്കേഷൻ മാനേജരെ ഇതിനുമുമ്പ് പരിചയമുണ്ടോ?''

''ഇല്ല.''

''മാനേജർ മലയാളിയാണ്. ലണ്ടനിൽ പഠിച്ച റേഡിയോ എൻജിനീയറാണ്. അദ്ദേഹം വന്നതിനുശേഷമാണ് കമ്മ്യൂണിക്കേഷൻ ഡിപ്പാർട്ടുമെണ്ട് തുടങ്ങിയത്. വികസന പ്രവർത്തനങ്ങൾ നടന്നുകൊണ്ടിരിക്കുകയാണ്. നല്ലപോലെ പണിയെടുപ്പിക്കും. ചിലപ്പോൾ ഒപ്പം നിന്ന് ജോലി ചെയ്യും. പരിചയപ്പെട്ടില്ലേ?''

''പോയി റിപ്പോർട്ടു ചെയ്തു. ഇവിടെ വരാനാണ് പറഞ്ഞത്. ഒരു മിസ്റ്റർ ആചാര്യ പുതിയതായി ചേർന്നിട്ടുണ്ട്. ഇവിടെയുണ്ടോ?''

''ഇവിടെ വന്നില്ല. വേറെ വല്ല ഡിവിഷനിലേക്കും പറഞ്ഞയച്ചിരക്കും.''

അന്വേഷിച്ചപ്പോൾ കമ്മ്യൂണിക്കേഷൻ ഡിപ്പാർട്ടുമെന്റിൽ തന്നെ പല ഡിവിഷനുകൾ ഉണ്ടെന്ന് അറിഞ്ഞു. വർക്ക്ഷോപ്പ്, ഓപ്പറേഷൻ, അഡ്മിനിസ്റ്റേഷൻ എന്നിങ്ങനെ ഡിവിഷനുകളുണ്ട്. ആചാര്യയെ ഓപ്പറേഷനിലേക്കാണ് അയച്ചത് എന്നറിഞ്ഞു. ഓപ്പറേഷന് അടുത്തുതന്നെയാണ് ടെലിഫോൺ എക്സ്ചേഞ്ചും അഡ്മിനിസ്റ്റേറ്റീവ് സെക്ഷനും. ടെലിഫോൺ ഓപ്പറേറ്റേഴ്സ്, ക്ലാർക്സ്, സ്റ്റെനോ എന്നിവരിൽ അധികവും സ്ത്രീകളാണ്. ടെലിപ്രിന്റർ ഓപ്പറേറ്റേഴ്സ് മുഴുവനും പുരുഷന്മാരാണ്. ഇത്രയും വലിയ സ്ഥാപനത്തിൽ എനിക്ക് ജോലി കിട്ടുമെന്ന് ഒരിക്കലും പ്രതീക്ഷിച്ചതല്ല. ഒരു കോളേജിനേക്കാളും എത്രയോ വലിയ സ്ഥാപനമാണിത്. ഫ്ളാറ്റുഫോറത്തിൽ കയറിനിന്ന് കോളേജ് വിദ്യാർത്ഥികൾക്ക് ക്ലാസ്സെടുക്കേണ്ട ഞാൻ ടെലിപ്രിന്ററുകളുടെയും ടെലിഫോണുകളുടെയും ഇടയിൽ സംതൃപ്തനാവുമോ? ആവണം. ആയേ തീരു. ഒരു പ്രൊഫസറേക്കാൾ ഉയരണം.

ഒരു ഞായറാഴ്ച രാവിലെ പട്ടേലിന്റെ വീട്ടിൽപോയി. ആചാര്യയെ വിളിച്ചെങ്കിലും അയാൾ വന്നില്ല. ഇപ്പോഴും പഴയ കന്നഡ ലോഡ്ജിൽ തന്നെയാണ് താമസം. സാന്റാക്രൂസിൽ നിന്ന് ചർച്ച് ഗെയിറ്റിലേക്കുള്ള ലോക്കൽ തീവണ്ടിയാത്ര സുഖകരമായിരുന്നു. ഞായറാഴ്ചയായതു കൊണ്ട് അധികം തിരക്കില്ല. മറൈൻഡ്രൈവ് സ്റ്റേഷനിൽ ഇറങ്ങി കൽബാദേവിയിലേക്ക് നടന്നു. പട്ടേലിന്റെ അച്ഛനും രണ്ടാനമ്മയും ഉണ്ടായിരുന്നു. റിസൾട്ടുവന്നപ്പോൾ സർട്ടിഫിക്കറ്റു വാങ്ങി പട്ടേൽ ലണ്ട നിലേക്കുപോയി എന്നാണ് പറഞ്ഞത്. അയാളുടെ അമ്മയുടെ ബന്ധു ക്കൾ ലണ്ടനിൽ ഉണ്ട്. 'കേബിൾ ആൻഡ് വയർലസ്സി'ൽ അപ്രന്റിസ്സായി ചേർന്നിട്ടുണ്ടെന്ന വിവരത്തിന് കത്തുണ്ടെന്നും പറഞ്ഞു. പട്ടേൽ ഇനി ഇവിടെ വരില്ല. ഞാനും ആചാര്യയും വിമാനതാവളത്തിലെ ഓഫീസിൽ ചേർന്ന വിവരം പട്ടേലിന് എഴുതുവാൻ പറഞ്ഞു.

നാട്ടിൽനിന്ന് അച്ഛന്റെ കത്തുകിട്ടി. പുകയില ഷാപ്പുകൾ ലേലം വിളിക്കുന്ന സമ്പ്രദായം ഗവർമ്മണ്ട് നിറുത്തലാക്കി. അഞ്ച് ഉറുപ്പിക കൊടുത്ത് ലൈസൻസെടുത്താൽ ആർക്കും എവിടെയും പുക യിലഷാപ്പ് നടത്താം. പീടിക മുറികളെല്ലാം വാടകയ്ക്ക് കൊടുത്തു. കൃഷ്ണൻകുട്ടിയെ കോളേജിൽ ചേർത്തു. ഇതായിരുന്നു കത്തിലെ ഉള്ളടക്കം.

എന്റെ കോളേജ് പഠിപ്പിനെ എതിർത്ത ചെറിയമ്മയും അച്ഛനും കൃഷ്ണൻകുട്ടിയെ കോളേജിൽ അയച്ചു പഠിപ്പിക്കുന്നു. മാറിയ പരിത സ്ഥിതിയിൽ കൃഷ്ണൻകുട്ടിക്ക് കടകളിൽ ചെന്നിരിക്കേണ്ടതില്ല. കട കൾ വിറ്റ് ബസ്സ് വാങ്ങി കൃഷ്ണൻകുട്ടിയെ ഡ്രൈവറാക്കാത്തത് എന്തു കൊണ്ടാണാവോ? പെട്ടെന്ന് നിരാശ തോന്നിയെങ്കിലും എനിക്ക് ഉയ രാൻ സാദ്ധ്യതയുള്ള പഠിപ്പുണ്ടെന്നു സ്വയം സമാധാനിച്ചു.

എൻജിനീയറിംങ്ങ് ഡിപ്പാർട്ടുമെണ്ടിൽ ജോലി ചെയ്യുന്ന മെയ്റ നൻസ് എൻജിനീയർ മോത്തിലാലുമായി പരിചയപ്പെടുത്തിയത് ഫോർമേനാണ്. ആദ്യം ഇംഗ്ലീഷിൽ സംസാരിച്ചു തുടങ്ങിയ മോത്തി ലാൽ പതുക്കെ പതുക്കെ ഹിന്ദിയിലും തമിഴിലും അവസാനം മലയാള ത്തിലും സംസാരിച്ചപ്പോൾ തെല്ലാരു അദ്ഭുതം തോന്നി. എയർഫോഴ്സി ലായിരുന്നു അദ്ദേഹത്തിന് ജോലി. പതിനഞ്ചുകൊല്ലം കഴിഞ്ഞപ്പോൾ പെൻഷ്യൻ വാങ്ങി ഇവിടെ വീണ്ടും ജോലിയിൽ പ്രവേശിച്ചതാണ്. മല യാളിയാണെങ്കിലും മലയാള ഭാഷയോടൊ, രീതിയോടൊ വലിയ

താല്പര്യമൊന്നും മോത്തിലാലിന് ഇല്ല. പേര് കേട്ടപ്പോൾ ഗുജറാത്തിയായിരിക്കുമെന്നാണ് കരുതിയത്. നല്ല പൊക്കമുള്ള വെളുത്തുതടിച്ച ആളാണ് മോത്തിലാൽ. കൂടുതൽ കേൾക്കുകയും കുറച്ചു സംസാരിക്കുകയും ചെയ്യുന്ന ശാന്തനായ ഈ മിതഭാഷി എന്തിനു പേര് മാറ്റി എന്ന കാര്യം വെളിപ്പെടുത്തിയില്ല. വക്കോള ബ്രിഡ്ജിനടുത്താണ് മോത്തിലാലിന്റെ വീട്. മറ്റൊരു മലയാളിയെ പരിചയപ്പെടുത്തി തരാം എന്നു പറഞ്ഞപ്പോൾ ഒരു ദിവസം അദ്ദേഹത്തിന്റെ വീട്ടിൽ പോയി. മിശ്രവിവാഹക്കാരനാണ് മോത്തിലാൽ എന്നു മനസ്സിലായി. ഭാര്യ തമിഴ് ബ്രാഹ്മണ സ്ത്രീയാണ്. മോത്തിലാലാണ് ശിവരാമകൃഷ്ണനെ പരിചയപ്പെടുത്തി തന്നത്. വലിയ ഒരു കമ്പനിയിലെ ലീഗൽ മാനേജരാണ് ശിവരാമകൃഷ്ണൻ. എറണാകുളത്താണ് സ്വദേശം. മോത്തിലാലും ശിവരാമകൃഷ്ണനും ഒരേ കെട്ടിടത്തിലാണ് താമസം. രണ്ടു ഫ്ളാറ്റുകൾ മാത്രമുള്ള ഒരു വലിയ കെട്ടിടം. താഴെ മോത്തിലാലും കുടുംബവും. മുകളിൽ ശിവരാമകൃഷ്ണനും കുടുംബവും താമസിക്കുന്നു.

ഏടത്തിയമ്മ പ്രസവിച്ചു, പെൺകുട്ടിയാണ്. കൊച്ചുകുട്ടികളെ എടുക്കാൻ ഭയമാണ്. നാലഞ്ചുമാസം പ്രായമായ കുട്ടികളെ എടുത്ത പരിചയമേയുള്ളൂ. ഉണ്ണ്യേട്ടൻ ലീവെടുത്തിരിക്കയാണ്. ശനിയാഴ്ച ഒരു മണിക്ക് ഓഫീസിൽ നിന്നുപോരാം. വീട്ടിൽ ചടഞ്ഞിരിക്കാൻ മടി തോന്നി. നാലുമണിക്ക് പുറത്തിറങ്ങി ശിവരാമകൃഷ്ണന്റെ വീട്ടിലെത്തി കോളിംഗ്ബെൽ അമർത്തി. വാതിൽ തുറന്നത് അദ്ദേഹം തന്നെയാണ്. ഉണ്ണ്യേട്ടന്റെ ഫ്ളാറ്റിനേക്കാൾ ഭംഗിയുള്ള സ്ഥലം. വലിയ മുറികളാണ്. സ്വീകരണ മുറിയിൽ ഭംഗിയുള്ള സെറ്റികൾ. സിറ്റിംങ്ങ് റൂമിനുചുറ്റും അലമാരികൾ, അവ നിറയെ പുസ്തകങ്ങളും. മറ്റൊരു മൂലയിൽ ടീപോയിമേൽ ടെലിഫോൺ. മറ്റൊരു മൂലയിൽ വീട്ടികൊണ്ടു തീർത്ത രണ്ട് ആനക്കുട്ടികൾ. പോളിഷ് ചെയ്ത് സ്വർണ്ണം പോലെ നിറമുള്ള രണ്ടു നിലവിളക്കുകൾ. വിളക്കുകൾക്ക് നടുവിലായി പിച്ചളകൊണ്ട് അലങ്കരിച്ച പറയിൽ നിറയെ പൂക്കൾ. നല്ല വെളുത്ത നിറമാണ് ശിവരാമകൃഷ്ണന്. ഒരാജാനബാഹുവാണ്, വീട്ടിൽ നിൽക്കുമ്പോഴും പാന്റും ഷർട്ടുമാണ് വേഷം. ഗൗരവപൂർണ്ണമായ നേട്ടവും ആജ്ഞാശക്തിയുള്ള പതിഞ്ഞ സ്വരവും. എന്നെ ആകർഷിച്ചത് അതൊന്നുമല്ല. അവിടെ കണ്ട പുസ്തകങ്ങളാണ്. കുറച്ചു മലയാള പുസ്തകങ്ങൾ. നൂറുകണക്കിന് ഇംഗ്ലീഷു പുസ്തകങ്ങളാണ് പിന്നെ. രാമായണം, ഭാരതം, ഭാഗവതം,

തുള്ളൽക്കഥകൾ, കൃഷ്ണഗാഥ, എൺപത്തിരണ്ട് ആട്ടക്കഥകൾ, കഴിഞ്ഞു മലയാള പുസ്തകങ്ങൾ. നാട്ടിൽ വെച്ച് ഷേക്സ്പിയരുടെ ചില നാടകങ്ങളുടെ പുനരാവിഷ്ക്കരണവും പഠിക്കുവാനുണ്ടായിരുന്ന ചില ഉപപാഠപുസ്തകങ്ങളും ഒഴികെ കാര്യമായി ഇംഗ്ലീഷു പുസ്തകങ്ങ ളൊന്നും വായിച്ചിരുന്നില്ല. ഇത്ര വളരെ പുസ്തകങ്ങൾ വാങ്ങി വായിച്ച ആൾ കാഴ്ചക്ക് ഗാംഭീര്യം തോന്നിക്കുമെങ്കിലും ഒരു സഹൃദയനായിരി ക്കണമല്ലോ എന്നു തോന്നി. മോത്തിലാലും ശിവരാമകൃഷ്ണനും രണ്ടു പേരും മലയാളികൾ തന്നെ. ഒരേ വലിപ്പത്തിലുള്ള ഫ്ളാറ്റുകളിൽ താമ സിക്കുന്നു. ഉയർന്ന ശമ്പളം കൈപറ്റുന്നവരുമാണ്. അവരുടെ ജീവിത രീതി താരതമ്യപ്പെടുത്താനാവത്തവിധം ഭിന്നരീതിയിലുമാണ്.

ഏടത്തിയമ്മയോടും ഉണ്ണ്യേട്ടനോടും ശിവരാമകൃഷ്ണന്റെ വീട്ടിൽ പോയ വിവരം പറഞ്ഞു. അവർക്ക് അദ്ദേഹത്തെ വലിയ മതിപ്പില്ലെന്നു തോന്നി. ഒന്നാമതായി മേനോൻ സ്ഥാനം വേണ്ടെന്നു വെച്ച ആള്. പിന്നെ അദ്ദേഹം വിവാഹം ചെയ്തിരിക്കുന്നത് ഒരു മുക്കുവ സ്ത്രീയെയാണത്രെ. എന്ത്? മുക്കുവ സ്ത്രീയോ? കേട്ടപ്പോൾ അതിശയ മാണ് തോന്നിയത്. മത്സ്യം വിൽക്കുന്ന മുക്കുവ സ്ത്രീകളെ കണ്ടിട്ടു ണ്ട്. അങ്ങനെയുള്ള ഒരു സ്ത്രീയെ ഇത്രയും പഠിപ്പും വലിയ ഉദ്യോ ഗവും ഉള്ള ഒരാൾ വിവാഹം കഴിക്കുമോ? സംശയം തോന്നി. എന്താ യാലും എനിക്കെന്താ. കഴിയുമെങ്കിൽ ആ ലൈബ്രറി ഉപയോഗിക്കണം. അദ്ദേഹം സമ്മതിക്കുമോ? അടുത്ത ശനിയാഴ്ച റെയിൽവെ സ്റ്റേഷന്റെ പുറത്തുകാത്തുനിന്നു. സ്റ്റേഷൻ ഇറങ്ങി അദ്ദേഹംവരുന്നതു കണ്ടപ്പോൾ ഒപ്പം നടന്നു. സംസാരത്തിൽ നിന്ന് മനസ്സിലായത് ശിവരാമകൃഷ്ണന് മലയാളസാഹിത്യത്തോട് വലിയ മതിപ്പൊന്നും ഇല്ലെന്നാണ്. മലയാള ത്തിന്റെ ജാതകം കുറിച്ച എഴുത്തച്ഛനെയും, കേരളീയരെ പൊട്ടിച്ചിരി പ്പിച്ച കുഞ്ചൻ നമ്പ്യാരെയും, കൃഷ്ണഗാഥ എഴുതിയ ചെറുശ്ശേരിയും മാത്രമാണ് മലയാളകവികൾ.പിന്നീടുണ്ടായ മലയാള സാഹിത്യകാരന്മാ രൊക്കെ എഴുത്തച്ഛന്റെയും നമ്പ്യാരുടെയും ചെറുശ്ശേരിയുടെയും വാക്കുകൾ തിരിച്ചും മറിച്ചും ഉപയോഗിച്ച് ഉപജീവനം നേടുന്നവരാണ്. മലയാളസാഹിത്യം അനുകരണത്തിന്റെ അനുകരണമാണെന്നാണ് അദ്ദേ ഹത്തിന്റെ അഭിപ്രായം. വേറൊന്നും ചെയ്യാനില്ലാത്ത ഒരാൾക്ക് സമയം പോക്കാൻ ഉതകുന്ന സാഹിത്യമേ മലയാളത്തിലുള്ളു എന്ന അദ്ദേഹ ത്തിന്റെ വാദഗതിയോട് യോജിക്കാൻ കഴിഞ്ഞില്ലെങ്കിലും അതിനെ

ഖണ്ഡിച്ചു സംസാരിക്കുവാൻ പ്രാപ്തനായിട്ടില്ല എന്നു തോന്നിയതിനാൽ അദ്ദേഹം പറയുന്നതെല്ലാം കേട്ടുകൊണ്ടിരിക്കുന്നു.

കഥകളി പദങ്ങൾ അദ്ദേഹം അസ്സലായി പാടും. പക്ഷേ അതു കേൾക്കാനുള്ള അദ്ദേഹത്തിന്റെ സഹധർമ്മിണിക്ക് മലയാളം അറിഞ്ഞുകൂടാ. ബോംബയിൽ വെച്ചാണ് അദ്ദേഹം വിവാഹിതനായത്. വിമല മുക്കുവ സമുദായത്തിൽപ്പെട്ടവളാണ്. വിദ്യാസമ്പന്നയാണ്. മലയാളി പെൺകുട്ടികളോട് മേനോന് വലിയ തൃപ്തിയില്ല. എണ്ണമയമുള്ള മുഖവും ദിവസവും എണ്ണതേച്ചു കുളിക്കുന്ന, എണ്ണ ഒലിപ്പിച്ചു നടക്കുന്ന കേരളീയ പെൺകുട്ടികളുടെ തല കണ്ടാൽ അറപ്പുതോന്നും എന്നാണ് അദ്ദേഹത്തിന്റെ കണ്ടുപിടുത്തം. എനിക്ക് അതിനോട് യോജിക്കാനായില്ല. അമ്മിണിയുടേതെന്നല്ല, സമൃദ്ധമായി തലമുടിയുള്ള ഏതു പൺകുട്ടിയെ കണ്ടാലും എന്റെ നോട്ടം ആദ്യം ചെല്ലുന്നത് അവരുടെ തലമുടിയിലേക്കാണ്. അമ്മിണിയുടെ നീണ്ടിരുണ്ട കാർകൂന്തൽ മനസ്സിൽ കണ്ടുകൊണ്ട് ബോബ് ചെയ്തൊതുക്കിയ വിമലയുടെ തലമുടി ആകർഷണീയമായി തോന്നിയില്ല. ഇതൊഴിച്ചാൽ വിമല സുന്ദരിയാണ്. നല്ല വെളുത്തനിറം, മുഖത്ത് തീരെ എണ്ണമയമില്ല. അവർ ബി.എ. പാസ്സായിട്ടുണ്ട്. മറ്റു പുരുഷന്മാരെ കാണുമ്പോൾ ലജ്ജാശീലം അഭിനയിക്കാൻ അവർക്ക് അറിഞ്ഞുകൂടാ. നല്ല സ്ഫുടതയോടെ ഇംഗ്ലീഷും ഹിന്ദിയും സംസാരിക്കും. ഏടത്തിയമ്മയുടെ കൂടെ മത്സ്യം വാങ്ങിക്കാൻ മാർക്കറ്റിൽ പോവാറുള്ളപ്പോൾ മുക്കുവത്തികളെ കണ്ടിട്ടുണ്ട്. അവരും വിമലയും തമ്മിൽ എത്ര വ്യത്യാസമാണുള്ളത്. വിദ്യാഭ്യാസവും ചുറ്റുപാടുകളും മനുഷ്യരെ എങ്ങനെയൊക്കെ ഉയർത്തുകയും താഴ്ത്തുകയും ചെയ്യുന്നു? വിമല തനിയെപോയി മത്സ്യവും പച്ചക്കറികളും വാങ്ങിക്കും. ഏടത്തിയമ്മ തനിയെ പുറത്തുപോയി തുടങ്ങിയിട്ടില്ല. മലയാളി സ്ത്രീകൾക്ക് ആൺതുണ കൂടിയേ കഴിയൂ.

വിമല ഒരു ട്രേയിൽ പലവിധത്തിലുള്ള പാത്രങ്ങളുമായി വന്നു. എന്താണിത്? ഒരു പിടിയും കിട്ടിയില്ല.

''ഞാൻ ചായ കൂട്ടട്ടേ,'' വിമല ശിവരാമകൃഷ്ണനോടു ചോദിച്ചു.

''കൂട്ടൂ.''

അപ്പോൾ ചായ ഇങ്ങനെയും തയ്യാറാക്കാമോ? നാട്ടിലും ബോംബയിൽ ചിഞ്ച്പൊക്ക്ളിയിലും, ഉണ്യേട്ടന്റെ വീട്ടിലും ചായ അടുക്കളയിൽ വെച്ചുകൂട്ടി ഗ്ലാസ്സിൽ കൊണ്ടുവന്നു തരുന്നതാണ് കുടിച്ചീട്ടുള്ളത്. വിമല

ചായ കൂട്ടാൻ ആരംഭിച്ചു. ആദ്യം ചായവെള്ളം സ്ഫടിക കപ്പിലേക്ക് ഒഴിച്ചു. മറ്റൊരു സ്ഫടിക കപ്പിൽ നിന്ന് പാല് ഒഴിച്ചു. ഒരു ഡബ്ബ തുറന്ന് സ്പൂൺകൊണ്ട് പഞ്ചസാര എടുത്തു ചായയിലിട്ട് ഇളക്കി എന്റെ നേരെ നീട്ടി. അതുപോലെ മറ്റു രണ്ടു കപ്പുകളിലും ചായകൂട്ടി. നല്ല ഭംഗിയുള്ള പാത്രങ്ങൾ. അതുപോലെ തന്നെ മുറിയ്ക്കുള്ളിലെ വൃത്തിയും. ജന ലിലെ കർട്ടനും ഒക്കെ എത്ര ഭംഗിയായി വെച്ചിരിക്കുന്നു. ഇതെങ്ങനെ സാധികക്ുന്നു. സുഭദ്രയ്ക്കും അമ്മിണിക്കും ഇങ്ങനെ ചായകൂട്ടാൻ വശമുണ്ടോ? സുഭദ്ര ഉണ്ടാക്കിയ ചായ കുടിച്ചിട്ടുണ്ട്. ദോശയുണ്ടാ ക്കാൻ അമ്മ പഠിപ്പിച്ചു എന്നും അവൾ പറഞ്ഞിട്ടുണ്ട്. അമ്മിണിക്കോ? ഒന്നും ചോദിച്ചിട്ടില്ല. അമ്മിണിയോ സുഭദ്രയോ ആരായാലും വേണ്ടില്ല, ബോംബയിൽ വരട്ടെ. എനിക്കും ഒരു വീടുവേണ്ടേ? വീട് ശുചിയാക്കിവെക്കാൻ നിർബ്ബന്ധിക്കും. നല്ല കർട്ടനുകൾ വേണം. നല്ല സോഫാസെറ്റുകൾ വേണം. ബുക്ക്ഷെൽഫ് അത്യാവശ്യമാണ്. ജൂഹുകടപ്പുറത്തും, മറൈൻഡ്രൈവിലും, ചൗപ്പാത്തിയിലും കൈകോർത്തു പിടിച്ച് നടക്കണം. ഓ! എന്തെല്ലാം സ്വപ്നങ്ങൾ. മനോ രാജ്യം കാണാൻ ചിലവൊന്നുമില്ലല്ലോ.

ഓർക്കാപ്പുറത്താണ് അച്ഛൻപെങ്ങളുടെ എഴുത്ത് ഉണ്ണ്യേട്ടന് കിട്ടിയ ത്. അമ്മ മരിച്ചു. അധികം കിടന്നില്ല. സുഭദ്രയുടെ കൂടെ ഗുരുവാ യൂർപോയി കുളിച്ചുതൊഴുതുവന്ന അന്ന് പനി തുടങ്ങി. മൂന്നാം ദിവസം മരിച്ചു. ഓഫീസുവിട്ടുവന്നപ്പോഴാണ് ഏടത്തിയമ്മ കത്ത് കാണിച്ചത്. വായിച്ചപ്പോൾ ആകെ തളർന്നതുപോലെ തോന്നി. അച്ഛമ്മ സ്നേഹവതി യായിരുന്നു. എന്നോടും സുഭദ്രയോടും പ്രത്യേക വാത്സല്യം കാണിച്ചി ട്ടുണ്ട്. ചെറിയമ്മക്ക് ആസ്പത്രിയിൽ ജോലിയാക്കികൊടുത്തത് അച്ഛമ്മ യല്ലേ. വലിയ അച്ഛൻപെങ്ങൾ പഠിച്ചില്ല. ചെറിയ അച്ഛൻപെങ്ങൾ പത്താംക്ലാസ്സ് ജയിച്ച ഉടനെ കമ്പൗണ്ടരുടെ പരിശീലനം നേടി. ഒരു കൊല്ലത്തെ ആ പരിശീലനം കഴിഞ്ഞ ഉടനെ ആസ്പത്രിയിൽ ജോലിയും കിട്ടി. മരണം! അത് എങ്ങനെയാണെന്ന് ഇതുവരെ കണ്ടിട്ടി ല്ല. അമ്മമ്മയുടെ മൃതദേഹമാണ് കണ്ടത്. അച്ഛമ്മയുടെ അനുഗ്രഹാശി സ്സുകൊണ്ടല്ലേ ഞാൻ ഇവിടെ കഴിയുന്നത്. ഉണ്ണ്യേട്ടൻ നാട്ടിൽ പോകു ന്നില്ല എന്നാണ് പറഞ്ഞത്. അച്ഛമ്മ ഒരു പിടിചാരമായി കഴിഞ്ഞില്ലേ? ഇനി ആര് ചെന്നാലെന്താ? ചെന്നില്ലെങ്കിലെന്താ?

ശിവരാമകൃഷ്ണന്റെ ലൈബ്രറി ഉപയോഗിക്കുവാനുള്ള സമ്മതം നേടി. മോത്തിലാൽ അടുപ്പമൊന്നും കാണിച്ചില്ല. ഒഴിഞ്ഞുമാറുന്ന ആളായിട്ടാണ് അനുഭവപ്പെട്ടത്. വളരെ ശ്രമപ്പെട്ട് അദ്ദേഹവുമായുള്ള പരിചയം വളർത്തിയെടുക്കണമെന്ന് എനിക്കും തോന്നിയില്ല. ഓഫീസിൽ കാണുമ്പോൾ 'ഹലോ' പറയുന്നതിൽ ഒതുങ്ങിനിന്നു ആ സൗഹൃദം. എല്ലാ ശനിയാഴ്ചയും ശിവരാമകൃഷ്ണന്റെ വീട്ടിലെത്തും. മൂന്നുനാലും പുസ്തകങ്ങൾ വീതം എടുത്തുകൊണ്ടുവരും. സ്റ്റൈപന്റ് കിട്ടിതുടങ്ങിയതുമുതൽ മാസംതോറും പത്തുറുപ്പികക്ക് പുസ്തകങ്ങൾ വരുത്തിതുടങ്ങി. ബഷീർ, പൊറ്റെക്കാട്ട്, ഉറൂബ്, കേശവദേവ്, തകഴി എന്നിവരുടെ ഏറ്റവും പുതിയ പുസ്തകങ്ങളുമായി ചങ്ങാത്തം സ്ഥാപിച്ചു. പ്രശസ്ത കവികളുടെ പുസ്തകങ്ങൾ വായിച്ചവയാണെങ്കിലും എന്റെ സ്വകാര്യ ലൈബ്രറിയിൽ ഇല്ലാത്തവ കണ്ടുപിടിച്ച് വരുത്തി തുടങ്ങി. വായിക്കുവാനുള്ള ഔത്സുക്യം ഏറി വരികയായിരുന്നു. ഒഴിവുസമയം മുഴുവൻ വായനയിൽ തന്നെ മുഴുകി. പുസ്തകങ്ങൾ ജീവിതത്തിന്റെ ഭാഗമായി. നോവലുകളും കഥകളും ഏടത്തിയമ്മയും ശാരദ വാരസ്യാരും വായിക്കും. കവിത ഇരുവരും തൊട്ടുനോക്കില്ല. വായനയിൽ ഹരംപിടിച്ച കാലഘട്ടം. മനസ്സിനിണങ്ങിയ ഓരോ പുസ്തകം വായിക്കുമ്പോഴും പുതിയ പുതിയ അറിവുകൾ അതിൽനിന്ന് കിട്ടുന്നു. ജയിൻ ഓസ്റ്റിൻ, ഡോസ്റ്റേയെവ്സ്ക്കി, ടോൾസ്റ്റോയ്, ചെക്കോവ്, ഗോർക്കി എന്നിവരുടെ കൃതികൾ പലതവണ വായിച്ചു. ജയിൻ ഓസ്റ്റിന്റെ കൃതികളോട് അടുപ്പം തോന്നി. സാധാരണ കുടുംബകാര്യങ്ങൾ പറയുന്ന ആ കൃതികൾ മനസ്സിൽ തട്ടി. ടോൾസ്റ്റോയിയും ജോസ്റ്റോയെവ്സ്കിയും ഒറ്റ വായനയിൽ വഴങ്ങിയില്ല. വീണ്ടും വീണ്ടും വായിച്ചു. മനസ്സിന് വല്ലാത്ത പിരിമുറുക്കം വരുമ്പോൾ വോഡ്ഹൗസിന്റെ കൃതികൾ കൊണ്ടുവന്നു വായിക്കും. ഫ്ളോബേർ, ബൽസാക്ക്, എമിലിസോളാ, മോപ്പസങ്ങ് എന്നിവരുടെ കൃതികൾക്ക് മുന്നിലും കണ്ണും നട്ടിരുന്നു.

അടുക്കുംതോറും ശിവരാമകൃഷ്നെ വിശ്വസിക്കാമെന്ന്തോന്നി. പരിചയപ്പെടുന്നവരുടെ മുഖംമൂടി മാറ്റി സത്യം കണ്ടുപിടിക്കാൻ അദ്ദേഹം സമർത്ഥനാണ്. വക്കീലല്ലേ. ഓരോരുത്തരുടെ പശ്ചാത്തലവും മനസ്സിലാക്കും. എന്റെ എല്ലാ വിവരങ്ങളും ഞാൻ അറിയാതെ തന്നെ സമർത്ഥനായ ആ വക്കീൽ ചോർത്തിയെടുത്തു. ഒരായുഷ്ക്കാലം മുഴുവൻ എന്റെ ഉപദേഷ്ടാവായിരുന്നതുപോലെ അദ്ദേഹത്തോട് ഉള്ളുതു

റന്ന് സംസാരിച്ചു. ചരിത്രമെല്ലാം അറിഞ്ഞപ്പോൾ അദ്ദേഹം ആശ്വസിപ്പിച്ചു. ''പ്രൊഫസറാവത്തതിൽ നിരാശപ്പെടാനൊന്നുമില്ല. ഇപ്പോൾ ജോലി ചെയയ്യുന്ന കമ്പനി വളരെ നല്ലതാണ്. ഉയരാവുന്നേടത്തോളം ഉദ്യോഗത്തിൽ ഉയരാം. ചെലിക്കമ്മ്യൂണിക്കേഷൻ ഇന്ത്യയിൽ വികസിച്ചു വരുന്നകാലമാണ്.''

മാർക്സിന്റെയും ഏയ്ജൽസിന്റെയും രാഷ്ട്രീയകൃതികൾ അദ്ദേഹത്തിന്റെ ഷെൽഫുകളിൽ കണ്ടു. രാഷ്ട്രീയത്തിൽ ഏതു പക്ഷത്തേക്കാണ് ചായ്വ് എന്നു മനസ്സിലായി. തൊഴിലാളികളുമായി അദ്ദേഹം ബന്ധപ്പെട്ടിരുന്നു. പ്രതിഫലം വാങ്ങാതെ അവർക്ക് നിയമോപദേശം നൽകുക പതിവാണ്. സാധാരണ നിരർത്ഥകങ്ങളായ കാര്യങ്ങൾ അദ്ദേഹം ഒരിക്കലും സംസാരിച്ചിരുന്നില്ല. ബോംബയ്ക്ക ഒരു ഇരുണ്ട മുഖമുണ്ടെന്നു മനസ്സിലായി.

സിനിമയ്ക്ക് പോവുന്നത് തൽക്കാലം നിറുത്തി. ഏടത്തിയമ്മയ്ക്ക് ചെറിയ കുട്ടിയുണ്ടല്ലൊ. ശിവരാമകൃഷ്ണന്റെ കൂടെ നടക്കാൻ ഇറങ്ങും. അദ്ദേഹം ബസ്സിൽ കേറാറില്ല. റെയിൽവെസ്റ്റേഷനിൽനിന്ന് ഇരുപതുമിനിറ്റു നടന്നാൽ വീട്ടിൽ എത്താം. അത്രയും ദൂരം നടക്കാൻ ഇഷ്ടപ്പെടാത്ത അനവധിയാത്രക്കാർ ബസ്സിന് 'ക്യൂ' നിൽക്കുന്നതു കാണാം. ചിലപ്പോൾ കുർള സ്റ്റേഷൻ വരെ നടക്കും. അവിടെയുള്ള ചേരിപ്രദേശങ്ങളിൽ സഞ്ചരിച്ചപ്പോൾ ബോംബയിലെ ഇരുണ്ട പ്രദേശങ്ങൾ കണ്ടു. വഴിവക്കിലും റെയിൽവെലെയിൻ പരിസരത്തും ഒഴിവു കാണുന്ന ഓരോപഴുതിലും കൊച്ചുകൊച്ചു കുടിലുകൾ കെട്ടിയിരിക്കുന്നു. കീറച്ചാക്കുകൾകൊണ്ടും, കാർഡ് ബോർഡുകൾകൊണ്ടും, പ്ലാസ്റ്റിക് കടലാസ്സുകൾകൊണ്ടും മൂന്നുഭാഗവും മറച്ച് മീതെ തകരക്കഷണങ്ങൾ മേഞ്ഞ കുടിലുകൾ. വെറുതെ കിട്ടുന്നതൊക്കെയാണ് ആ കുടിലുകൾ കെട്ടാൻ ഉപയോഗിച്ചിരിക്കുന്നത്. ആ കുടിലുകളിൽ മനുഷ്യർ തന്നെയാണ് താമസിക്കുന്നത്. അവിടെ ജനനവും മരണവും നടക്കുന്നുണ്ട്. അഴുക്കുജലം പരിസരങ്ങളിൽ കെട്ടിക്കിടക്കുന്നു. മലമൂത്രവിസർജ്ജനവും അവിടെ തന്നെ. പോർക്കുകൾ ധാരാളമുണ്ട് ആ പ്രദേശത്ത്. ഒഴിഞ്ഞകുപ്പികൾ, തകരപ്പാട്ടകൾ, വഴിയിൽനിന്നു പെറുക്കി എടുക്കുന്ന മറ്റു ഉപയോഗശൂന്യമായ വസ്തുക്കളും മിക്കസ്ഥലത്തും കുന്നുകൂടി കിടക്കുന്നു. ഈ സ്ലം ഏരിയയിലും മലയാളികൾ താമസിക്കുന്നുണ്ട്. അവർക്കും പ്രശ്നങ്ങളുണ്ട്. ദാദമാരുടെ ശല്യം, പിരിവുകൊടുത്തി

ല്ലെങ്കിൽ ഭീഷണി, അടിപിടി ഇതൊക്കെ അവിടെ സാധാരണ സംഭവങ്ങളാണ്. കുടിലുകൾ കെട്ടാൻ സാധിക്കാത്തവർക്ക് ഒരു കയർ കട്ടിലിടാൻ സ്ഥലം കൊടുത്താൽ അഥിനും വാടകയുണ്ട്. നഗരം നരകത്തിന്റെ പര്യായമായി മാറുന്നത് ഇവിടെ ദൃശ്യമാകുന്നു. ഇവരുടെ ജീവിതെ കാണുമ്പോൾ ചിഞ്ച്പൊക്ക്ളിയിൽ ആ പഴഞ്ചൻ കെട്ടിടത്തിലെ അന്തേവാസികളുടെ ജീവിതം എത്ര ഉയർന്നതാണ്. പഠിക്കുന്ന കാല്തത് പട്ടേലിന്റെ കൂടെ നടന്നുകണ്ട ബോംബെ വേറെയാണ്. ഇത് വേറൊരു ബോംബെയാണ്. ഇതുപോലുള്ള സ്ലം ഏരിയകൾ ബോംബയിൽ വേറെയുമുണ്ടത്രെ.

അവിടെയുള്ള മലയാളികളെ ശിവരാമകൃഷ്ണന് പരിചയമാണ്. മിക്കവർക്കും തൊഴിൽ പ്രശ്നങ്ങളുണ്ട്. പറഞ്ഞുറപ്പിച്ച കൂലികൊടുക്കില്ല. ആഴ്ചയിൽ ഒരു ദിവസം ഒഴിവു കൊടുക്കില്ല. ചിലപ്പോൾ ഗൂർക്കയെകൊണ്ട് തല്ലിക്കും. ശിവരാമകൃഷ്ണൻ എല്ലാം സഹതാപപൂർവം കേൾക്കും. നിയമവശങ്ങളെല്ലാം ചിന്തിച്ച് സാധിക്കുന്ന സഹായങ്ങൾ ചെയ്തുകൊടുക്കും. ഈ സോഷ്യലിസ്റ്റ് ആശയമുള്ള ശിവരാമകൃഷ്ണനും പത്നിയും എന്തുകൊണ്ട് ഇത്ര വലിയ ഫ്ളാറ്റിൽ താമസിക്കുന്നു എന്ന് ആലോചിക്കും. ഒരു ദിവസം എന്റെ സംശയത്തിന് ആഹേം മറുപടി പറഞ്ഞു.

‘‘ഈ ഫ്ളാറ്റിന് ഞാൻ വാടക കൊടുക്കുന്നില്ല. കമ്പനിയുടെ സ്റ്റാറ്റസിന് അനുസരിച്ച് ഫ്ളാറ്റ് അവർ ഏർപ്പാടു ചെയ്തുതരുന്നു. വേണമെന്നുണ്ടെങ്കിൽ സിറ്റിയിൽ ഇതിലും വലിയ ഫ്ളാറ്റ് കണ്ടുപിടിച്ച് താമസിക്കാം. അതുവേണ്ടെന്നുവെച്ചാണ് പ്രാന്ത പ്രദേശത്തു വന്നു താമസിക്കുന്നത.’’

‘‘മോത്തിലാലിനും കമ്പനി ഏർപ്പാടു ചെയ്തു കൊടുത്ത ഫ്ളാറ്റാണോ?’’

‘‘അല്ല. എയർഫോർസിൽ നിന്ന് പെൻഷ്യൻ കിട്ടുന്നുണ്ട്. നിങ്ങളുടെ കമ്പനിയിൽ നിന്ന് കനത്ത ശമ്പളവും കിട്ടുന്നുണ്ട്. വാടക കൊടുക്കണം.’’

‘‘മോത്തിലാൽ എന്താ ആരോടും അടുക്കാക്കത്?’’

‘‘അധികമൊന്നും എനിക്കും മനസ്സിലാക്കാൻ കഴിഞ്ഞിട്ടില്ല. ഉള്ളുതുറന്ന് സംസാരിക്കാത്ത പ്രകൃതമാണ് മോത്തിലാലിന്റേയും ഭാര്യയുടേയും.’’

''അപ്പോൾ വക്കീലിന്റെ സാമർത്ഥ്യം അവരുടെ അടുക്കൽ ഏശി യില്ല എന്നുസാരം.''

''എങ്ങനെയെങ്കിലും വ്യാഖ്യാനിക്കാം. അവർക്ക് ഒരുമകളുണ്ട്. മദ്രാ സിൽ പഠിക്കുകയാണെന്നു പറഞ്ഞു. റജിസ്റ്റർ മാര്യേജ് ആയിരുന്നു എന്നും അറിഞ്ഞു. അതും മദ്രാസിൽ വെച്ചാണുണ്ടായത്.''

ആ ആഴ്ചയിൽ ''ടൈംസ് ഓഫ് ഇന്ത്യ''യിൽ ചില പരസ്യങ്ങൾ കണ്ടു. പോസ്റ്റ് ആൻഡ് ടെലിഗ്രാഫ് ഡിപ്പാർട്ടുമെണ്ടിൽ ജൂനിയർ എൻജിനീയർമാരേയും റെയിൽവെയിൽ സിഗ്നൽ ഓഫീസർമാരെയും ആവശ്യമുണ്ട്. ജോലി മാറണോ എന്ന സംശയം മനസ്സിൽ കടന്നുകൂടി. ശിവരാമകൃഷ്ണനോടുള്ള പരിചയം എന്നെ ഒരാത്മവിശ്വാസിയാക്കി വളർത്തി എന്നു പറയാം. ബോംബയിൽ അദ്ദേഹത്തിന്റെ അടുത്ത് ഞാൻ സുരക്ഷിതനാണെന്നുള്ള തോന്നലുണ്ടായി.

''വിമാനത്തിൽ യാത്രചെയ്യണോ? വിദേശത്ത് ജോലിനോക്കാൻ താല്പര്യമുണ്ടോ? അതോ ഇന്ത്യയിൽ തീവണ്ടിയിൽ യാത്ര ചെയ്ത് ചെറുനഗരങ്ങളിൽ ജോലി ചെയ്യണോ? ഏതാണ് നല്ലതെന്ന് ആലോ ചിച്ചു തീരുമാനിക്കൂ.''

പിന്നീട് സംശയം തോന്നിയില്ല. ഇവിടെതന്നെമതി. ഉയരാവുന്നേട ത്തോളം ഉയരണം.

വർക്ക്ഷോപ്പിൽ ആറുമാസം കഴിഞ്ഞ് എന്നെ ഓപ്പറേഷൻ ഡിവിഷ നിലേക്കും ആചാര്യയെ വർക്ക്ഷോപ്പിലേക്കും മാറ്റിയ മെമ്മോകിട്ടി. ടെലിപ്രിന്റർ സർക്യൂട്ടുകൾ, പി.എ.ബി.എക്സ്, പി.ബി.എക്സ്, ഇന്റർകോം എംക്സഞ്ചുകൾ ഇവയൊക്കെ ഈ ഡിവിഷനിലാണ്. ഇവിടെ ഓപ്പറേറ്റേഴ്സ് ഇരുപത്തിനാലു മണിക്കൂറും ഷിഫ്ടായി ജോലി നോക്കുന്നു. ടെലിപ്രിന്റർ ഓപ്പറേറ്റർമാർ പുരുഷന്മാരും ടെലിഫോണിൽ പുരുഷന്മാരും സ്ത്രീകളും ജോലിചെയ്യുന്നുണ്ട്. അതിനോടനുബന്ധി ച്ചുള്ള അഡ്മിനിസ്റ്റ്രേഷൻ ഓഫീസിൽ സ്ത്രീകളും പുരുഷന്മാരും ഉണ്ട്. ടെലിപ്രിന്റർ സെക്ഷനിൽ ഇപ്പോഴുള്ള മാന്യവൽ ഓപ്പറേഷൻ ഓട്ടോമാ റ്റിക് ആക്കണം. ഓരോ സർക്യൂട്ടിന്റെയും സ്ഥിതിവിവര കണക്കുകൾ പഠിച്ച് ആവശ്യമെങ്കിൽ ഇപ്പോഴുള്ള സിംപ്ലക്സ് സർക്യൂട്ടുകൾ ഡ്യൂപ്ലക്സ് ആക്കണം. ഓപ്പറേറ്റേഴ്സിന് പല പരാതികളുണ്ട്. ഇവ യൊക്കെ പഠിച്ച് റിപ്പോർട്ടു ചെയ്യാനാണ് നിർദ്ദേശം. ഡ്യൂപ്ലക്സ് സർക്ക്യൂട്ടിനുള്ള വയറിംങ്ങ് ഡൈയഗ്രാം തയ്യാറാക്കിക്കൊണ്ടിരിക്കു

മ്പോൾ സുനീത മുന്നിൽ വന്നു നിന്നു. അഡ്മിനിസ്റ്റേറ്റീവ് സെക്ഷനിൽ സ്റ്റെനോഗ്രാഫറാണ് സുനിത. ആദ്യമൊന്നും ആരോടും അടുക്കാൻ പോയില്ല. സുനീത ഇങ്ങോട്ടു അടുത്തു തുടങ്ങി. ഓഫീസ് കാര്യങ്ങൾക്കായി അവളുമായി ഇടപഴകാതെ പറ്റില്ലല്ലോ. പതുക്കെ പതുക്കെ നോട്ടവും സംസാരവുമായി. കിന്നാരം പറച്ചിലുകൾ സ്പർശനത്തിലേക്കു വളർന്നു. എന്റെ മനസ്സിൽ അമ്മിണിയുണ്ട്, സുഭദ്രയുണ്ട്, ഒന്നിനെകൂടി വലിച്ചുകേറ്റണോ? ഒരു ദിവസം സാരിക്കുപകരം ഇളം റോസ്നിറത്തിലുള്ള സാൽവാർ കമ്മീസ് ധരിച്ചുവന്ന സുനീതയെ ശ്രദ്ധിക്കാതിരിക്കാൻ കഴിഞ്ഞില്ല. കൈത്തണ്ടകളും മുഖവും മാത്രം കാണാം. കൈതപ്പൂവിന്റെ നിറം, ധാരാളം തലമുടിയുള്ളത് പിന്നിയിട്ടിരിക്കുന്നു. അധികം വണ്ണമില്ല. കനം കുറഞ്ഞ ഒരു ചെയിൻ കഴുത്തിൽ. കാതിൽ വളയങ്ങൾ. നാട്ടിൽ പെൺകുട്ടികളുടെ കാതിൽ വളയങ്ങൾ കണ്ടിട്ടില്ല. കമ്മലോ ജിംക്കിയോ ആണ് മിക്കവരും ധരിക്കാറ്. നനുത്തുതുടുത്ത ചുണ്ടുകളും അരിമുല്ല മൊട്ടുകൾപോലെ പല്ലുകളും, ചിരിക്കുമ്പോൾ എന്തുവെണ്മയാണ് ആ പല്ലുകൾക്ക്. കുട്ടിത്തം വിട്ടിട്ടില്ലാത്ത നിഷ്ക്കളങ്കഭാവം. അതുകൊണ്ട് പ്രായം കണക്കാക്കാൻ വിഷമം തോന്നി. രാവിലെ ഓഫീസിൽ വന്നാൽ 'ഗുഡ്മോർണിംങ്ങ് സാർ' എന്നു പറഞ്ഞേ അവളുടെ മേശയ്ക്കരികിലെത്തൂ. അതുപോലെ വൈകുന്നോരം പോകാൻ നേരത്തും യാത്രചോദിക്കും. മറ്റുള്ളവർ മിക്കവർക്കും ഈ പതിവൊന്നുമില്ല. അവർ എപ്പോൾ വന്നു, എപ്പോൾ പോയി, ഇതൊക്കെ നോക്കാൻ ടൈം ഓഫീസുണ്ട്. ജോലിക്കു വരുന്ന സമയത്തും ജോലി കഴിഞ്ഞ് പോകുന്ന സമയത്തും അവർക്ക് കാർഡു പഞ്ചുചെയ്യണം.

ഒരു ഞായറാഴ്ച ദാദറിൽ ചുറ്റികറങ്ങുമ്പോൾ സുനീതയെ കണ്ടു. അവൾ ഷോപ്പിംങ്ങ് കഴിഞ്ഞ് വീട്ടിലേക്ക് മടങ്ങുകയാണ്. അവളുടെ വീട്ടിലേക്ക് ക്ഷണിച്ചു. വേണോ വേണ്ടയോ എന്ന് ആദ്യം സംശയിച്ചെങ്കിലും അവസാനം അവളുടെ കൂടെ പോയി. സുനീത ഡോർബെൽ അടിച്ചപ്പോൾ ഒരു സ്ത്രീ വന്നു വാതിൽ തുറന്നു. മറാഠി സ്ത്രീകളുടെ വസ്ത്രധാരണ രീതിയാണ് അവരുടേത്. കെട്ടിടത്തിന്റെ രണ്ടാം നിലയിലാണ് ആ ഫ്ളാറ്റ്. സിറ്റിംങ്ങ് റൂമിൽ പഴക്കമേറിയ മൂന്നുനാലു കേസരകൾ. ഒരു മൂലയിൽ ഒരു ചെറിയമേശ. അതിനുമുകളിൽ ഒറു ടൈംപീസ്, ഒരുസ്ലേറ്റും പെൻസിലും അവൾ അവളുടെ അമ്മക്ക് മറാഠിഭാഷ

യിൽ എന്നെ പരിചയപ്പെടുത്തി. അവളുടെ ഓഫീസിലെ പുതിയ സാറാണ് എന്നു പറഞ്ഞാണ് പരിചയപ്പെടുത്തിയത്. അവർ നമസ്തേ പറഞ്ഞു. മാനസിക പീഠനങ്ങൾ ഒട്ടേറെ അനുഭവിച്ച ഒറു മുഖമാണ് അവരിൽ കണ്ടത്. ഒറു സാത്വികപ്രകൃതി. പുറമെ നടക്കുന്ന വൃത്താന്ത ങ്ങളൊന്നും അവർ അറിയുന്നില്ലേ? അന്വേഷിക്കുന്നില്ലെ? സമയം ഒറുമ ണിയാവാറായി. ഊണുകഴിഞ്ഞപോകാവൂ എന്ന് അവർ നിർബന്ധിച്ചു, സുനീത അടുക്കളയിൽ പോയി അവളുടെ സഹോദരിയെ കൂട്ടിക്കൊ ണ്ടുവന്നു. സുനീതയേക്കാൾ സുന്ദരിയാണ് ആ കുട്ടി. അവൾക്ക് പതി നേഴുവയസ്സായിട്ടുണ്ടാവണം. വെളുത്തനിറം, നെറ്റിയിൽ കുറുനിരകൾ ചിതറികിടക്കുന്നു, തങ്കനിറമാർന്ന കവിൾത്തടങ്ങൾ. നിഷ്ക്കളങ്കത യാണ് ആ മുഖത്തു കാണുന്നത്. പാവാടയും ബ്ളൗസുമാണ് വേഷം. അവളുടെ ചലിച്ചുകൊണ്ടിരിക്കുന്ന കരിമിഴികളിലേക്കും തുടുത്തകപോ ലങ്ങളിലേക്കും മാറിമാറിനോക്കി ഞാൻ ചോദിച്ചു.

''പേരെന്താണ്?''

ചോദ്യം കേൾക്കാത്ത ഭാവം നടിച്ച് അവൾ വെളുക്കെ ചിരിച്ചു.

ഞാൻ വീണ്ടും ചോദിച്ചു. ''കോളേജിൽ പഠിക്കുന്നില്ലേ?''

ആ കുട്ടിയുടെ മുഖത്ത് നിർവ്വികാരത മാത്രം. സുനീത പറഞ്ഞു. 'സുമതി ബധിരയും മൂകയുമാണ്. ബധിരമൂക വിദ്യാലയത്തിൽ പഠിച്ച് അവൾ പത്താംക്ലാസ്സ് പാസ്സായി നിൽക്കുകയാണ്.''

എനിക്ക് അമ്പരപ്പാണുണ്ടായത്. ഇത്രയും സൗന്ദര്യമുള്ള ഈ പെൺകുട്ടി ബധിരയും മൂകയും ആണെന്ന് വിശ്വസിക്കുവാൻ വിഷമം തോന്നി.

സുനീത പറഞ്ഞു. ''അമ്മ അവളോട് ആംഗ്യഭാഷയിൽ സംസാരി ക്കും. സുനീതയും അവളും ആശയവിനിമയം നടത്തുന്നത് സ്ലേറ്റിൽ എഴുതികൊണ്ടാണ്.''

സുനീത ഒരു പ്ലേറ്റിൽ പൂരിയും കറികളും കട്ടതൈരും കൊണ്ടുവ ന്നു. ചൂടുള്ള പൂരിയുടെ പൊള്ളച്ചഭാഗത്തിൽ വിരൽ അമർത്തിയപ്പോൾ ആവിയുയർന്നു. ചൂടുള്ള പൂരി തൈരിൽ മുക്കി നുണഞ്ഞപ്പോൾ നല്ല സ്വാദ്. തൈരിൽ അല്പം പഞ്ചസാര ചേർത്തിട്ടുണ്ടെന്നുതോന്നി. തിരിയെ പോരുമ്പോൾ ചിന്ത സുമതിയെപ്പറ്റിയായിരുന്നു. ആ കുട്ടിയെ ആരെങ്കിലും വിവാഹം കഴിക്കുമോ? ഇങ്ങനെ ഒരനുജത്തി ഉള്ളപ്പോൾ സുനീതക്ക് വിവാഹിതയായി പോവാൻ എങ്ങനെ കഴിയും

സുനീതയുടെ വീട്ടിൽ പോയവിവരം ശിവരാമകൃഷ്ണനോടു പറഞ്ഞു. സുമതിയുടെ കാര്യം പറഞ്ഞപ്പോൾ പ്രത്യേകിച്ച് അദ്ദേഹം ഒന്നും പറഞ്ഞില്ല. ആ കുട്ടിയെ എങ്ങനെ സഹായിക്കുവാൻ കഴിയും എന്നായിരുന്നു എന്റെ ചിന്ത. സുനീതക്ക് നല്ലൊരു ദാമ്പത്യജീവിതെ ഉണ്ടാകണമെങ്കിൽ സുമതി ആദ്യം വിവാഹിതയാവണം. സുനീതയെ പെണ്ണുകാണാൻ വരുന്നവർ എത്ര വിശാലമനസ്ക്കരായാലും സുമതിയുടെ കാര്യം അറിയുമ്പോൾ പിന്മാറില്ലേ?

പാരമ്പര്യത്തിൽ വിശ്വസിക്കുന്ന എത്രയോ ആൾക്കാരുണ്ട്. ഒരു പക്ഷേ സുനീതക്കുണ്ടാവുന്ന കുഞ്ഞുങ്ങളിലൊന്ന് ഊമയും ബധിരയും ആയിക്കൂടെ? ശിവരാമകൃഷ്ണൻ എല്ലാംകേട്ടു.

അവസാനം ചോദിച്ച, ''സുനീതയെ കല്യാണം കഴിക്കാൻ ഉദ്ദേശമുണ്ടോ?''

'' ഇല്ലേ, ഇല്ല.''

''പിന്നെന്തിനാ ഈ ചിന്തയൊക്കെ?''

''ചിന്തിക്കുന്നതിനെന്താ വിരോധം? സുമതിയെ എങ്ങനെയെങ്കിലും സഹായിക്കണമെന്നുണ്ട്.''

''കല്യാണം കഴിച്ചോളൂ. സുന്ദരികുട്ടിയല്ലേ?''

''ആ ഉദ്ദേശം ഇല്ല.''

''പിന്നെന്താ വേണ്ടത്.? ടാഗോറിന്റെ 'സുഭ' എന്ന ചെറുകഥ വായിച്ചിട്ടില്ലേ?''

''ഉവ്വ്. സുമതിക്ക് നിങ്ങളുടെ കമ്പനിയിൽ പാക്കിംങ്ങ് ഡിപ്പാർട്ടുമെണ്ടിൽ ഒരു ജോലി തരപ്പെടുത്തിക്കൂടെ?''

''ഒഴിവു വരട്ടെ. അവിടെ ഇത്തരത്തിലുള്ള രണ്ടു മൂന്നെണ്ണമുണ്ട്.''

''അതുവ്വോ?''

''ബോംബയിൽ ഇത്തരക്കാർ ധാരളമുണ്ട്. മിക്കവരും പാവങ്ങളായിരിക്കും. തലവിധി എന്നു കരുതി ജീവിതകാലം മുഴുവൻ ദുഃഖിച്ചു കഴിയും. ചുരുക്കം ചിലർമാത്രം അന്ധ-ബധിര-മൂക വിദ്യാലയത്തിൽ പഠിച്ച് എസ്സ്.എസ്സ്.സി. പാസ്സാകും. അവർക്ക് എളുപ്പം ജോലിയും കിട്ടും.''

സുനീതയോട് ഈ വിവരമൊന്നും പറഞ്ഞില്ല. എന്തെങ്കിലും വിവരങ്ങൾ ശിവരാമകൃഷ്ണനിൽ നിന്ന് അറിഞ്ഞതിനുശേഷം പറയാം എന്നു തീരുമാനിച്ചു. അവളുമായി പരിചയപ്പെട്ടതുമുതൽ നഗരത്തിന്റെ

വിസ്മയാവഹമായ യാന്ത്രിക സംസ്കാരത്തോട് ഇണങ്ങിച്ചേരാനും അങ്ങനെ ഏകാന്തതയെ വിസ്മരിക്കാനും ശീലിച്ചു തുടങ്ങി. അവളുടെ നോട്ടവും ഭാവവും ശ്രദ്ധിക്കുംതോറും അവൾ എന്നെ സ്നേഹിക്കുന്നുണ്ടെന്നും എന്നിൽനിന്ന് പലതും പ്രതീക്ഷിക്കുന്നുണ്ടെന്നും തോന്നി. ജീവിരത്തിന് ഒരുമാറ്റം വന്നു. എനിക്കൊരു പുതിയ ജീവൻ പകർന്നു തരുകയാണോ അവൾ? സുമീതയോട് ഒരടുപ്പം തോന്നി എന്നതു ശരിയാണ്. എന്നും അടുത്തുകാണുന്ന അവിവാഹിതരായ ആണിനും പെണ്ണിനും അന്യോന്യം തോന്നുന്ന ഒരടുപ്പമല്ലേ അത്?

എന്റെ ഹൃദയത്തിൽ ഇപ്പോൾ സ്ത്രീകൾ മൂന്നാണ്. അമ്മിണി, സുഭദ്ര, സുനീത. ആരെ തെരഞ്ഞെടുക്കും? ഏലിക്കുട്ടി മഠത്തിൽ ചേർന്നിരുന്നില്ലെങ്കിൽ അവൾക്കും എന്റെ ഹൃദയത്തിൽ സ്ഥാനമുണ്ടായിരിക്കുമായിരുന്നില്ലേ. എനിക്ക് ആരേയും ആത്മാർത്ഥമായി സ്നേഹിക്കാൻ കഴിവില്ലേ? സുഭദ്രയും സുനീതയും മുൻകൈ എടുത്തവരാണ്. എനിക്ക് ഉറച്ചുനിൽക്കാൻ കഴിയുന്നില്ല. പ്രായത്തിന്റെ ദെർബ്ബല്യത്തിനെതിരെ പൊരുതുവാൻ സാധിക്കാത്തതെന്തുകൊണ്ട്? സുനീതയെ കാണുമ്പോൾ എന്നിൽ ഭോഗചിന്തകൾ ഉണരുന്നുണ്ടോ? പാവനമായ പഴയ മൂല്യങ്ങൾ പുലർത്തിപോരുന്ന അവളുടെ വീട്. കൂസലില്ലാതെ സുനീത സംസാരിക്കുന്നു. എന്റെ വരയൻമീശ അവൾക്ക് നന്നേ ഇഷ്ടപ്പെട്ടുവത്രെ. ഞാനോ? ഇപ്പോഴും ഒരു നാണം കുണുങ്ങി.

ശനിയും ഞായറും സുനീതയോടൊപ്പം ബീച്ചിലും തിയറ്ററിലുമായി കഴിഞ്ഞു. മറൈൻഡ്രൈവ് സന്ധ്യയുടെ ചായം പൂശി സുന്ദരിയായി കഴിഞ്ഞിരുന്നു. പഠിക്കുമ്പോൾ പട്ടേലിനോടൊപ്പം ഇവിടെ വന്നിട്ടുണ്ടെങ്കിലും അന്നൊന്നും തോന്നാത്ത മനോഹാരിത അവളൊന്നിച്ചു നടന്നപ്പോൾ തോന്നി. മറൈൻഡ്രൈവ് ബീച്ചിൽ ആൾക്കൂട്ടത്തിൽ ഞാനും സുനീതയും മണലിൽ കൈകോർത്തു പിടിച്ച് നടക്കുമ്പോഴും സുഭദ്രയെയും അമ്മിണിയെയും ഓർക്കുന്നു. ഇവളോടൊപ്പം വരേണ്ടിയിരുന്നില്ലെന്നു തോന്നി. അവൾക്കൊരു കൂസലുമില്ല. ഇരുവരും മുട്ടിയുരുമ്മി നടന്നു. സൽവാർ കമ്മീസാണ് അവളുടെ വേഷം. മാറിടം മുഴുപ്പോടെ ഉയർന്ന നിൽക്കുന്നതു തെളിഞ്ഞുകാണാം. തലമുടി ഉയർത്തി ഒറ്റ റിബ്ബൺകൊണ്ട് ഒരു കെട്ടുകെട്ടി പോണിടെയിൽ ആക്കിയിരിക്കുന്നു. ഒറ്റപ്പെട്ട ചുരുണ്ട ഏതാനും മുടിയിഴകൾ പിൻകഴുത്തിൽ ചിതറി കിടക്കുന്നു. സൽവാർ കമ്മീസിൽ അവളുടെ വണ്ണം കുറച്ചേ തോന്നുകയു

ള്ളൂ. അവളോടൊപ്പം നടക്കുമ്പോഴും മനസ്സിൽ അളക്കലും ചൊരിയലു മായിരുന്നു. അമ്മിണിയോ? സുഭദ്രയോ? അമ്മിണിക്ക് സൽവാർ കമ്മീസ് നല്ലയോജിപ്പായിരിക്കും. സുഭദ്രയ്ക്ക് അതു ചേരുമെന്നു തോന്നുന്നില്ല. ആരായാലും വരട്ടെ! ബോംബയിൽ വരട്ടെ! നേരം സന്ധ്യയോടടുത്തു. കടപ്പുറത്തുനിന്ന് ചിലർ മടങ്ങിത്തുടങ്ങി. വേറെ ചിലർ പുതുതായി വരുന്നുണ്ട്. മടങ്ങി പോവാൻ ഞാൻ തിടുക്കം കൂട്ടി. അവൾക്ക് സമ്മതമല്ല.

''നിന്റെ അമ്മയും അനുജത്തിയും കാത്തിരിക്കില്ലേ?''

''അമ്മയ്ക്കറിയാം ഞാൻ സാറിന്റെ കൂടെയാണ് പോന്നതെന്ന്.''

വയറ്റിൽ തീയാളി. ഏതെങ്കിലും ഒരമ്മ തന്റെ മകളെ ഒരു പരപുരു ഷന്റെ കൂടെ നടക്കാൻ സമ്മതിക്കുമോ? ഇത് നാടല്ലല്ലോ. മഹാനഗരമ ല്ലേ? ഒരുപക്ഷേ സുനീതയുടെ അമ്മയ്ക്ക് അവളെ നിയന്ത്രിക്കാൻ പറ്റാത്ത നിലയിലായിരിക്കാം. അവളെ നിർബ്ബന്ധിച്ചു പിടിച്ചു വലിച്ച് റെയിൽവെ സ്റ്റേഷനിലെത്തി വണ്ടികയറി. ദാദാറിൽ അവൾ ഇറങ്ങുന്ന തിനുമുമ്പ് 'ഗുഡ് നൈറ്റ്' പറഞ്ഞു പിരിഞ്ഞു. സാന്റാക്രൂസിൽ എത്തിയ പ്പോൾ ഏടത്തിയമ്മയ്ക്ക് സംശയം.

''എവിട്യായിരുന്നു ഇതുവരെ?''

''മറൈൻഡ്രൈവ് ബീച്ചിൽ നടക്കാൻ പോയി.''

''പിന്നെ ആരായിരുന്നു കൂടെ.''

''ബീച്ചിലുള്ളവരെല്ലാം കൂടെയുണ്ടായിരുന്നു.''

''നൊണയോന്നും പറേണ്ട. ആഫീസിലുള്ള പെണ്ണുങ്ങൾ വലയിട്ടു പിടിക്കും. അതിൽ കുടുങ്ങണ്ട.''

''കുടുങ്ങ്യാലെന്താ?''

''ഞാൻ സുഭദ്രയെക്കെഴുതും.''

''വേണ്ടാത്തതൊന്നും എഴുതണ്ട. ഞാൻ ആരുടേം വലേലൊന്നും കുടുങ്ങീട്ടില്ല.''

ഓഫീസിൽ ഇന്ററർകോമിൽ സംസാരിക്കുമ്പോൾ സുനീത ചില തമാശകൾ പറയാൻ തുടങ്ങി. 'സാർ' വിളി നിറുത്തിയില്ല. നിറുത്താൻ പറഞ്ഞതുമില്ല. എന്റെ പ്രായം അതല്ലേ? അകറ്റേണ്ടതിനെ അകറ്റാൻ കഴി യുന്നില്ല. അടുക്കാനുള്ളവർ വിദൂരത്തും. അപ്പോൾ കിട്ടിയതിന്മേൽ പടർന്നു കയറുന്നു. അനുഭവിക്കണോ? വേണ്ട, തെറ്റുകളിൽനിന്ന് ഒഴി ഞ്ഞുനിൽക്കാനാണല്ലോ ഇതുവരെ ശ്രമിച്ചത്. ഒരു പരിധിവരെ മാത്രം

അടുപ്പിച്ചാൽ മതി. മനസ്സ് കടുപ്പമാക്കണമെന്ന വിചാരിച്ചാലും അവൾ അടുത്തു വന്നാൽ എല്ലാം മറക്കും.

ഒരു ദിവസം സുനീതയെ ഇന്റർകോമിൽ വിളിച്ചു. അവൾ ഓടിവന്നു. ''സുമതിയെ ജോലിക്ക് അയക്കാൻ സമ്മതമാണോ?''

അവൾ കുറച്ചുസമയം അമ്പരന്നുനിന്നു. ''എവിട്യാജോലി? എന്താ ജോലി?''

കമ്പനിയുടെ പേര് പറഞ്ഞു. വലിയ സ്ഥാപനമാണെന്ന് അവൾക്കറിയാം.

''പാക്കിംങ്ങ് ഡിപ്പാർട്ടുമെണ്ടിലാ ജോലി. പ്രയാസമില്ലാത്ത ജോലിയാണ്. തീവണ്ടിയിൽ ദിവസവും യാത്ര ചെയ്യണം.''

''അമ്മയോട് ആലോചിച്ച് നാളെ പറഞ്ഞാൽ പോരേ?''

''മതി.''

പിറ്റേദിവസം സുനീത ആഫീസിൽ വന്ന് 'ഗുഡ്മോർണിംങ്ങ്' പറഞ്ഞു.''അമ്മയ്ക്ക് സാറിനെ ഒന്നു കണ്ടാൽ കൊള്ളാമെന്നു പറഞ്ഞു.''

''എന്തിനാ?''

''സുമതിയുടെ ജോലിക്കാര്യത്തെപ്പറ്റി സംസാരിക്കാനാ.''

''സംസാരിക്കാനെന്താണുള്ളത്? ജോലി വേണെങ്കിൽ പോവ്വാ, വേണ്ടെങ്കിൽ വേണ്ടെന്നു വെയ്ക്ക്യാ.''

''ജോലി വേണം. സുമതിക്കും ഇഷ്ടാണ്. എന്തായാലും സാറിനെ ഒന്നു കാണണമെന്നു പറഞ്ഞു.''

''ശരി, ശനിയാഴ്ചയോ, ഞായറാഴ്ചയോ വരാം.''

''അതുപോരാ. ഇന്നുതന്നെ ഓഫീസുവിട്ടാൽ ഒരുമിച്ചു പോവാം.''

''നോക്കട്ടെ.''

ഓഫീസു വിടുന്നതിനു കുറച്ചുമുമ്പ് അവൾ ക്യാബനിയിൽ വന്നിരിപ്പായി, കൂടെകൊണ്ടേ പോകൂ എന്ന വാശിയോടെ. അവളുടെ വീട്ടിലെത്തിയപ്പോൾ മന്ദസ്മിതം തൂകുന്ന മുഖകമലവുമായി സുമതിയാണ് വാതിൽ തുറന്നത്. അവളുടെ തുടുത്തു ചുമന്ന മുഖത്ത് വിവിധ വികാരങ്ങളുടെ സങ്കലിത ഭാവമാണ് കണ്ടത്. സുനീത കുളിമുറിയിൽ കയറി. അവളുടെ അമ്മ കൊണ്ടുവന്ന ചായ കുടിച്ചുകൊണ്ടിരിക്കുമ്പോൾ സ്ലേറ്റും പെൻസിലും എടുത്ത് സുമതിയോട് എഴുതി ചോദിച്ചു.

''ജോലിക്ക് പോവാൻ ഇഷ്ടമാണോ?''

''എനിക്ക് ഇഷ്ടാണ്. വളരെ നന്ദിയുണ്ട് സാർ.''

''ട്രെയിനിൽ രാവിലെയും വൈകുന്നേരവും തനിച്ച് സഞ്ചരിക്കാൻ വിഷമം തോന്നില്ലെ?'

''ഇല്ല. സ്കൂളിൽ പഠിക്കുമ്പോൾ വണ്ടിയിലായിരുന്നു യാത്ര.''

സുനീതയുടെ അമ്മ ഹിന്ദിയിലും മറാഠിയിലുമായി സംസാരം തുടങ്ങി. ''സാറിനെ ദൈവം അനുഗ്രഹിക്കും. സുമതിയെപ്പറ്റി എനിക്ക് എന്നും വേവലാതിയായിരുന്നു. ഇപ്പോൾ കുറെ സമാധാനമായി. അവൾക്ക് എന്തുശമ്പളം കിട്ടും?''

''എനിയ്ക്കറിഞ്ഞുകൂടാ.''

''സുനീത പറഞ്ഞു വലിയ കമ്പനിയാണെന്ന്.''

''അതെ, അവിടെ സുമതിക്ക് ബുദ്ധിമുട്ടുണ്ടാവില്ല.''

''അതു മതി. ഇവിടെ ഒരു ആചാര്യ വരാറുണ്ടോയിരുന്നു. അയാളും സുമതിക്ക് എന്തെങ്കിലും ജോലി ശരിപ്പെടുത്തി കൊടുക്കാമെന്നു പറഞ്ഞിരുന്നു. അയാളെ കുറെനാളായി കാണാറില്ല.''

ഞാനൊന്നു ഞെട്ടി. ആചാര്യ ഇവിടെ വരാറുണ്ടായിരുന്നോ? സുനീത അയാളുടെ കൂടെ ബീച്ചിലും തിയറ്ററിലുമൊക്കെ ചുറ്റിക്കറങ്ങിയിട്ടുണ്ടാവില്ലെ? ഇവൾ അഭിനയിക്കുകയാണോ?

കുളികഴിഞ്ഞ് ഡ്രസ്സ്മാറിവന്ന സുനീത വിടർന്ന ചിരിയുമായെത്തി. അവളുടെ അമ്മ ആചാര്യയെപ്പറ്റി സംസാരിച്ചത് അവൾ അറിഞ്ഞിട്ടില്ല. വരട്ടെ! എത്രത്തോളം പോവുമെന്നറിയമല്ലൊ എന്ന് മനസ്സിൽ കരുതി.

വീട്ടിൽ ചെന്നപ്പോൾ ഏടത്തിയമ്മ മുഖം വീർപ്പിച്ചിരുപ്പുണ്ട്. അന്വേഷിച്ചപ്പോൾ അവർ പറഞ്ഞു. ''നാട്ടീന്ന് അമ്മടെ എഴുത്തുണ്ട്'.'

''എന്താ വിശേഷം?''

''സുഭദ്രടെ ട്രെയിനിംങ്ങ് കഴിഞ്ഞല്ലൊ? നായർസമാജം സ്കൂളിൽ രണ്ടു ടീച്ചർമാരുടെ ഒഴിവുണ്ടത്രെ. അഞ്ഞൂറുറുപ്പിക വീതം ആദ്യം കൊടുക്കുന്നവർക്ക് ജോലി കിട്ടും. ഉണ്യേട്ടനോട് ഉടനെ അഞ്ഞൂറുറുപ്പിക അയയ്ക്കാൻ പറഞ്ഞ് എഴുതീട്ട്ണ്ട്.''

''അതിനെന്താ? സുഭദ്രക്ക് ജോലി കിട്ടണത് നല്ലതല്ലേ?''

''സുഭദ്രക്ക് ജോലിക്ക് പോണതൊന്നും മോഹണ്ടാവില്യ. അമ്മ നിർബന്ധിച്ചപ്പോ സമ്മതം മൂളീതാവും.''

''അപ്പോ സുഭദ്ര കല്യാണം കഴിച്ച് ഇവടെ കൊണ്ടരാണ്ടെ കഴിഞ്ഞു.''

''അതെന്താ, കല്യാണോം ജോലീം തമ്മിലെന്താ ബന്ധം. സുഭദ്രക്ക് രണ്ടുമാസം സ്കൂൾ പൂട്ടില്ലേ? അപ്പൂന് ജോലി സ്ഥിരായാൽ കൊല്ല ത്തിൽ ഒരുമാസത്തെ അവധികിട്ടില്ലേ?''

''ഉണ്ണ്യേട്ടൻ രൂപ അയച്ചുകൊടുത്തോ?''

''നാളെ അയച്ചുകൊടുക്കണംന്നാ പറഞ്ഞത്.''

രാത്രി ഉറക്കം വന്നില്ല. ചിന്ത സുഭദ്രയിൽ ചെന്നുനിന്നു. അടുത്തു പെരുമാറി തുടങ്ങിയതു മുതൽ സുഭദ്രയുടെ മേൽ ഞാൻ അധികാരം സ്ഥാപിക്കാൻ തുടങ്ങി. സുഭദ്രയുടെ അമ്മയും അച്ഛമ്മയും അതിന് പ്രോത്സാഹനം തന്നു. പക്ഷേ ബോംബയിൽ വന്നതിനുശേഷം പഠി പ്പിലെ ശ്രദ്ധയും മറ്റുള്ള ആമോദങ്ങളിലും മുങ്ങിയപ്പോൾ സുഭദ്രയെ ഇടയ്ക്കിടെ ചിന്തയിൽനിന്ന് അകറ്റിയിരുന്നു. പഠിപ്പ് കഴിഞ്ഞ് നാട്ടിൽ ചെന്നപ്പോൾ അവൾക്കും എന്നിൽ അധികാരങ്ങൾ ഉണ്ട് എന്ന രീതിയി ലായിരുന്നു പെരുമാറ്റം. അന്നൊന്നും വിവാഹത്തെപ്പറ്റി ചിന്തിച്ചതേയില്ല. ഈ 'മുറച്ചെറുക്കൻ ബന്ധം' വിവാഹത്തിൽ കൂടിയല്ലാതെ വേറെ ഒരു വിധത്തിലും നിറുത്താൻ കഴിയില്ലേ? അതിന് ഒരു സന്ദർഭം ഇപ്പോൾ കിട്ടിയിരിക്കുന്നു. സുഭദ്ര നാട്ടിൽ ജോലി സ്വീകരിക്കേണ്ട എന്ന് പറ യാൻ എനിക്ക് എന്താണധികാരം?

പിന്നത്തെ ഞായറാഴ്ച ജൂഹു കടൽപ്പുറത്തേക്കാണ് സുനീതയു മൊത്ത് പോയത്. യുവതികളും യുവാക്കളും നവദമ്പതികളും ആളു കൾ കടപ്പുറത്തുണ്ട്. കഷ്ടിച്ചു മുട്ടിനു താഴെമാത്രം വരുന്ന ഫ്രോക്കിട്ട യുവതികളുടെ മുട്ടിനുതാഴെ കണ്ണെത്തും. സാരിയുടുത്ത സുന്ദരികൾ, സൽവാർ കമ്മീസണിഞ്ഞവർ. സുനീത ഇളം നിറത്തിലുള്ള സാരിയും ബ്ളൗസുമാണ് ധരിച്ചിരിക്കുന്നത്. നീണ്ട തലമുടി അഴിച്ചിട്ടിരിക്കുന്നു. എന്റെ യുവമനസ്സിൽ സ്ത്രൈണ സൗന്ദര്യ ബോധമുദിച്ചു തുടങ്ങി. മുഖത്തു വന്നുവീണകൊണ്ടിരുന്ന മുടിയിഴകൾ വീണ്ടും വീണ്ടും വകഞ്ഞു മാറ്റികൊണ്ട് സുനീത എന്നോടൊപ്പം നടന്നു. എന്റെ കറുത്ത ഷൂസുകൾ പൂഴിമണ്ണിൽ ആഴ്ന്നുകൊണ്ടിരുന്നു. എതിരെ വരുന്ന കാറ്റിന്റെ ശക്തിമൂലം ശ്വസിക്കാൻപോലും ചിലപ്പോൾ പ്രയാസം നേരി ടുന്നു. കുറച്ചു ദൂരം നടന്നപ്പോൾ അവൾ എന്റെ കൈപി ടിച്ചുകൊണ്ടായി നടത്തം. ബേൽപൂരി രണ്ടു പ്ലേറ്റിൽ വാങ്ങിച്ച് ഞങ്ങൾ ഒരു കോണിൽ ചെന്നിരുന്നു. ഇന്ന് എന്തോ അവൾ കലപില വർത്ത മാനം പറയുന്നില്ല. ചിന്താവിവശയാണവൾ.

''എന്തുപറ്റി സുനീതയ്ക്കിന്ന്?''

''ഒന്നുമില്ല സാറെ. കുട്ടിക്കാലത്തെപ്പറ്റി ഒന്നലോചിച്ചു.''

''പറയൂ. കേൾക്കാൻ എനിക്കിഷ്ടമാണ്.''

അവളുടെ നീണ്ടിടംപെട്ട കണ്ണുകൾ ഭൂതകാലത്തിലേക്ക് തിരിച്ചു പറക്കുന്നതുപോലെ തോന്നി. വിഷാദത്തിന്റെ വിലാപം അലിഞ്ഞുചേർന്ന ശബ്ദത്തോടെ അവൾ പറഞ്ഞുതുടങ്ങി.

''ഞാൻ ജനിച്ചത് പൂനയിലാണ്. അച്ഛൻ റെയിൽവെയിൽ സിഗ്നൽമാനായിരുന്നു. എനിക്ക് അഞ്ചുവയസ്സും, സുമതിക്ക് മൂന്നുവയസ്സുമുള്ളപ്പോൾ അച്ഛന് ബോംബയ്ക്ക മാറ്റമായി. ദാദറിലായിരുന്നു ജോലി. സുമതിക്ക് സംസാരിക്കാനും കേൾക്കാനും കഴിവില്ലെന്ന് മനസ്സിലായത് മൂന്നാം വയസ്സിലാണ്. പൂനയിൽ അവളെ പഠിപ്പിക്കാൻ സൗകര്യമുണ്ടായിരുന്നില്ല. ഇവിടെ അതിന് സൗകര്യമുള്ള സ്കൂൾ ഉണ്ടല്ലോ? അതുകൊണ്ട് അച്ഛൻ മാറ്റം വാങ്ങി പോന്നതാണെന്നു പിന്നീട് അമ്മ പറഞ്ഞിട്ടുണ്ട്. ഞാൻ സെന്റ്മേരീസ് സ്കൂളിൽ ചേർന്നു. സുമതിയെ ബധിര–മൂക വിദ്യാലയത്തിലും ചേർത്തു. ഞാൻ പത്താംക്ലാസ്സിലെ പരിക്ഷ കഴിഞ്ഞിരിക്കുമ്പോഴാണ് ആ അത്യാഹിതമുണ്ടായത്. അച്ഛന്റെ മരണം. അതൊരു ദാരുണമരണമായിരുന്നു. ജോലികഴിഞ്ഞ് വീട്ടിലേക്ക് റെയിൽവെ ട്രാക്കിൽക്കൂടി നടക്കുകയായിരുന്നു. ഒരു ഫാസ്റ്റ് ട്രെയിൻ വന്നിടിച്ചു. പോസ്റ്റ്മാർട്ടം കഴിഞ്ഞ് കിട്ടിയത് ശരീരതുണ്ടുകളായിരുന്നു.''

അവൾ നാവു പുറത്തേക്കു നീട്ടി കീഴ്ച്ചുണ്ട് നനച്ചതിനുശേഷം തുടർന്നു.

''പ്രൊവിഡൻ ഫണ്ടും ഗ്രാറ്റുവിറ്റിയും കിട്ടി. ഞാൻ ഒരു കൊല്ലം ടൈപ്പിംങ്ങും ഷോർട്ടുഹാൻഡും പഠിച്ചു. സുമതി പത്താംക്ലാസ്സ് പാസ്സാവുന്നതുവരെ പഠിക്കാൻ റെയിൽവെക്കാർ സഹായിച്ചു. സ്റ്റെനോഗ്രാഫറായി റെയിൽവെയിൽ എനിക്ക് ജോലി തരാമെന്നു പറഞ്ഞെങ്കിലും അമ്മ സമ്മതിച്ചില്ല. ഞങ്ങളുടെ ഒരകന്ന അമ്മാമൻ നമ്മുടെ പേഴ്സണൽ ഡിപ്പാർട്ടുമെണ്ടിൽ ജോലി ചെയ്യുന്നുണ്ട്. അദ്ദേഹം ശ്രമിച്ചതുകൊണ്ടാണ് എനിക്ക് ഇവിടെ ജോലികിട്ടിയത്. സുമതിക്ക് സാറ് ജോലിയാക്കി കൊടുക്കാമെന്നു പറഞ്ഞിട്ടുണ്ടല്ലോ. അവളുടെ വിവാഹം കഴിഞ്ഞിട്ടുവേണം...''

''എന്തേ നിറുത്തിയത്?''

''സാറ് മുഴുവനാക്കിയാൽ മതി.''

''സുനീതക്ക് വിവാഹിതയാവാൻ.''

അവൾ മുഖം കുനിച്ചിരുന്നു. അവളുടെ കഥ കേട്ടപ്പോൾ സഹ താപം തോന്നി. തിരിഞ്ഞ് കൈത്തലം കൊണ്ട് അവളുടെ തലയിലും പിന്നെ മുഖത്തും തലോടി. മുഖത്തിഴയുന്ന എന്റെ കൈത്തലം രണ്ടു കൈകൊണ്ടും മെല്ലെ കൂട്ടിപ്പിടിച്ചു അവൾ ചോദിച്ചു. ''സാറിന് എന്നെ ഇഷ്ടമാണോ?''

ഒരു മിനിറ്റ് നിശ്ശബ്ദത പാലിച്ചതിനുശേഷം ഞാൻ ചോദിച്ചു. ''ആചാര്യയുമായി അടുപ്പമില്ലേ?''

അവൾ കൈവിട്ടു. മുഖത്തെ കുസൃതിച്ചിരിമാഞ്ഞു. അവൾ വിളറി. നെഞ്ചൊന്നുയർന്നുതാണു. ''സാറിനോട് ആരാ ഇത് പറഞ്ഞത്?''

''ഞാനും ആചാര്യയും മൂന്നുകൊല്ലം ഒരുമിച്ചാണ് ബോംബെയിൽ പഠിച്ചത്.''

''ആചാര്യ അതൊന്നും പറഞ്ഞില്ല.''

''ആവശ്യം വന്നുകാണില്ല.''

''ആചാര്യ ആറുമാസം ഓപ്പറേഷൻ ഡിവിഷനിൽ ഉണ്ടായിരുന്ന ല്ലോ. ഞാൻ തന്നെയാണ് അദ്ദേഹത്തെ വീട്ടിലേക്ക് ക്ഷണിച്ചത്. സുമതി യായിരുന്നു എന്റെ മനസ്സിൽ. ആചാര്യ അവളെ കല്യാണം കഴിച്ചാൽ ഞങ്ങളുടെ വിഷമം കുറെയൊക്കെ തീരുമെന്ന് ആശിച്ചു. ഒന്നുരണ്ടുത വണ ഞാനും അമ്മയും അവളുടെ വിവാഹകാര്യത്തെപ്പറ്റി സൂചിപ്പിച്ചു. ആ സാറ് വ്യക്തമായി ഒന്നും പറഞ്ഞില്ല. എവിടെയങ്കിലും ജോലി യാക്കി കൊടുക്കാമെന്ന് പറഞ്ഞെങ്കിലും ഒന്നും നടന്നില്ല. പേഴ്സണൽ ഡിപ്പാർട്ടുമെണ്ടിലുള്ള ഞങ്ങളുടെ അമ്മാമനോടു പറഞ്ഞ് ആചാര്യ യുടെ മനസ്സ് അറിയുവാൻ അമ്മ നിർബ്ബന്ധിക്കാറുണ്ട്. അങ്ങനെ നിർബ്ബ ന്ധിച്ച് അവളെ ആരും കല്യാണം കഴിക്കേണ്ട എന്നാ ഞാൻ അമ്മയോട് പറഞ്ഞത്.''

''എന്നെ വീട്ടിലേക്ക് ക്ഷണിച്ചപ്പോഴും സുമതിയായിരുന്നോ മന സ്സിൽ?''

''അല്ല. സാറിനെ ഞാൻ ആർക്കും വിട്ടുകൊടുക്കില്ല.''

അവൾ എന്റെ ദേഹത്തോടുരുമ്മിയിരുന്നു ചുമലിൽ കൈയിട്ടു കൊണ്ടു കെഞ്ചി.

''എന്നെ ഇഷ്ടമാണെന്നൊന്നു പറയൂ.''

ഞാൻ ധർമ്മ സങ്കടത്തിലായി. അവളെ കുടഞ്ഞുതെറുപ്പിക്കാൻ വിവേകം ഓർമ്മപ്പെടുത്തി. അവളെ പിണക്കാൻ തോന്നുന്നില്ല. ബോംബയിൽ വന്നതിനുശേഷം എന്നെ ആദ്യം സ്നേഹിച്ച പെൺകുട്ടിയാണവൾ. അവളോട് സത്യം തുറന്നു പറഞ്ഞാലോ? വേണ്ട, ഇപ്പോൾ വേണ്ട.

''നീ സുന്ദരിയാണ് സുനീത.''

''വളരെ നന്ദി സാർ.''

എണീറ്റ് കൈകോർത്തുപിടിച്ച് നടന്നു. സൂര്യൻ കടലിലേക്ക് താണുകഴിഞ്ഞിരുന്നു. ബസ്സ് സ്റ്റോപ്പിലേക്ക് നടന്നു. നിമിഷംതോറും വളരുന്ന 'ക്യൂ' അനുനിമിഷം മുന്നോട്ടും നീങ്ങിക്കൊണ്ടിരുന്നു. സാന്റാക്രൂസ് സ്റ്റേഷനിലെത്തി അവളെ ദാദറിലേക്ക് വണ്ടി കയറ്റി വിട്ടു.

''ഗുഡ്നൈറ്റ് സുനീത.''

''ഗുഡ്നൈറ്റ് സാർ.''

ഏടത്തിയമ്മക്കും ഉണ്ണ്യേട്ടനും സംശയം തുടങ്ങിയിരിക്കുന്നു.

''ശനിയും ഞായറും എവിടയ്ക്കാ സർക്കീട്ട? പുസ്തകം വായന നിറുത്ത്യോ? പുതിയ പുസ്തകങ്ങൾ മാസംതോറും വരുത്തുന്നതെന്തിനാ? വായിക്കാനല്ലെങ്കിൽ എന്തിനാ ഇതൊക്കെ വരുത്തി കാശ് കളയണെ?''

''വായന നിറുത്തീട്ടില്ല. എത്രനേരാ വായിക്ക്യാ, ഒന്നു പുറത്തിറങ്ങി കാറ്റുകൊള്ളാൻ പോയതാ.''

രാത്രി മുഴുവൻ ചിന്തയായിരുന്നു. സുനീതയെ മനസ്സിൽ നിന്ന് പറിച്ചുകളയണമെന്നുണ്ട്. പലപ്പോഴും സാധിക്കുന്നില്ല. സുനീതയെന്നുതന്നെയല്ല. സമപ്രായക്കാരായ പെണ്ണുങ്ങളെ വീണ്ടും വീണ്ടും കാണണമെന്നാണ് ആശ, ഇതൊക്കെ ഈ പ്രായത്തിലുള്ള ഒരു വ്യക്തിയിൽ രൂപംകൊള്ളുക സ്വാഭാവികമാണോ? അറിയില്ല. ആരോടു ചോദിക്കാൻ? വേണ്ട. ഇതൊന്നും വേണ്ട. എനിക്ക് അതിനുള്ള പ്രായമായിട്ടുണ്ടോ? വേണ്ടാത്ത കൂട്ടുകെട്ടിൽ ചെന്നു വീഴാതെ നന്നായി ജോലി ചെയ്യണം. ഭാവി സ്വയം നശിപ്പിക്കുകയില്ല. ഇവിടെ പ്രേമവും സ്നേഹവുമൊക്കെ ആർക്കുമാവാം. പിന്നീടതിന് വലിയ വില കൊടുക്കേണ്ടി വന്നാലോ? ഏടത്തിയമ്മയോ ഉണ്ണ്യേട്ടനോ നാട്ടിലേക്ക് വല്ലതും എഴുതുമോ? ഇനി സുനീതയെപ്പറ്റി ആലോചിക്കുകയേ ഇല്ല. അച്ഛനറിഞ്ഞാൽ....? നാട്ടുകാരറിഞ്ഞാൽ.....?

ഒരുമാസം കൂടി കഴിഞ്ഞാൽ അപ്രന്റിസിന്റെ കാലാവധി കഴിയും. ജോലി സ്ഥിരമാവും. ജോലിയിൽ കൂടുതൽ ശ്രദ്ധിക്കണം. ഉയരാവുന്നേടത്തോളം ഉയരണം. സുനീതയുമായി പരിചയപ്പെട്ടതിനുശേഷം പുസ്തകവായന കുറഞ്ഞത് ശരിയാണ്. ഇനി ശനിയും ഞായറും പുറത്തുപോവില്ല. നഗരജീവിതത്തിന്റെ പെരുമാറ്റ കോലാഹലങ്ങളേക്കാൾ എനിക്ക് അഭികാമ്യം ഗ്രാമീണ ജീവിതത്തിന്റെ സ്വച്ഛന്ദതയാണ്. സുനീതയുടെയും സുഭദ്രയുടെയും ചപലത അമ്മിണിയിൽ കാണുന്നില്ല. വ്യക്തിത്വവും ശാലീനതയുമാണ് അവളിലുള്ളത്. സുനീതയും ഞാനും പൊരുത്തപ്പെടുമോ? ദേശം, ഭാഷ, ജാതി, സംസ്കാരം, ആചാരം എന്നിവയിൽരണ്ടുപേരും തമ്മിലുള്ള വ്യത്യാസം കുറെക്കാലമെങ്കിലും നിലനിൽക്കില്ലെ? എനിക്ക് ഒരു വിവാഹം ആവശ്യമാണ്. അത് സ്വന്തം ഗ്രാമത്തിൽ നിന്നുതന്നെ മതി. ഇവിടെ ബന്ധങ്ങൾ പടച്ചുണ്ടാക്കുന്നതിൽ അർത്ഥമില്ല. വേണ്ട! ഇവിടെ വേരുകൾ വേണ്ട. അപ്പോൾ ശിവരാമകൃഷ്ണനും മോത്തിലാലുമോ? അവർ വളർന്ന സാഹചര്യവും ഞാൻ വളർന്ന സാഹചര്യവും രണ്ടായിരിക്കാം.

ആറ്

അപ്രന്റീസ് കാലാവധി കഴിഞ്ഞ് ഓപ്പറേഷൻ ഡിവിഷനിൽ എന്നെ നിയമിച്ചുകൊണ്ടുള്ള ഉത്തരവ് കിട്ടി. ആചാര്യയെ വർക്ക്ഷോപ്പിലാണ് നിയമിച്ചത്. തരക്കേടില്ലാത്ത ശമ്പളസ്കെയിലുണ്ട്. ശ്രദ്ധിച്ചു ജോലി ചെയ്യണം. ഇനിയും ഉയരണം.

നിനച്ചരിക്കാത്ത സമയത്താണ് ചെറിയ അച്ഛൻപെങ്ങളുടെ എഴുത്തു വന്നത്. അച്ഛൻപെങ്ങളോ സുഭദ്രയോ എനിക്ക് നേരിട്ട് എഴുതാറില്ല. എല്ലാം ഉണ്ണ്യേട്ടന്റെ കത്തുകളിൽ കൂടിയാണ് എന്റെ വിവരങ്ങൾ അറിയാറുള്ളത്. ഇത്തവണ എന്തൊണാവോ നേരിട്ട് എഴുതിയിത്? കത്തു തുറന്നു വായിച്ചു. സുഭദ്രയുടെ വിവാഹകാര്യമാണ് വിഷയം. ഞാൻ അവധിയെടുത്തു നാട്ടിൽ ചെല്ലണം. സുഭദ്രയ്ക്ക് ജോലി വേണ്ടെന്നുവെക്കാൻ പറ്റില്ല. വീടിന് അടുത്തുകിട്ടുന്ന ശമ്പളമാണ്. സ്കൂൾ പൂട്ടിയാൽ സുഭദ്ര ബോംബയിൽ എത്തും. സ്കൂൾ തുറന്നാൽ അവളോടൊപ്പം ഞാനും അവധിയിൽ നാട്ടിൽ എത്തണം. വർഷത്തിൽ മൂന്നുമാസത്തെ ഒരുമിച്ചുള്ള താമസവും ഒമ്പതുമാസത്തെ വേർപാടും. സുഭദ്രയെ ഒരു വഴിക്കാക്കിയാൽ പിന്നെ എനിക്ക് സ്വസ്ഥതയോടെ കഴിയാം. നിന്റെ അച്ഛനെ ഞാൻ പറഞ്ഞു സമ്മതിപ്പിച്ചോളാം.

നല്ല ആശയം. പെണ്ണങ്ങളുടെ ബുദ്ധി അപാരം എന്നുതോന്നി. മൂത്ത അച്ഛൻപെങ്ങളെ പിടിപ്പില്ലാത്ത സ്ത്രീയായിട്ടാണ് എല്ലാവരും കരുതുന്നത്. രണ്ടാമത്തെ അച്ഛൻപെങ്ങൾക്ക് തന്റേടം കൂടി എന്നും നാട്ടുകാരും ബന്ധുക്കളും പറയാറുള്ളതോർത്തു. ഇരുപത്തിമൂന്നു വയസ്സുകാരനായിരുന്ന സ്വന്തം മകന് വിവാഹത്തിനുള്ള പ്രായമായില്ല എന്നു പറഞ്ഞ് പിണങ്ങിനിന്ന ഉണ്ണ്യേട്ടന്റെ അമ്മ ഇരുപത്തിമൂന്നുവയസ്സ് തിക

യുന്നതിനുമുമ്പ് എന്നെ വിവാഹത്തിന് നിർബന്ധിക്കുന്നു. സുഭദ്രയ്ക്ക് അത്രമാത്രം പ്രായമായോ? ആരാണ് ഇതിന്റെ പിന്നിൽ? ആർക്കറിയാം?

ഏടത്തിയമ്മയോടും ഉണ്ണ്യേട്ടനോടും ആലോചിക്കാതെ പെട്ടെന്ന് മുറി രണ്ട് എന്ന വിധത്തിൽ തറപ്പിച്ച് അച്ഛന്റെ പെങ്ങൾക്ക് ഒരെഴുത്തെഴുതി.

''എന്റെ കല്യാണത്തെപ്പറ്റി ഞാൻ ഇതുവരെ ആലോചിച്ചിട്ടില്ല. അതിനുള്ള പ്രായമായിട്ടില്ല. രണ്ടുമൂന്നുകൊല്ലത്തിനുള്ളിൽ എനിക്ക് കമ്പനി വക ഫ്ളാറ്റ് കിട്ടും. വിവാഹം അതിനുശേഷം മാത്രം. സുഭദ്രയ്ക്ക് മറ്റു വിവാഹലോചനകൾക്ക് ഞാൻ ഒരു തടസ്ഥമാവരുത്.''

ഭൂതകാല സംഭവങ്ങൾ മറക്കാൻ ശ്രമിച്ചു. കൗമാരത്തിന്റെ കമ്പങ്ങൾ എന്നിലും സുഭദ്രയിലും ഉണ്ടായിരുന്നു. സുഭദ്രയെയും സുനീതയെയും മനസ്സിൽ നിന്ന് മാച്ചുകളഞ്ഞ് ഉത്സാഹപൂർവ്വം ജോലിയിൽ ശ്രദ്ധിച്ചുതുടങ്ങി. ഒഴിവുസമയം മുഴുവൻ വായനയിൽ മുഴുകി. സുനീതയുണ്ടോ വിടുന്നു? സുമതിക്ക് ജോലിയായതു മുതൽ സുനീതക്ക് എന്നോടു ബഹുമാനവും ആദരവും കൂടികൂടി വന്നു. എപ്പോഴും ചിരിച്ചുല്ലസിച്ച് സദാപ്രസാദത്മകതയോടെയാണ് അവളുടെ വരവ്. പലപ്പോഴും അവളുടെ ഒളികണ്ണിട്ടനോട്ടം എന്റെമേൽ വീഴും. ആ വിടർന്ന ചിരിയും പല്ലുകളുടെ വെണ്മയും കാണുമ്പോൾ എന്റെ മനസ്സ് ഇളകുന്നു. ഒരു ശനിയാഴ്ച അവൾ പറഞ്ഞു.

''പ്ലാസയിൽ ശാന്താറാമിന്റെ പുതിയ സിനിമ വന്നിട്ടുണ്ട്. നമുക്ക് ആറുമണിക്കുള്ള ഷോവിന് പോവാം. രാത്രി ഭക്ഷണം വീട്ടിലും.''

നിരസിക്കാൻ കഴിഞ്ഞില്ല. സ്ത്രീകളെ വിധേയരാക്കാൻ ഇപ്പോഴും അറിഞ്ഞുകൂടാ. അവൾതന്നെ എല്ലാറ്റിനും മുൻകൈ എടുക്കുന്നു. അവളെ അകറ്റിനിറുത്തണം എന്നു മനസ്സു പറയുന്നുണ്ടെങ്കിലും ഉള്ളിന്റെ ഉള്ളിൽ അവളുടെ സാമീപ്യം കൊതിച്ചിരുന്നു എന്നതും വാസ്തവമാണ്. റോക്സി, എക്സൽസിയർ, കാപ്പിറ്റൽ, ഈറോസ്, സെൻട്രൽ ബോംബയിലെ ഒന്നാംകിട തിയ്യറ്ററുകളിൽ സുനീതയുമൊത്ത് സിനിമ കാണുമ്പോഴും, നല്ല ഹോട്ടലുകളിൽ ലഞ്ചിനോ ഡിന്നറിനോ ഇരിക്കുമ്പോഴും എന്റെ മനസ്സ് സുഭദ്രയിലൊ, അമ്മിണിയിലൊ ചെന്നുവീഴും. സുനീതയുണ്ടോ അതുവല്ലതും അറിയുന്നു. നോട്ടവും ഭാവവും ശ്രദ്ധിക്കുംതോറും അവൾ എന്നെ സ്നേഹിക്കുന്നുണ്ടെന്നും എന്നിൽ നിന്ന് പലതും പ്രതീക്ഷിക്കുന്നുണ്ടെന്നും തോന്നി. അവളുടെ

വിശ്വാസം ഞാൻ അവളെ കല്യാണം കഴിക്കുമെന്നാണോ? ആദ്യമാദ്യം അവളോട് വർത്തമാനം പറയാൻപോലും മടിച്ചിരുന്ന ഞാൻ അവസരം കിട്ടുമ്പോഴൊക്കെ തൊട്ടുതലോടാനും ചുംബിക്കാനും മുതിർന്നപ്പോൾ സ്വാഭാവികമായും അവളുടെ ഉള്ളിൽ ആഗ്രഹം ജനിച്ചിരിക്കില്ലേ? ന്യൂ എമ്പയർ തിയറ്ററിൽ മുട്ടിയുരുമ്മിയിരുന്ന് സിനിമ കാണുമ്പോൾ പെട്ടെന്ന് അവൾ ചോദിച്ചു. 'നാട്ടിൽ ആരെയെങ്കിലും പ്രേമിച്ചിട്ടുണ്ടോ? ഉത്തരം പറഞ്ഞില്ല.''

അവൾ വീണ്ടും നിർബന്ധിച്ചു. ''പറയൂ. ആരാണ് മനസ്സിൽ?''

''സുരയ്യ, നൂർജഹാൻ, മീനാകുമാരി, നർഗീസ്, മധുബാല, നിമ്മി, ദിലീപ്കുമാർ, അശോക്കുമാർ ഇവരൊക്കെ മനസ്സിലുണ്ട്.''

''ഞാൻ തമാശയായി ചോദിക്കുന്നതല്ല. ആരോ മനസ്സിലുണ്ട്. അത് ആരാണെന്നൊന്നു പറയൂ. ഹൃദയം തുറന്നു സംസാരിക്കില്ല. ഒന്നുകിൽ ഗൗരവംകൊണ്ട് മുഖം തുടുത്തിരിക്കും. അല്ലെങ്കിൽ ആലോചനഭാവം. എന്താ ഇത്ര വലിയ ചിന്ത?''

''എന്റെ മനസ്സിന് രണ്ടുമുഖങ്ങളുണ്ട്. ഒന്ന് ജോലിയിലുള്ള ശ്രദ്ധ. ജോലി ചെയ്യുമ്പോൾ മുഖത്ത് ഗൗരവം തന്നെ വരുന്നതാണ്. വരുത്തുന്നതല്ല. ജോലി കഴിഞ്ഞാൽ ഞാൻ ചിന്തകനാവുന്നു. ഒരു പ്രൊഫസർ ആവണമെന്നായിരുന്നു ആശ. ആ ആശ ഇപ്പോഴും ഉള്ളിലുണ്ട്. സാധിക്കില്ലെന്നറിയാം. എങ്കിലും മനസ്സുകൊണ്ട് ഞാൻ എന്റെ വിദ്യാർത്ഥികൾക്ക് ക്ലാസ്സെടുക്കുന്നു. അപ്പോൾ മുഖം ശാന്തമാകുന്നു. അതുപോട്ടെ ആരൊക്കെയാണ് നിന്റെ മനസ്സിലുള്ളത്?.''

''പൃഥ്വിരാജ്, ഡേവിഡ്, യാക്കൂബ്, ജീവൻ എന്നിങ്ങനെ ചില കിഴവന്മാരാണ്. ചെറുപ്പക്കാർ എന്റെ മനസ്സിലേക്ക് കടന്നു വന്നിട്ടില്ല.''

ചിരിക്കാതിരിക്കാൻ കഴിഞ്ഞില്ല.

''ആരെയെങ്കിലും പ്രേമിക്കത്തക്ക സൗന്ദര്യവും ചുണയും എനിക്കുണ്ടോ?''

''സൗന്ദര്യമുണ്ട്. മീശയുടെ കനം അല്പം കൂടി കുറച്ചാൽ സ്വല്പം കൂടി ഗമയുണ്ടാവും. പിന്നെ തുണ. അതുണ്ടെന്നു തെളിയിക്കണം. എന്നെ ഇഷ്ടമല്ലേ? അതു പറയൂ.''

സമാധാനം പറഞ്ഞില്ല. എങ്ങിനെ പറയും? അമ്മിണിയില്ലേ, സുഭദ്രയില്ലേ? ഇനി ഇവളും കൂടി വേണോ? എന്റെ ഹൃദയം അത്ര വലുതാണോ? എങ്കിലും ഷാംമ്പുതേച്ച് എണ്ണമയമില്ലാത്ത അവളുടെ തലമുടി

യിൽ വിരലോടിച്ചു. പിടഞ്ഞുതെറിക്കുന്ന വികാരപൂർണമായ നിശ്ശബ്ദ നിമിഷങ്ങൾ. ഇരുവരും നിയന്ത്രിച്ചു.

വീട്ടിൽ വന്നു കിടന്നപ്പോൾ ആലോചനയായി. സുനീതയോട് ഇത്രയും അടുക്കേണ്ടിയിരുന്നില്ല. അവളല്ലെങ്കിൽ മറ്റൊരുവൾ അടുക്കുമായിരുന്നില്ലേ? ആഫീസിൽ എത്രഎത്ര യുവതികൾ ജോലിയെടുക്കുന്നു. സ്ത്രീകളുടെ അഴക് ലജ്ജയാണ്. സുനീതയ്ക്കെന്നു തന്നെയല്ല, ഇവിടത്തെ പെൺകുട്ടികൾക്ക് ലജ്ജയില്ല. പട്ടണത്തിൽ വളർന്നവരല്ലേ? സുനീത പിഴച്ചവളല്ല. കന്യകാത്വത്തിന്റെ ദീപ്തി അവളുടെ മുഖത്തുണ്ട്. തന്നെത്തന്നെ പിടിച്ചുനിറുത്തുവാൻ പറ്റാത്ത പ്രായമാണെങ്കിലും അവളോടു ചെയ്തതൊന്നും ശരിയല്ല. സുനീത എനിക്ക് ആരാണ്? അനേകം ജോലിക്കാരിൽ ഒരുവൾ. കണ്ണൊന്നു ചലിപ്പിച്ചാൽ, മാറിലേക്കുനോക്കി ഒന്നു പുഞ്ചിരിതൂകിയാൽ, എവിടേയ്ക്കുവേണമെങ്കിലും കൂടെവരാൻ തയ്യാറുള്ള യുവതികൾ ധാരാളമുള്ള ഓഫീസിലാണ് ഞാൻ ഇരിക്കുന്നത്. നല്ല ഹോട്ടലിൽ ഒരു ലഞ്ച്, അല്ലെങ്കിൽ ഡിന്നർ, ഏതെങ്കിലും തിയ്യറ്ററിൽ ഒരു സിനിമ, ആരെ വിളിച്ചാലും പോരും, ദിവ്യപ്രേമത്തിലൊന്നും ഇഴിടെ ജോലിയുള്ള യുവതികൾ വിശ്വസിക്കുന്നില്ല. ചിലർ കഴിയുന്നത്ര മുതലെടുക്കും. എനിക്ക് അതിനു കഴിയുന്നില്ല. പെൺകുട്ടികളെ തൊട്ടു തലോടിയിട്ടുണ്ടെങ്കിലും അവരെ ദുരുപയോഗപ്പെടുത്താൻ ധൈര്യമുണ്ടായിട്ടില്ല. ഇന്നോളം ഒരു സ്ത്രീയെ അറിഞ്ഞിട്ടില്ല. അനുഭവിച്ചിട്ടില്ല. എന്റെ ഉള്ളിൽ പൊടിഞ്ഞുവരുന്ന പ്രേമവികാരത്തെ നശിപ്പിക്കാനും എന്നെത്തന്നെ നിയന്ത്രിക്കാനും എന്തു ചെയ്യണം? ജീവിതത്തിൽ ആദ്യമായി പുതിയ രീതികളിലുള്ള ചിന്തകളും അസാധാരണവും അപരിചിതവുമായ അനുഭൂതികളും മസ്തിഷ്ക്കത്തിൽ തത്തിക്കളിക്കാൻ തുടങ്ങി. ചിന്തിക്കും തോറും വിവേകം മനസ്സിലുദിയ്ക്കുന്നു. എന്താണിതെല്ലാം? മനസ്സിൽ വൃത്തികെട്ട ചിന്തകൾക്ക് സ്ഥാനം നൽകിയിരിക്കുകയാണോ? മനസ്സ് താക്കീതു ചെയ്യുന്നു. അകാരണമായി സൗഹൃദം വർദ്ധിപ്പിക്കുന്നതുകൊണ്ട് പിന്നീട് ഊരാക്കുടുക്കിൽ വീഴില്ലേ? സുനീതയോട് ഇനി അടുക്കുകയില്ല. എനിക്ക് നാട്ടിൽ ഒരു കാമുകിയുണ്ടെന്ന് അവളോടു പറയണം. അതറിഞ്ഞാൽ അവൾ ഒഴിഞ്ഞു മാറിയേക്കും.

ഉണ്ണ്യേട്ടനും ഏടത്തിയമ്മയും കുട്ടിയും നാട്ടിൽ പോവാനുള്ള ഒരുക്കത്തിലാണ്. എന്താണ് കാര്യം എന്ന് ആരും പറയുന്നില്ല. ഏടത്തിയമ്മ

ഇപ്പോൾ പണ്ടത്തെപോലെ പെരുമാറുന്നില്ല. എന്തോ ഒരകൽച്ചപോലെ. എന്താണാവോ കാരണം? ഞാനും തെല്ലൊന്നകന്നു നിന്നു.

പോവുന്നതിന് ഒരാഴ്ചമുമ്പ് ഉണ്ണ്യേട്ടൻ പറഞ്ഞു, ''കുട്ടിക്ക് ഗുരുവായൂര് വെച്ച് ചോറുകൊടുക്കണമെന്നാ അമ്മടെ ആശ. സുഭദ്രേടെ കല്യാണോംണ്ടായിരിക്കും. അതും ഗുരുവായൂര്. വെച്ചാണത്രെ. അമ്മൂന്റെ ചേട്ടൻ കൊണ്ടുവന്ന ആലോചനയാണ്. പത്രപ്രവർത്തകനാണ് ആള്. പെണ്ണുകാണലും മറ്റുചടങ്ങളുകളും കഴിഞ്ഞു. ഇനി ദിവസം നിശ്ചയിക്കണം. അത് ഞങ്ങൾ ചെന്ന ഉടനെണ്ടാവും. അപ്പൂന് വരാൻ പറ്റ്വോ? നാലഞ്ചു മാസം കൂടി കഴിയണ്ടെ ലീവ് കിട്ടാൻ.''

എല്ലാം മൂളികേട്ടു. അച്ഛൻപെങ്ങൾ എന്നെ കൈവിട്ടിരിക്കുന്നു. ഞാൻ വീണ്ടും ഏകാകായാവുകയാണോ? അച്ഛമ്മ ഉണ്ടായിരുന്നെങ്കിൽ സുഭദ്രയുടെ വിവാഹം മറ്റൊരാളുമായി ഉറപ്പിക്കാൻ സമ്മതിക്കുമായിരുന്നില്ല എന്നു തോന്നുന്നു. തീർച്ചപറഞ്ഞുകൂടാ. അച്ഛൻപെങ്ങളുടെ വാശിതന്നെ ജയിക്കും. സുഭദ്രയ്ക്കും ജോലി വേണ്ടെന്നു വെയ്ക്കാൻ ഇഷ്ടമില്ലന്നല്ലേ അനുമാനിക്കേണ്ടത്. ഏടത്തിയമ്മ സുഭദ്രയ്ക്ക് എന്നെപ്പറ്റി എന്തെങ്കിലും എഴുതിയിരിക്കുമോ? അവൾ തെറ്റിദ്ധരിച്ചിട്ടുണ്ടോ? അവൾക്ക് എന്നോട് സ്നേഹമുണ്ടായരുന്നുവോ? അതോ താല്ക്കാലിക ഭ്രമമായിരുന്നോ? അതാവാൻ വഴിയില്ല. അവൾക്ക് അഞ്ചാറുവയസ്സുള്ളപ്പോൾ തുടങ്ങിയ ബന്ധമല്ലേ? പെട്ടെന്നു മറക്കാനാവുമോ? ചെയ്യരുതാത്തതൊന്നും ഞാൻ സുഭദ്രയോട് ചെയ്തിട്ടില്ല. കൗമാരകാലത്തെ ചില ചാപല്യങ്ങൾ ഇരുവരിലും ഉണ്ടായിരുന്നു. പിൻവാങ്ങാൻ പറ്റാത്ത വിധത്തിലൊന്നും അവൾ എന്നെ സ്നേഹിച്ചിട്ടുണ്ടാവില്ല. അമ്മ നിർബന്ധിച്ചാൽ അവളെന്തു ചെയ്യും. ഉം. ഇനി എന്തിന് അവളെപ്പറ്റി ചിന്തിക്കണം?

സുഭദ്രയേക്കാൾ പതിന്മടങ്ങ് സൗന്ദര്യമുള്ള മറുനാടൻ പെൺകുട്ടികളുമായി പരിചയപ്പെട്ടു. സുഭദ്രയെ മറക്കണം. പുകഞ്ഞകൊള്ളി പുറത്ത്. അമ്മിണിയില്ലെ? അവൾക്ക് ഒരു കത്തെഴുതണം. വേണോ? പഠിക്കുകയല്ലോ? പഠിപ്പിൽ ശ്രദ്ധിക്കട്ടെ. എന്നാലും അവളുടെ മനസ്സ് അറിയണം. സുനീതയെ അകറ്റണോ? ഈ മനസ്സ്– എന്താ ഇങ്ങനെ ഒന്നിലും ഉറച്ചു നിൽക്കാത്തത്? പരസ്പര വിരുദ്ധമായ ചിന്തകളിൽ കിടന്ന് വട്ടം ചുറ്റുന്ന മനസ്സ്. കുറച്ചു വായിച്ചപ്പോൾ മടുപ്പുതോന്നി. വായിക്കുന്നതൊന്നും മനസ്സിൽ തങ്ങുന്നില്ല. മനസ്സ് അസ്വസ്ഥമാണ്. സുഭദ്രയെയും അമ്മിണിയെയും ഓർത്തുകിടന്നു. ഇടയ്ക്കിടെ സുനീതയെയും മന

സ്സിൽ പൊന്തിവരും. വിവേകം വീണ്ടും മനസ്സിൽ ഗർജ്ജിച്ചു. ഞാൻ ഇന്ന് നിസ്സഹായനല്ല. ആവശ്യത്തിനു വേണ്ട വിദ്യാഭ്യാസമുണ്ട്. നല്ല ജോലിയുണ്ട്. അതുകൊണ്ടുള്ള ചങ്കുറ്റവുമില്ലേ? വികാരവും വിവേകവും തമ്മിൽ ഭയങ്കരമായ പോരാട്ടം മനസ്സിൽ നടക്കുന്നുണ്ട്.

ഉണ്ണ്യേട്ടനും കുടുംബവും ഒരുമാസത്തെ അവധിയെടുത്ത് നാട്ടിലേക്ക് പോയി. ഫ്ളാറ്റിൽ ഞാൻ തനിച്ചാണ് ഇപ്പോൾ. ബ്രേക്ക്ഫാസ്റ്റും ലഞ്ചും ചായയും കാന്റീനിലാക്കി. രാത്രി ചിലപ്പോൾ ശാരദാവാരസ്യാർ വിളിക്കും. പോവാൻ മടിയുണ്ട്. ബ്രെഡ്, ജാം, പാല് രാത്രി ഭക്ഷണം. അലമാരയിൽ വായിക്കാത്ത പുസ്തകങ്ങൾ ഒട്ടേറെയുണ്ട്. ഇനി വായനയിൽ ശ്രദ്ധിക്കണം. സുനീതയോടൊപ്പം പുറത്തുപോവില്ല. സുഭദ്രയെ മറക്കാമെങ്കിൽ എന്തുകൊണ്ട് സുനീതയെ മറന്നുകൂടാ. സാധിക്കും. എനിക്ക് കഴിയണം എന്നിലുള്ള പ്രൊഫസർ വീണ്ടും ഉണർന്നു. ആഫീസിൽ ജോലി ചെയ്യുമ്പോഴും വായിച്ചപുസ്തകങ്ങളും അവയിലെ കഥാപാത്രങ്ങളും മനസ്സിലേക്ക് നുഴഞ്ഞുകയറുമെങ്കിലും ജോലിയിൽ ഒട്ടും അശ്രദ്ധ കാണിച്ചില്ല.

ഉണ്ണ്യേട്ടൻ നാട്ടിൽ നിന്നെഴുതിയ കത്തിനോടൊപ്പം സുഭദ്രയുടെ വിവാഹത്തിന്റെ ക്ഷണകത്തും ഉണ്ടായിരുന്നു. ക്ഷണക്കത്തുകണ്ടപ്പോൾ എന്തോ ഒരു പാരവശ്യം ഉള്ളിൽ നിറഞ്ഞു വിങ്ങി. നാട്ടിൽ സുഭദ്രയുടെ വിവാഹദിവസം സുനീതയോടു പറഞ്ഞു.

''നമുക്ക് വൈകീട്ട് ഹോട്ടലിൽ പോവാം. ഒരു ലഘുഭക്ഷണം മാത്രം. സിനിമയ്ക്കില്ല. ഒരു പ്രധാന കാര്യം സംസാരിക്കാനുണ്ട്.''

''ഞാൻ തയ്യാറാണ്.''

ആഫീസ് വിട്ട ഉടനെ ഇരുവരും ദാദറിൽ എത്തി. ഒരു സൗത്ത് ഇൻഡ്യൻ റസ്റ്റോറന്റിൽ ഫാമിലി റൂമിൽ കയറിയിരുന്നു.

''എന്താ റസ്റ്റോറന്റിലു്? നമുക്ക് ഹോട്ടലിൽ പോവാം.''

''വേണ്ട. ഇവിടെ മതി.''

''രണ്ട് പ്ലെയ്റ്റ് സാൻഡ്‌വിച്ച്, രണ്ടു ലസ്സി.''

എങ്ങനെ തുടങ്ങണം എങ്ങനെ അവസാനിപ്പിക്കണം എന്ന ചിന്തയായി. നിഗൂഢമായ എന്തോ ഒരു വികാരം മനസ്സിലുണ്ടായിരുന്നെങ്കിലും അതിലുമെല്ലാമുപരി ഒരുതരം ഭീതിയുമുണ്ടായിരുന്നു. സുനീതയെ പിണക്കിയാൽ അവൾ കുഴപ്പങ്ങളുണ്ടാക്കുമോ? അവളുടെ ഒരകന്ന ബന്ധു പേഴ്സണൽ ഡിപ്പാർട്ടുമെണ്ടിൽ ഉണ്ടന്നല്ലേ പറഞ്ഞത്.

ഇതുവരെ അദ്ദേഹവുമായി പരിചയപ്പെട്ടിട്ടില്ല. അയാൾക്ക് എന്നെ എന്തു ചെയ്യാൻ കഴിയും? രണ്ടുപേരുടെയും ജോലി രണ്ടുതരത്തിലല്ലേ? എന്റെ ജോലിയിൽ കൈകടത്തേണ്ടുന്ന സന്ദർഭങ്ങളൊന്നും ഉണ്ടാവാനിടയില്ല. കമ്മ്യൂണിക്കേഷൻ മാനേജർക്ക് എന്റെ ജോലി തൃപ്തികരമായിട്ടുണ്ടെന്നറിയാം. എന്റെ റിപ്പോർട്ടുകളെല്ലാം ഓരോന്നോരോന്നായി നടപ്പാക്കാൻ അദ്ദേഹം ശ്രദ്ധിക്കണം. സുനീത പിണങ്ങുന്നെങ്കിൽ പിണങ്ങട്ടെ.

സുനീത സാൻഡ്‌വിച്ചെടുത്തു മണത്തുനോക്കി പ്ലെയ്റ്റിൽതന്നെ വെച്ചു. എന്റെ പ്ലെയ്റ്റിലേക്ക് കൈനീട്ടി ഒരെണ്ണമെടുത്ത് പതുക്കെ കഴിച്ചു തുടങ്ങി. അവൾ തന്നെയാണല്ലോ എപ്പോഴും മുൻകൈ എടുക്കാറ്.

''എന്താ പറയാനുണ്ടെന്നു പറഞ്ഞത്?''

ഞാൻ ലസ്സിയുടെ ഗ്ലാസ്സെടുത്ത് ചെറിയ ഐസ്കട്ട പൊങ്ങികിടക്കുന്ന ഗ്ലാസ്സിന്റെ തണുപ്പ് കവിളിൽ തൊടുവിച്ചു പറഞ്ഞു.

''യാത്ര പറയാനാണ്.''

''എവിടേയ്ക്കാ സാറ് പോണത്? ടോക്കിയോവിലും ലണ്ടനിലും, മദ്രാസ്, കൽക്കത്ത, ഡൽഹി എന്നിവിടങ്ങളിലും കമ്മ്യൂണിക്കേഷൻ വിപുലപ്പെടുത്താനുള്ള ആലോചനയുണ്ടല്ലോ. എഴിടേയ്ക്കാ സാറിന് പോസ്റ്റിംങ്ങ്?''

ഗ്ലാസ്സിലെ സ്ട്രാകൊണ്ട് ലസ്സി ചുഴറ്റിയിളക്ക് കുഴൽ എടുത്തുമാറ്റി സുനീത ലസ്സി ചൂണ്ടോടുപ്പിച്ച് കുറച്ചു വലിച്ചു കുടിച്ചു. ചുണ്ടെത്തുപറ്റിയ ലസ്സിയുടെ പത തുടച്ചുകളയാതെ അവൾ തുടർന്നു ചോദിച്ചു.

''എന്താ മിണ്ടാത്തെ?''

''സുനീത! ഞാനാരേയും ചീത്തപ്പെടുത്തിയിട്ടില്ല. ഒരൊറ്റ സത്രീയേയും. നിന്നെയും അതു ചെയ്യാൻ ഞാൻ ഇഷ്ടപ്പെടുന്നില്ല. നാട്ടിൽ എനിയ്ക്കൊരു കാമുകിയുണ്ട്. ആ കുട്ടിയെ വഞ്ചിക്കാൻ എനിക്കാവില്ല.''

അവൾ കുറച്ചുനേരം നിശ്ശബ്ദയായി ഇരുന്നു. പിന്നെ ഒന്നു മന്ദഹസിച്ചു. പെട്ടെന്ന് ധൈര്യം സംഭരിച്ച് എന്റെ നേരേനോക്കി ചോദിച്ചു.

''ആരാണ് ആ ഭാഗ്യവതി?''

ആ ചുണ്ടുകളിൽ നാമ്പിട്ട മന്ദഹാസം തോൽവിസമ്മതിക്കുന്നതിന്റേതായിരുന്നോ എന്ന് എനിക്കുതോന്നി.

"സുനീത കണ്ടിട്ടില്ലാത്ത ആ കുട്ടിയെ എങ്ങനെ പരിചയപ്പെടു ത്തും. അവൾ കോളേജിൽ പഠിക്കുകയാണ്. രണ്ടുകൊല്ലം കൂടി കഴി യണം പഠിപ്പുകഴിയാൻ.''

"സാറ് വിഷമിക്കേണ്ട. ഞാൻ തടസമാവില്ല. നഗരത്തിൽ ജനിച്ചു പഠിച്ചു വളർന്നവളാണ് ഞാൻ. മറ്റു പെൺകുട്ടികൾ ഈ പ്രായത്തിൽ ചെയ്യുന്നതുപോലെ ഞാൻ കണ്ടവരുടെ കൂടെ സിനിമയ്ക്കും ലഞ്ചിനും ഡിന്നറിനും പോയിട്ടില്ല. ആചാര്യയെ സുമതിയുടെ ഭർത്താവായിട്ടാണ് ഞാൻ ഇപ്പോഴും കാണുന്നത്. അത് നടക്കാതിരിക്കില്ല.''

"അത് നടക്കട്ടെ എന്നാണ് എന്റെയും ആഗ്രഹം. ആചാര്യയെ ഞാൻ കഴിവനുസരിച്ച് പ്രേരിപ്പിക്കാം.''

"വേണ്ട, അദ്ദേഹം തെറ്റിദ്ധരിക്കും. എന്റെ അമ്മാമൻ അത് ശരിയാ ക്കാമെന്ന് ഏറ്റിട്ടുണ്ട്.''

"എന്നെ ഇനി സിനിമയ്ക്കും പാർക്കിലേക്കും വിളിക്കരുത്. മറ ക്കാൻ നമ്മൾക്ക് കഴിയില്ല. രണ്ടുപേരും ഒരേ ആഫീസിലല്ലേ? പര സ്പരം കാണാതെയും സംസാരിക്കാതെയും കഴിയില്ലല്ലോ. മറ്റുള്ള ജോലിക്കാർ പെരുമാറുന്നതുപോലെ സുനീതയും എന്നോട് ഓഫീസിൽ പെരുമാറണം.''

"അതു കൂടാതെ പറ്റില്ലല്ലോ. സാറിന്റെ അടുത്ത് വരാതിരിക്കാൻ ശ്രമിക്കാം. അഥവാ വരേണ്ടിവന്നാൽ ഞാൻ എന്നെത്തന്നെ നിയന്ത്രി ക്കാം. ഞാനൊരു സ്റ്റനോഗ്രാഫറല്ലേ? കമ്മ്യൂണിക്കേഷനിൽ നിന്ന് മറ്റൊരു ഡിപ്പാർട്ടുമെണ്ടിലേക്ക് മാറാം. സാറിന് അതുപറ്റില്ലല്ലോ.''

"അതൊന്നും വേണ്ട. നമ്മൾ നമ്മെതന്നെ നിയന്ത്രിച്ചാൽ മതി.''

"എന്നാ നാട്ടിലേക്ക് പോണേ കല്യാണത്തിന്?''

"കൊല്ലം രണ്ടുമൂന്നു കഴിയണം. ക്വാർട്ടേഴ്സ് കിട്ടിയതിനുശേഷം.''

"ആ കുട്ടി അതുവരെ കാത്തിരിക്കോ?''

"ചോദിച്ചിട്ടില്ല.''

റസ്റ്റോറന്റിൽ നിന്നിറങ്ങി സുനീതയെ അവളുടെ കെട്ടിടത്തിന്റെ മുന്നിൽ കൊണ്ടാക്കി.

"ഗുഡ്നൈറ്റ് സാർ.''

"ഗുഡ്നൈറ്റ് സുനീത.''

മനസ്സിന്റെ ഭാരം കുറഞ്ഞതുപോലെ തോന്നി.

വീട്ടിൽവന്നു കിടന്നപ്പോൾ ഉറക്കം വരുന്നില്ല. സുഭദ്ര പോയി. അവൾ അവളുടെ രക്ഷകന്റെ മാറിലേക്ക് തലചാച്ചു കഴിഞ്ഞിരിക്കും ഇപ്പോൾ. നെടുനാളത്തെ മോഹാവേശം സഫലമായിത്തീരുന്ന അവളുടെ ആദ്യരാത്രിയാണിന്ന്. സുഭദ്രയുടെ കല്യാണത്തിൽ ചെറിയമ്മ പങ്കെടുത്തില്ലേ. തീർച്ചയായും പോയിട്ടുണ്ടാവും. അമ്മായിയല്ലേ? ഈ കല്യാണത്തിൽ കൂടുതൽ സന്തോഷം ചെറിയമ്മക്കായിരിക്കും. സുനീത പോയി. എന്തിനിതൊക്കെ ആലോചിച്ചു തല പുണ്ണാക്കുന്നു?തള്ളിക്കളയാവുന്ന മമതയേ സുനീതയുമായിട്ടുണ്ടായിട്ടുള്ളൂ.

ഇത്തരം പല തമാശകളും ജീവിതത്തിലുണ്ടായെന്നു വരും. ഇനി ഉണ്ടാവാതെ നോക്കണം. മനസ്സ് ഒന്നിൽ ഊന്നി നിൽക്കണം. ഇനിയുള്ളത് അമ്മിണിയാണ്. അവളും സുഭദ്രയുടെ കല്യാണത്തിന് ചെന്നിട്ടുണ്ടാവണം. അമ്മിണിക്കൊരു കത്ത് എഴുതണം. അവളുടെ മനോഭാവം എന്താണെന്നറിയാമല്ലൊ. കത്ത് എങ്ങനെ തുടങ്ങണം എങ്ങനെ അവസാനിപ്പിക്കണം? ആലോചിച്ചിട്ട് ഒരു പിടിയും കിട്ടുന്നില്ല. കുട്ടിക്കാലത്തെ അടുപ്പം വളർന്നപ്പോൾ കണ്ടില്ല. ഞാൻ നാട്ടിൽ ഉണ്ടായിരുന്നില്ലല്ലോ.

പഠിപ്പ് കഴിഞ്ഞ് നാട്ടിൽ ചെന്നപ്പോൾ 'ഞാൻ അമ്മിണിയെ സ്നേഹിക്കുന്നു' എന്ന് അവളുടെ മുഖത്തുമനോക്കി പറയാൻ ധൈര്യം വന്നില്ല. അവൾ നിരസിച്ചാലോ എന്ന ഭയമുണ്ടായിരുന്നു. വഴിയിൽവെച്ചു കാണുമ്പോഴുള്ള നോട്ടത്തിലും ഭാവത്തിലും ഇരുവരും ആഗ്രഹങ്ങൾ ഒതുക്കിനിറുത്തിയിരുന്നില്ലേ? എന്റെ ഇഷ്ടം അച്ഛന് സമ്മതമാവുമോ? അച്ഛൻ സമ്മതിച്ചാലെന്ത്? സമ്മതിച്ചില്ലെങ്കിലെന്ത്?

കുട്ടിക്കാലത്തെ കീഴ്ക്കൊമ്പനല്ല ഞാനിന്ന്. നല്ലൊരു ജോലിയുണ്ട്. ആരുടെയും സഹായം കൂടാതെ ജീവിക്കുവാനുള്ള തന്റേടവും വന്നിട്ടുണ്ട്. പിന്നെ ആരെ പേടിക്കണം?

മൂന്ന് പുതിയ മോഡൽ 'കോൺസ്റ്റലേഷൻ' വിമാനം വരുന്നുണ്ട്. ലണ്ടനിലേക്കും ടോക്കിയോവിലേക്കും സർവ്വീസ് തുടങ്ങുവാനുള്ള ആലോചനയുണ്ട്. എനിക്ക് ഒരു പോസ്റ്റിംങ്ങ് കിട്ടിക്കൂടായ്കയില്ല. അമ്മിണിക്ക് ഇഷ്ടമാണെങ്കിൽ ക്വാർട്ടേഴ്സ് കിട്ടിയ ഉടനെ വിവാഹം കഴിക്കണം. അപ്പോഴയ്ക്കും അവളുടെ പഠിപ്പും കഴിയും.

ഏടത്തിയമ്മയും ഉണ്ണ്യേട്ടനും മടങ്ങിവന്നാൽ ഇനിയുള്ള പെരുമാറ്റം ഏതുവിധത്തിലായിരിക്കും? ഉണ്ണ്യേട്ടൻ ഒന്നും പറയുമെന്നു

തോന്നുന്നില്ല. ഏടത്തിയമ്മയെയാണ് സൂക്ഷിക്കേണ്ടത്. അമ്മായിയും മരുമകളും ഇപ്പോൾ സ്നേഹത്തിലായിരിക്കും. മരുമകളെ അംഗീകരിച്ചിരിക്കും. പേരക്കിടാവില്ലേ രണ്ടുപേരേയും അടുപ്പിക്കാൻ?

അവധി കഴിഞ്ഞ് ബോംബയിലെത്തിയാൽ എന്നോട് സ്ഥലം ഒഴിയണമെന്ന് പറയുമോ? അങ്ങനെ പറഞ്ഞാൽ എന്തുചെയ്യും? എന്തുചെയ്യാനാ! ആചാര്യ ലോഡ്ജിൽ താമസിച്ച് ആഫീസിലേക്ക് വരുന്നില്ലേ? അതുപോലെ വല്ല ലോഡ്ജിലും രണ്ടുകൊല്ലം കഴിയണം. അതിനിടയ്ക്ക് പോസ്റ്റിങ്ങോ ക്വാർട്ടേഴ്സോ ശരിയാവുമായിക്കാം. അമ്മിണിക്കുള്ള കത്ത് ഇന്നുതന്നെ എഴുതണം. ഗോപാലന് എഴുതാറുള്ള കത്തുകളൊക്കെ അവൾ വായിക്കാറുണ്ടെന്നല്ലേ പറഞ്ഞത്? അവൾക്ക് നേരിട്ട് എഴുതിയാൽ പരിഭ്രമമോ സന്തോഷമോ ഏതാണുണ്ടാവുക? രണ്ടെണ്ണത്തിനെ മനസ്സിൽനിന്ന് തള്ളിക്കളഞ്ഞ ദിവസമാണിന്ന്.

ലൈറ്റിട്ട് പേനയും കടലാസും എടുത്ത് എഴുതാനിരുന്നു. എങ്ങനെ തുടങ്ങണം, എങ്ങനെ അവസാനിപ്പിക്കണം. ദീർഘനേരത്തെ ആലോചനക്കുശേഷം രണ്ടുവരി കവിതയാണ് തോന്നിയത്.

അമ്മിണി,

മാമക പാവന ജീവിത സൂനത്തിൽ

ഓമനേ നിന്നെ ഞാനാരാധിപ്പൂ

പിന്നൊന്നും എഴുതണമെന്നു തോന്നിയില്ല. കത്ത് കവറിലാക്കി ഒട്ടിച്ചുവെച്ചു. നാളെ പോസ്റ്റ് ചെയ്യാം.

ആലോചിച്ചാലോചിച്ച് കിടന്നപ്പോൾ കണ്ണടഞ്ഞു.

മയക്കത്തിലമർന്ന നിദ്ര........

****

മയക്കത്തിനിടയിൽ നല്ലൊരു സ്വപ്നം കണ്ടു. അത് പിന്നീട് യഥാർത്ഥ്യമായി.

അമ്മിണിയുമൊത്ത് കൊച്ചി വിമാനതാവളത്തിൽ വിമാനം കയറാൻ വന്നു നില്ക്കുന്നു. റോസ് നിറത്തിലുള്ള കസവുസാരിയും ബ്ളൗസുമാണ് അവൾ അണിഞ്ഞിരിക്കുന്നത്. അവളുടെ മുഖത്തുനിന്നും കണ്ണെടുക്കാൻ തോന്നുന്നില്ല. നീണ്ടകാർകൂന്തൽ പിന്നിയിട്ടിരിക്കുന്നത് അരയ്ക്കു താഴെ ഇറങ്ങികിടക്കുന്നു. മുടിയിൽ ഒരു റോസാപൂവ് ചൂടിയിട്ടുണ്ട്. തലമുടിയിൽ തലോടി അവളോടു ചോദിച്ചു.

‘‘എന്തേ തലമുടി പിന്നിയിട്ടത്?’’

"പിന്നിയിട്ടാലാണ് ഭംഗി എന്ന് കഴിഞ്ഞതവണ ബോംബ യിൽനിന്നു വന്നപ്പോൾ പറഞ്ഞില്ലേ? അത് ഇപ്പോഴും എന്റെ മനസ്സിലു ണ്ട്. ഇനി ഇപ്പോ മറ്റൊരാളുടെ ഇഷ്ടം കൂടി നോക്കണ്ടെ?''

ഞാൻ അവളുടെ കൈപിടിച്ച് ബോംബയ്ക്ക് പറന്നുയരാൻ തയ്യാ റായി നിൽക്കുന്ന വിമാനത്തിന്നുള്ളിലേക്ക് കടന്നു. സീറ്റുകളിൽ ഇരു ന്നു. അവളുടെ അരയിൽ സീറ്റ് ബെൽട്ട് കെട്ടി കൊടുത്തു. എൻജിൻ സ്റ്റാർട്ടായി. ഞെട്ടിയുണർന്നപ്പോൾ ഡെൽഹിയിലേക്കോ, മദ്രാസി ലേക്കോ, കൊച്ചിയിലേക്കോ പോകാനുള്ള വിമാനത്തിന്റെ എൻജിൻ ടെസ്റ്റ് ചെയ്യുന്ന ശബ്ദമാണ് കേട്ടത്. പ്ലെയിൻ പുറപ്പെടുന്നതു വരെ മോത്തിലാലിന് തിരക്കിട്ട പണിയായിരിക്കും.

~•~•~•~•~•~•~